पावसात सूर्य शोधणारी माणसं

नीरजा यांचे प्रकाशित साहित्य

कविता
निरन्वय (१९८७)
वेणा (१९९४)
स्त्रीगणेशा (२००३)
निरर्थकाचे पक्षी (२०१०)
मी माझ्या थारोळ्यात (२०१५)
विध्वंसाच्या वेदीवर चढण्याआधी... (२०२२)

कथासंग्रह
जो दर्पणी बिंबले (२००१)
ओल हरवलेली माती (२००६)
पावसात सूर्य शोधणारी माणसे (२०१२)
अस्वस्थ मी, अशांत मी (२०१८)

ललितलेखन
बदलत्या चौकटी (२००७)
चिंतनशलाका (२०१०)

संपादन
निद्राहीन रात्रीच्या कठोर कातळावर (२०११)
(निवडक रजनी परुळेकर)
कविता मुंबईच्या (२०११)

पॉप्युलर प्रकाशन, मुंबई

पावसात सूर्य शोधणारी माणसं

नीरजा

पावसात सूर्य शोधणारी माणसं
(म-१२०८)
पॉप्युलर प्रकाशन
ISBN 978-81-7185-560-5

PAWASAT SURYA
SHODHANARI MANASE
(Marathi : Short Stories)
Neeraja

पहिली आवृत्ती : २०१२/१९३४
पुनर्मुद्रण : २०१४/१९३५
दुसरे पुनर्मुद्रण : २०२१/१९४२
तिसरे पुनर्मुद्रण : २०२४/१९४६

मुखपृष्ठ : बैजू मंगेशकर

प्रकाशक
अस्मिता मोहिते
पॉप्युलर प्रकाशन प्रा.लि. ३०१,
महालक्ष्मी चेंबर्स
२२, भुलाभाई देसाई रोड
मुंबई ४०० ०२६

अक्षर जुळवणी
एच. एम. टाइपसेटर्स
११२०, सदाशिव पेठ
निंबाळकर तालीम चौक
पुणे ४११०३०

मुद्रक
ट्रिनिटी अकॅडमी फॉर कॉर्पोरेट ट्रेनिंग लि.
पुणे

आईसारखं प्रेम करणाऱ्या उषा मेहता
या माझ्या कवयित्री मैत्रिणीला

आभार

प्रा. पुष्पा भावे
प्रा. अनंत भावे
रामदास भटकळ
विजया राजाध्यक्ष
सुधा जोशी
संजय भास्कर जोशी
अस्मिता मोहिते
मेघा भगत

अनुक्रमणिका

पावसात सूर्य शोधणाऱ्या मुलीची गोष्ट

माय लॉर्ड, एका होऊ घातलेल्या सुखान्तिकेचा शेवट शोकान्तिकेत करण्याचा तुमचा प्रयत्न मला पूर्णपणे हाणून पाडायचा आहे. गेलं संपूर्ण वर्ष ह्या कोर्टरूममध्ये मी येते आहे. प्रयत्नांची पराकाष्ठा करते आहे. माझं सुख नेमकं कशात आहे ते तुम्हाला समजावून सांगते आहे. पण तुमचं आपलं एकच रडगाणं! 'पतिपत्नी हे कितीही भांडले, तंडले तरी त्यांनी स्वत:साठी नाही पण मुलांसाठी, जगासाठी एकत्र रहायला हवं. घटस्फोट हा शेवटचा पर्याय आहे. तुम्ही दोघं ह्या संसाररथाची दोन चाकं आहात. एक चाक कुरकुरत असेल तर दुसऱ्या चाकानं समजुतीनं आणि खंबीरपणे हा रथ ओढून न्यायचा असतो,' वगैरे वगैरे! हे असले किस्से ऐकण्यासाठी का मी कोर्टात आले आहे? तुम्ही ह्या वर्षभरात ऐकवलेल्या साऱ्या कहाण्या, सारे सुविचार कळायला लागलं त्या दिवसापासून ऐकते आहे. कधी आईआजीकडून, कधी कथाकादंबऱ्यांतून, तर कधी नाटकसिनेमांतून मी हे ऐकत, वाचत, पाहत आले आहे. पाठांतर आणि स्मरण माझंही चांगलं आहे. पण ह्याचा अर्थ आपल्याला जे येतं, जे आवडतं ते जोरजबरदस्तीनं दुसऱ्याला ऐकवून, त्याच्या गळी मारण्याचा प्रयत्न करणं कोणत्या कायद्यात बसतं?

ज्या दिवशी मी प्रथम कोर्टाची पायरी चढले त्याच दिवशी मी तुम्हाला स्पष्ट सांगितलं होतं की तुमचे विचार तुमच्यापाशी. तुमच्या परंपरेत बसणारे सारे विचार माझ्या मनाच्या काठावर वगैरे सोडून ते अगदी ठिबकसिंचन पद्धतीनं माझ्या मनात मुरवून रुजवण्याचा प्रयत्न तुम्ही केलात तर तुम्ही यशस्वी होण्याची शक्यता नाही. एवढ्या वर्षांत मोडलेली अनेक लग्नं पुन्हा जुळवण्याचा तुमचा रेकॉर्ड खराब करण्यात माझी महत्त्वाची भूमिका असणार आहे याची मला पूर्ण कल्पना आहे. मला माफ करा त्यासाठी. पण मी माझ्या आयुष्यात कोणतीही गोष्ट कोणाच्याही दबावाखाली येऊन केली नाही. आजही करणार नाही. मला स्वत:ला जे पटतं, आवडतं तेच मी करते आणि पुढेही करत राहणार. त्यामुळेच गेलं वर्षभर तुम्ही जो हा एकच राग आळवत लांबण लावली आहे त्यानं मी त्रस्त

झाले आहे. माणसानं तुटेल एवढंही ताणू नये आणि तसं पाहिलं तर गेल्या वर्षभरात तुम्ही केलेल्या ह्या प्रयत्नांनी तसा काय फरक पडला आहे? उलट पूर्वीपेक्षा जास्त निकडीनं माझा जीव सुटकेसाठी तळमळायला लागला आहे. ज्या उत्सुकतेनं आणि आतुरतेनं मी विशूबरोबर संसार सुरू केला त्याच आतुरतेनं मी त्याच्या शेवटाची वाट पाहते आहे. त्याच उत्सुकतेनं मला माझा एकटीचा संसार मांडावासा वाटतोय. ह्या माझ्या संसारात मी एकटी असणार आहे. पण मला त्याचं दु:खबिख्ख नाही वाटणार. कारण दुकटं असल्यापासूनच एकटं राहायची सवय झाली आहे मला. आता माझ्या ह्या एकटेपणात मला कोणाचीही लुडबुड नको आहे, माय लॉर्ड!

मला तुम्ही आक्रस्ताळी म्हणा किंवा 'काय भयानक बाई आहे!' असंही म्हणा. अगदी स्त्रीजातीच्या नावाला कलंकबिलंक म्हटलं तरी चालेल पण ह्या तुमच्या व्यवस्थेच्या चक्रातून मला आता सुटका हवी आहे. अशी सुटका करून घेणं हा माझा हक्क आहे असं मला वाटतं. तो मिळवत असताना तुम्ही त्यात जो हस्तक्षेप चालवला आहे, तो पाहून तुमच्या विरोधात मानवाधिकार अधिकाऱ्यांकडे तक्रार करावी असं मला आता तीव्रतेनं वाटू लागलं आहे.

खरं तर विश्वास देशमुखनं म्हणजेच विशूनं तुम्हाला माझ्या एकूण स्वभावाविषयी, माझ्या वाईट वर्तणुकीविषयी बरंच काही सांगितलेलं आहे. ते ऐकल्यावर त्याच्यासारख्या चारित्र्यवान, समंजस पुरुषाजवळ मी पुन्हा राहावं असं एक पुरुष म्हणून तरी तुम्हाला वाटायला नको. मग तरीही मी त्याच्याबरोबर पुन्हा संसार सुरू करावा असा आग्रह तुम्ही का करता आहात? तुम्हाला माझी दया तर येत नाही ना? विश्वासनं मला घटस्फोट दिला तर मी कुठं जाईन, माझं काय होईल ह्याची तुम्हाला काळजी वाटते का? की ही अबला दुर्बल बाई घटस्फोट घेतल्यावर हा समाज हिला जगू देणार नाही असं तर तुम्हाला वाटत नाही ना? पुरुषाच्या आधाराविना बाई म्हणजे वादळात सुकाणूशिवाय भरकटलेली नावच, असं तुमचं मत आहे का? तसं असेल तर त्यात नवीन काहीच नाही. तुम्हाला जे आज वाटतंय ते सर्वांनाच वाटत आलंय समाजात. अगदी माझे आई-अण्णा, माझे बहीण-भाऊ, मित्र-मैत्रिणी आणि माझा नवरा ह्या सर्वांचंच ते मत आहे. त्यांनाच कशाला, मला स्वत:लाही एकेकाळी तेच तर वाटत होतं.

म्हणून तर वयात आल्याबरोबर त्या अबलख घोड्यावरून येणाऱ्या राजकुमाराची मीही वाट पाहायला लागले होतेच. पण हा राजकुमार घोड्यावरून फिरावा आणि मी मात्र त्याच्या महालाच्या खिडकीत बसून, कासावीस होत भिरभिरत्या नजरेनं त्याची वाट पाहत दिवस काढावेत आणि रात्री तो आल्यावर त्याच्या दमलेल्या

शरीराची गरज म्हणून त्याच्या पोटाची आणि त्याखालच्या भागाची भूक भागवत आयुष्य काढावं, हे बाईचं प्राक्तन मला अजिबात मान्य नव्हतं. उलट जमलं तर त्यानं त्याच्या घोड्यावरून, त्याच्या सोबतीनं मला न्यावं नाहीतर माझा स्वत:चा स्वतंत्र घोडा असावा आणि त्यावरून माझ्या सोबतीनं त्यानं यावं किंवा मला एकटीलाच भणाण वाऱ्याचं सुख भोगू द्यावं असं माझं स्पष्ट मत होतं.

हा भणाण वारा दोघांनी एकत्र प्यावा, साऱ्या शरीरमनात भरभरून तो श्वासात साठवावा असं वाटण्याच्या त्या दिवसांत असा एक राजकुमार मला भेटलाही होता. तुम्हाला आवडेल त्याची गोष्ट ऐकायला? कदाचित नाहीच आवडणार! लोकांच्या प्रेमकहाण्या कथाकादंबऱ्यांत ठीक वाटतात हो, पण इथे कोर्टरूममध्ये सर्वांसमोर आणि तीही एका बाईच्या पहिल्या प्रेमाची कहाणी ऐकायची म्हणजे टू मच! पण तरीही ऐकाच तुम्ही! कदाचित निर्णयापर्यंत पोहोचायला मदत होईल तुम्हाला!

विशू आयुष्यात येण्याआधीचे ते दिवस! शरीराला फुटलेल्या पंखांना वाऱ्याचा स्पर्श व्हावा अलगद असं वाटण्याचे ते दिवस! कथाकादंबऱ्या वाचताना, सिनेमा पाहताना प्रणयाचे प्रसंग आल्यावर साऱ्या अंगभर गोड शिरशिरी दाटून येण्याचे ते दिवस फार छान असतात, माय लार्ड!

मी तर तरंगतच होते माझ्या जगात. अण्णा तसे पुरोगामी. पण आई घालायची लगाम माझ्या फुरफुरणाऱ्या घोड्याला. तरीही मी स्वत:चं असं जग निर्माण केलं होतं माझ्याभोवती. मैत्रिणी तर होत्याच पण मित्रही काही कमी नव्हते. त्या छोट्याशा शहरातल्या छोट्याशा महाविद्यालयात मी स्वत:चं स्थान निर्माण केलं होतं. वक्तृत्व असो की वादविवाद असो, माझाच नंबर असायचा पहिला. आवाजही बरा होता, कविताही लिहायचे आणि अभ्यासातही बरी होते. इतर मुलींसारखा घर ते कॉलेज आणि कॉलेज ते घर असा सरळ रेषेतला प्रवास नाही केला मी. टेबलटेनिस असो की बॅडमिंटनचं कोर्ट असो, लायब्ररी असो की कॅन्टिन असो, सगळीकडे सापडायची मी. छान मजेत चाललं होतं आयुष्य. तेव्हाच कधीतरी भेटला तो. मुरली साने त्याचं नाव! माझ्या पुढे एक वर्ष शिकत होता. एन्.सी.सी.मध्ये होता.

उंच, धिप्पाड मुरली माझ्या वाङ्मय मंडळातल्या भाषणानं खूश होऊन स्वत:हून अभिनंदन करायला आला होता. हरखून गेले होते मी. त्यावेळी त्यानं हातात हात घेतला अभिनंदन करण्यासाठी तेव्हा माझ्या हाताला सुटलेला कंप आणि त्याच्या हाताचा तो स्पर्श आजही रोमांच उठवतो माझ्या अंगभर!

त्याच्या मोटरसायकलवर स्वार होऊन निघाले की पंख फुटायचे साऱ्या

शरीराला. ओढणीला भान रहायचं नाही. केसांच्या बटा आपोआप बाहेर यायच्या माझ्या चेहऱ्यावरचं समाधान डोळे भरून पाहायला. हाताची मिठी त्याच्या छातीवर घट्ट आवळली जायची आणि वाटायचं एकट्याएकट्यानं असं दुकटं होऊन पुन्हा एक होण्यातली मजा काही औरच आहे. तुम्ही अनुभवलं आहे असं एक होणं? नसेलच कदाचित. परंपरेच्या चौकटीत बंदिस्त झालेल्या आयुष्यात नाही येत असे बेभान करणारे क्षण. प्रेमही उरकलंच जातं अशा आयुष्यात. अशा क्षणांसाठी चौकटीबाहेरचं आभाळ कवेत घ्यावं लागतं. मुरली सानेचं जगही चौकटीबाहेरचं होतं. स्वत:च्या पंखातलं बळ जोखताना माझ्या पंखातल्या ताकदीला जाणलं होतं त्यानं. अलगद सोडून द्यायचा तो मलाही आभाळात. 'जा एकटी, उडत राहा उंच उंच! भरकटलीस चुकून तर आहेच मी खाली,' असं म्हणायचा तो. सहज सोडून दिला होता माझ्या आयुष्याचा पतंग त्यानं आकाशात. स्वत:च्या दोरानं नाही काटला त्यानं तो. अशा माणसांना तुमच्या आयुष्यातच नाही पण जगण्यातल्या प्रत्येक क्षणात जागा मिळते. मुरलीनं ती जागा घेतली होती माझ्या आयुष्यात. माझ्या कवितेतही आला तो. पण माय लॉर्ड, राधेला वेड लावणारी मुरली तिला मिळत नाही. आपल्या कथांमध्ये ती दुसऱ्याच कोणाच्या तरी वाट्याला जाते. माझा मुरली मरणाच्या वाट्याला गेला. ग्रॅज्युएशन नंतर आर्मीमध्ये गेला. युद्धाचे दिवस नव्हते ते. पण बॉर्डरवर होता. एका चकमकीत गेला. त्याच्या पत्रांची वाट पाहत होते मी आतुरतेनं, तर हाच आला. तिरंग्यात गुंडाळलेली 'डेड बॉडी' होऊन!

माझी अवस्था काय झाली असेल याची कल्पना करू शकता तुम्ही. पहिलं प्रेम असं अचानक हातातून निसटून जाताना डोळ्यांना आलेल्या पुरानं उद्ध्वस्त होण्याचे ते दिवस. पण सावरले मी. तशी खंबीर होतेच मनानं. नेलं निभावून त्यातूनही! आणि मित्र-मैत्रिणीही काही कमी नव्हत्या मला. सगळे उभे राहिले पाठीशी. विवेक आणि श्याम तर रोज यायचे भेटायला. त्यांच्या मनातही होतं माझ्याविषयी काहीतरी. लग्नासाठीही विचारलं पुढे त्यांनी. पण मुरलीच्या सुरांत बुडून गेलेल्या मला कोणतेच सूर नव्हते ऐकू येत. अचानक सुन्न झाल्या साऱ्या भावना. माझ्यातली धुसमुसळी पोर शांत कधी झाली, मलाही कळलं नाही.

विशू भेटला तो खूप उशिरा. चळवळीत काम करायचा. अंक काढायचा कोणता तरी. दिवाळी अंकासाठी कविता मागायला आला होता माझ्याकडे. कोणी पाठवलं होतं त्याला माझ्याकडे त्यावेळी, आठवत नाही आता, पण मी नाही दिली कविता. माझ्या कविता केवळ माझ्या होत्या. त्या इतरांपर्यंत पोहोचाव्यात असं नव्हतं वाटत मला. मी नकार दिला. पण विशू तसा चिवटच पहिल्यापासून.

हटला नाही. हट्टानं येत राहिला. एकदा म्हणाला, 'छापणार नाही पण वाचायला तर दे.' मी नाहीच म्हटलं. तर म्हणाला, 'ठीक आहे. तुझ्या नको देऊस, पण माझ्या तर ऐकशील?' मला हसू आलं. तोही हसला. कविता छानच होती त्याची! कोसळणाऱ्या पावसात सूर्य शोधणाऱ्या मुलीची कविता! मला आवडली. मी आणखीन वाचायला सांगितल्या. त्यानं आणखीन ऐकवल्या. मग सुरूच झालं हे असं कवितांचं वाचन. सुरुवातीला फक्त त्याच्या आणि हळूहळू माझ्याही!

सगळे म्हणाले, चांगला आहे मुलगा. लग्नच का नाही करत? कविता आवडली म्हणून कोणी लग्न करतं का, माय लॉर्ड? पण मला करायला लावलं लोकांनी. चिडवून चिडवून हैराण केलं. एवढा चांगला मुलगा हातचा जाऊ नको देऊ, म्हणाले. गावभर चर्चा झाली होती माझ्या पहिल्या प्रेमाची! अशा वेळी सर्व माहीत असताना तुमच्यावर प्रेम करणारा कोणी भेटला तर नाकारणार कसा? आणि पहिलं प्रेम आणि त्या प्रेमाच्या सुगंधाचा दरवळ हृदयाच्या कुपीत जपून ठेवत बसल्या मुली, तर आई-बापांच्या जिवाला किती तो घोर! झाले तयार.

आणि विशू तसा वाईट नव्हताच. तो मला घोड्यावरून सोबत नेणारा राजकुमार नसला, तरी त्याचाही एक घोडा होताच आणि त्या दिवसांत माझ्यासाठी जागाही ठेवली होती त्यानं त्या घोड्यावर! तेव्हा म्हटलं, ठीक आहे, चालेल असाही, मला थोडी जागा देणारा. माझ्यातल्या कोवळ्या मुलीवर कविता करणारा, जमेल तशी सोबत देण्याचं वचन देणारा आणि चळवळीतला असल्यानं हुंडाबिंडा न मागणारा आणि सगळ्यात महत्त्वाचं मुरलीविषयी माहीत असून माझा स्वीकार करणारा! केवढा तो त्याग! त्याच्या त्या त्यागाचं अप्रूपच वाटायचं सुरुवातीला.

मुरलीच्या आठवणी मागे सरकायला लागल्या हळूहळू आणि विशूच्या कवितांची, त्याच्या त्यागाची आभा पसरली माझ्या आयुष्यावर! फार छान क्षण होते तेही. आपण कोणाला तरी आवडतोय, आपल्या दोषांसकट आपल्याला कोणीतरी स्वीकारतंय, जीव उधळतंय आपल्यावर. यह महसूस करना, ग्रेटच वाटतं सगळं काही!

घरी तसा विरोध नव्हता. अण्णा म्हणाले की, तुला आवडला आहे तर ठीक आहे. पण ह्याहून चांगला नवरा शोधला असता तुझ्यासाठी, सुखात ठेवणारा. हा चळवळ्या माणूस काय करेल? मी म्हटलं प्रेम तर करेल भरभरून! तर हसले ते विचित्र, सिनेमातल्या मुलीच्या श्रीमंत बापासारखे. अर्थात त्यांनी विशूला फटकारलं नाही की 'मेरे बेटी के ब्युटीपार्लरका खर्चा तेरे सालभरके कमाईसे जादा होता है,' असंही म्हणाले नाहीत. ते म्हणाले की, माझी जबाबदारी संपली. आपल्या पायावर उभे राहा आणि संसार करा. आम्ही म्हटलं ठीक आहे. विशूही म्हणाला

तेव्हा की, माणसाला जगायला काय लागतं? एक छप्पर आणि दोन वेळचं अन्न. तेवढं कमवायची हिंमत आहे माझ्यात. मी भारावूनच गेले त्याच्या त्या वाक्यांनी! भारावून जायचेच दिवस होते ना ते. मीही म्हटलं, 'मी आहे तुझ्यासोबत. दोघं मिळून उभं करू आपलं जग!' किती फिल्मी संवाद होते ते! पण आम्ही म्हटले बरं का अगदी पाठ केल्यासारखे!

आणि उभारलाही असता आमचा संसार आम्ही, अगदी चारचौघांसारखा; जर बाहेर आलो असतो सुरुवातीलाच एकमेकांच्या कवितेतून, पाहिलं असतं ह्या जगाकडे डोळसपणे. पण आंधळेच असतो आपण. आपल्या पापण्यांआडचं जग बाहेर कुठं सापडतं आपल्याला? बाहेरच्या जगातलं वास्तव भयाणच असतं. पण ते समजावून घेणं जरुरीचं असतं. दोन्ही जगात एकाच वेळी वावरत राहिलो ना की पदोपदी अपेक्षाभंगाचे चटके जाणवत राहतात.

मी तळ्यात-मळ्यात करत राहिले कायम आणि विशू तळ्यातून थेट मळ्यातच आला कायमचा. तळ्यातल्या पाण्याच्या आणि त्यात दिसणाऱ्या स्वप्नवत दुनियेच्या वाट्याला गेलाच नाही तो पुन्हा.

मी मात्र त्याच्या कवितेतलाच विशू शोधत राहिले आणि तो सापडेनासा झाला मला. विशू तोच होता पण कवितेतला विशू आणि प्रत्यक्षातला विशू वेगळे वेगळे होते ते हळूहळू जाणवायला लागलं मला.

पुण्यात आलो आम्ही राहायला. एका वर्तमानपत्राच्या कार्यालयात पत्रकार म्हणून नोकरीला लागला तो. त्याला वाटलं आपल्या लेखनशैलीनं जिंकू सगळ्यांना. पण छोट्या शहरात मोठी झालेली माणसं मोठ्या शहरात छोटी होऊन जातात, माय लॉर्ड! मोठ्या शहरात सारीच मोठी असतात नाहीतर सारीच छोटी! तुमचं अस्तित्वच पुसून टाकतात मोठी शहरं! कोणीच नसता तुम्ही इथे! जगण्याच्या स्पर्धेत सामील झालेल्या साऱ्या किड्यामुंग्यांच्या रांगेत उभे राहाता तुम्ही. ती ओलांडून शिखरावर बसायचं असेल तर तुमच्यात काहीतरी अलौकिक हवं असतं. विशूत नव्हतं ते. धारच नव्हती त्याच्या लेखनाला. बातम्यांच्या पुढे जातंच नव्हता तो. खूप अस्वस्थ होता. इथे सारेच स्मार्ट, चळवळे. आपल्या हुशारीनं पुढे जाणारे. स्पर्धेत उतरताच येईना त्याला. मग चिडचिड, राग, संताप आणि जमलंच तर आठवणीनं करायचं म्हणून प्रेम!

स्थैर्यच येईना एका नोकरीत. ही सोड दुसरी पकड, तिथे नाही जमलं तर तिसरी, चौथी! त्यात मी गरोदर वगैरे. किती टेन्शन्स, किती संकटं! अगदी सिनेमातल्या सारखं कन्स्ट्रक्शन साईटवर खडी फोडायची वेळ आली नाही तरी मला नोकरीसाठी धावाधाव करावी लागलीच. माहेरी भोगलेल्या सुखाच्या तुलनेत

एक टक्काही सुख मिळेना, तशी मीही कुरबुरायला लागले. हा कधी नोकरी सोडेल ह्याचा नेम नाही. त्यातही सुखानं राहिले असते मी, पण ह्या साऱ्यामुळे विशू बदलायला लागला. कदाचित मुळात तसाच असेल तो पण मला त्यातला बदल खटकायला लागला. चळवळीतला पुरोगामी विचारांचा माणूस हा, पण नोकरीबरोबर त्याची बांधीलकी बदलायला लागली. आज कम्युनिस्टांच्या बाजूनं बोलणार, तर उद्या भांडवलशाही बरी म्हणून निष्कर्षाला येणार. मी म्हटलं, तू एका विचाराला बांधील राहा, तर म्हणाला, बांधीलकीनं पोट नाही भरत आणि विचारानं तर नाहीच नाही. विचार म्हणजे फक्त हवेतले बुडबुडे. पैसा हेच अंतिम सत्य. कविता तर हम्बग्! आपण आपली केलेली फसवणूक! आता वाटतं आई-बाबा सांगत होते तसा चांगला हुंडा घेऊन दहावी, बारावी झालेली मुलगी केली असती तर बरं झालं असतं.' मी म्हटलं, 'पण तू तर हुंड्याच्या विरोधात आहेस.' तर म्हणाला, 'आहे की आजही आहेच. पण हुंडा दिला नाही तरी पोरीला काही मदत करायची की नाही. एवढा श्रीमंत बाप तुझा, पण लग्न करून दिलं आणि मोकळा झाला जबाबदारीतून, साला! आयता फुकटचा बकरा मिळाला त्याला. मला वाटलं होतं करेल थोडी मदत पण डँबिस निघाला तुझा बाप...' इत्यादी इत्यादी बरंच काही बोलला तो.

स्वप्नांतून जमिनीवर आणणारा तो दिवस आजही विसरू शकणार नाही मी. इतकं होतं त्याच्या मनात आणि मला कळलंच नाही. मी फक्त अवाक होऊन पाहत राहिले त्याच्याकडे त्यादिवशी. मग असे दिवस बऱ्याचदा यायला लागले. विशूचा घोडा जास्तच फुरफुरायला लागला हळूहळू! एवढ्या दिवस उसन्या विचारांचे लगाम बांधून बांधीलकीच्या तबेल्यात बांधून ठेवला होता त्यानं त्याला! आता त्याला सोडवला त्यानं. बाहेर आणून स्वार झाला त्याच्यावर, मांड ठोकली भक्कम आणि फिरवून आणलं त्याला पुरुषांच्या जंगलातून! किती गोष्टी कळल्या त्याला त्यामुळे! ह्या चळवळीच्या जगात जाणवल्याच नव्हत्या त्या! त्याला वाटलं कवितेनं किती हळवं केलं आपल्याला! शब्दांच्या भुलभुलैयात सापडलो आणि जगरहाटीच विसरून गेलो. आजूबाजूची आपल्यासारखा विचार न करणारी माणसं किती सुखी आहेत आणि आपण मात्र ह्या विचारांच्या आहारी जाऊन सुखातलं जीवन दु:खात लोटलं. ह्या पोरीपायी आणि कवितेपायी भणंग झालो.

विशू इतका खडबडून जागा झाला ह्या दीर्घ निद्रेतून, की माझ्या पोटात उगवलेल्या त्याच्या रोपट्याचंही कौतुक वाटेनासं झालं त्याला. अशी कुठं आणि किती रोपटी लावू शकतो आपण याची यादीच दिली त्यानं आणि म्हणाला, 'पण, अशा plantationमध्ये रस नाही मला. ते काय जनावरंही करतातच की!'

विशूच्या डोक्यात वेगळ्याच plantation चे विचार घोळत होते तेव्हा. 'मनी प्लॅन्टेशन' करायचं होतं त्याला आणि त्यासाठी लागणारं बियाणं मी माझ्या माहेरच्या कोठारातून आणावं अशी त्याची इच्छा होती. पण माय लार्ड, मला माझ्या माहेरच्या कोठाराची जास्त काळजी होती. त्याचा किल्लेदार तर माझा बाप! त्यानं साडीचोळी देऊन माझी पाठवणी केलेली पुन्हा परत न जाण्यासाठी! आणि मी तर स्वाभिमानी स्त्रीची परंपरा सांगणाऱ्या देशात जन्मलेली! मी म्हटलं, 'नाही, तुझं बियाणं तूच शोध. तुझा व्यवसाय तुझंच भांडवल!' मग काय विचारता, घरात वेगळंच प्लॅन्टेशन सुरू झालं. बियाणं आम्ही दोघांनीही रुजवलेलं. वादाचं बियाणं आणि भांडणाची झाडं!

माय लॉर्ड, एकदा वाद सुरू झाले की काय होणार? शांतीचं झाड तर नाहीच उगवणार. तुम्ही म्हणाल, 'होतात वाद. पण अशा वेळी कोणी एकानं समजनू घ्यावं, नमतं घ्यावं.' पण हा 'कोणी एक' कोण असणार हे कोण ठरवणार? तर तुम्ही पुन्हा म्हणाल, 'परंपरा पाहाता बाईच नमतं घेते. अलिखित नियम आहे तो जगाचा.' पण मी म्हणते नियमाला अपवाद का असू नयेत आणि ते जास्त का असू नयेत? तसे अपवाद नाहीत असं नाही. खूप आहेत. पण त्यांच्यात माझा पुरुष नाही त्याचं काय? शांततेचं निशाण घेऊन कबुतरं उडवत मीच का बसावं कायम? आज मी हा प्रश्न विचारला असला तरी प्रत्येक वेळी तहाची बोलणी मीच केली. कारण तहानंतरचे दिवस बरे जायचे. असे क्षण मन आणि शरीर आसुसून उपभोगतंही. अगदी सारं विसरून. पण हळूहळू असे क्षण कमी आणि वादळाच्या रात्रीच यायला लागल्या वाट्याला.

दरम्यान मीही फुटकळ नोकऱ्या करायला लागले होते. तन्मय झाल्यावर लग्न आणि संसाराचा खरा अर्थ कळायला लागला मला. त्यात विशूच्या तक्रारी, त्याची चिडचिड वाढतच गेली. घर, नोकरी, तन्मय आणि विशू ह्यांना सांभाळता सांभाळता नाकीनऊ यायला लागल्या माझ्या. तुम्ही म्हणाल आजच्या सुशिक्षित, नोकरी करणाऱ्या बायकांना करावंच लागतं हे सारं. शिक्षण आणि मिळणाऱ्या स्वातंत्र्याची किंमत अशा प्रकारे मोजायलाच हवी. हो. मी ही मोजलीच ती सगळ्या बायकांसारखी!

ह्या साऱ्या ताणांच्या दिवसात मन मोकळं करण्यासाठी मी मित्रमैत्रिणीत रमायला लागले. विशूच्या प्रेमाच्या आभेतून बाहेर पडून जगाकडे स्वच्छ नजरेनं पाहायला लागले तर अनेक ओळखीचे चेहरे भेटले. माझ्यासारखेच मग्न आपल्या दुःखात. मग वाटून घेतली त्यांच्यासोबत माझी दुःखं. फार छान वाटायला लागलं. ताणानं भरलेल्या घरापेक्षा बाहेरची मोकळी हवा जास्त हवीशी वाटायला

लागली. मी बाहेर रमायला लागल्यावर विशू जास्तच चिडचिडा होत गेला.

एकदा म्हणाला, 'तुझ्यापेक्षा वेश्या बरी! राजरोस शरीराचा बाजार तरी मांडते. तुझा तर मनातच चालला आहे व्यभिचार अनेक पुरुषांशी. मुरली, विवेक, शाम आणि हे हजारो मित्र! सारेच हवेत तुला एकाच वेळी.' मी काय बोलणार ह्यावर? मग तो बोलत राहिला आणि मी ऐकत राहिले. मनाला येईल ते ओकत राहायचा. 'माजाला आलेल्या सांडामागे जाणारी मादी' पासून 'पुरुषांना रिझवणारी कलांवतीण' पर्यंत अनेक पदव्या बहाल केल्या त्यानं मला. त्याला ह्यातून काय सुचवायचं असे ते कळायचं मला पण अशा वाक्यांना उत्तरं नसतात. मी गप्प राहायची. हळूहळू विशूपेक्षा हे मित्रच मानायला लागले मला. विशू नकोसाच वाटायला लागला. दिवसभर राग राग करणारा. नाही नाही ते बोलणारा पुरुष बिछान्यातही नकोसा वाटायला लागतो हळूहळू. माझंही तेच झालं. पण विशूला हवी असायची मी त्याचा माज उतरवण्यासाठी. बाईला हा असा बळजबरीनं केलेला संभोग नकोसा असतो. एकेकाळी मला फुलवणारा विशू मला ओरबाडायला लागल्यावर मी नाकारायला लागले त्याला. तर त्याला वाटलं, मला भेटला कोणीतरी त्याच्यापेक्षा चांगलं सुख देणारा. एकाच गोष्टीला किती वेगवेगळे संदर्भ असतात, माय लॉर्ड! आपण हवे तसे अर्थ काढतो त्यातून. माझ्या दृष्टीनं विशू विकृत बलात्कारी व्हायला लागला होता आणि त्याच्या दृष्टीनं मी हळूहळू नवा नवा यार शोधणारी रांड झाले.

आपण लावत राहतो अर्थ प्रत्येक घटनेचा आपल्याला हवा तसा. आपणच कसे रास्त आहोत हे पटवून देत राहतो स्वत:ला आणि जगालाही. विशूनं तर विडाच उचलला होता मला बदनाम करण्याचा. मी म्हटलं, कर बाबा. तोंड तुझं आहे. मी केलंही असतं बंद. पण आता ओठात ओठ घालून बंदही करावंसं नाही वाटत. माझ्या गप्प बसण्याचे वेगळे अर्थ काढले त्यानं. त्याला वाटायचं मी खरोखरच गुन्हेगार असल्यानं बचाव नाही करू शकत स्वत:चा. त्याच्या दृष्टीनं अनेक गुन्हे केलेत मी. उदाहरणार्थ, रात्र खूप झाल्यावर कविसंमेलनानंतर किंवा एखाद्या नाटकानंतर किंवा सिनेमानंतर किंवा रंगलेल्या डिनर पार्टीनंतर मी जर एखाद्या मित्राकडे केला मुक्काम एखादी रात्र तर हा म्हणायचा, तिथेच राहा आता कायमची.' मी म्हणायचे, 'हे घर माझं आहे. मी इथेच येणार. तर म्हणायचा, 'बाईनं एक रात्र काढली बाहेर तर संपला तिचा सन्मान वगैरे. परपुरुषाच्या स्पर्शानंतर शिळा होण्यावाचून पर्याय नसतो. आता पाहा वाट रामाची.' मी म्हटलं, 'तूच हो की राम'. तर म्हणाला 'नाही'. मग म्हटलं 'ठीक आहे. माझा राम मीच शोधेन. अगदी माझ्या चॉईसचा.' तर म्हणाला, 'तुला आहे की भरपूर

चॉईस. विवेक, श्याम, अनिरुद्ध, सारंग, सुधाकर.' मी म्हटलं, 'ठीक आहे. मला हवाच असेल कोणी तर कमी नाहीत सांड आजूबाजूला. कोणाच्याही अंगणात टाकलेली बाज येईल माझ्या वाट्याला. पण कोणती शेज निवडायची ते माझं मी ठरवणार आणि त्यातून बाहेर काढायला आता रामाची गरज नाही मला. माझी मी निघेन बाहेर. मी काय करावं आणि काय नाही हे आता विशू नाही ठरवणार. हे बरं आहे तुम्हा पुरुषांचं, माय लार्ड! 'माझ्याबरोबर नाही झोपत तर नको झोपूस पण तू कोणाबरोबर झोपायचं आणि कसं झोपायचं हे मात्र मी सांगणार.' तुम्हाला कोणी दिला हे ठरवायचा अधिकार? तुम्हाला नाही वाटत हे फार होतंय आता?

खरंच फार झालं आता. प्रत्येक गोष्टीला मर्यादा हवीच. सोसायचं म्हणजे किती? मीही आणि त्यानंही? त्यालाही सोडवू देत की स्वत:ला माझ्या पाशातून. आपला आपला घोडा, आपली आपली मांड टाकायची तऱ्हा आणि लगामही आपल्याच हातात असले की जगणं सोपं होतं. नाहीतर कायम घोडा दुसऱ्याचा, त्याच्या सवयीचा गुलाम. अशा घोड्यावरून नाही फिरता येत मुक्त. मला आता माझा स्वत:चा घोडा हवाय. अगदी खेचरही चालेल मला, पण आता माझं स्वत:चंच हवं आहे, माझंच ओझं वहाणारं!

तर काय सांगत होते मी? हं आठवलं, अलीकडे पुन्हा नवीन व्यवसाय करायचं चाललं होतं त्याचं. पुन्हा तेच, अण्णांकडे शब्द टाक वगैरे. मी म्हटलं नाही. तर म्हणाला तिथून नसेल तर दुसरं कोणाला तरी गाठ. तुझा बॉस किंवा तुझे हजारो मित्र. पैसे कसे मिळवायचे ते तुला माहीत आहे. पुरुषांना छान वश करतेस तू. मी म्हटलं तरीही नाहीच. माय लार्ड, विशू म्हणाला ते खरं आहे. मी शब्द टाकला असता तर सहज मिळाले असते पैसे. मला येतं पटवता लोकांना. छान छान गोष्टी सांगाव्या लागतात त्याच्यासाठी. थोडा मेलोड्रामाही करावा लागतो. म्हणजे उदाहरणार्थ, विशूचं एवढ्या वर्षांनीही स्थिरस्थावर न होणं. त्यामुळे माझ्या शिरावरची जबाबदारी, माझा तुटपुंजा पगार, त्यात होणारी माझी फरफट, कविता सोडून जिंगल्स लिहिण्याची आलेली वेळ इत्यादी इत्यादी सांगत राहिलं की सिंपथी मिळतेच आणि मदतही.

हल्ली माझ्या ह्या गोष्टी जास्त रंगायला लागल्यात आणि हसत हसत आपण किती दु:खी आहोत हे सांगितलं किंवा आपल्या दु:खालाच विनोदाचा विषय बनवून आपणच त्यावर हसलं तर पाणी येतंच लोकांच्या डोळ्यात! दु:खातही हसणारी बाई किंवा हास्याचा मुखवटा चढवून दु:ख लपवणारी बाई आपल्या समाजव्यवस्थेत मानाच्या स्थानावर आहेच. तर एकूण काय, माझ्यातल्या कवयित्रीची विशूनं स्टोरीटेलर कधी करून टाकली ते मलाही कळलं नाही. पुरुषांचे घोळके

जमा व्हायला लागले माझ्या भोवती अगदी जाईन तिथे! कधी पार्टीत, कधी डायनिंग हॉलमध्ये तर कधी बारमध्ये जामके साथ! बायकाही असतात आजूबाजूला. पण त्यांना रस असतो ते तुमच्या दुःखात, हिच्यापेक्षा आपण बऱ्याच सुखात आहोत हे दाखवून देण्यात. ह्यापलीकडे त्यांचा उपयोग नाही होत. काही मदत करायची म्हटली तरी त्यांना नवऱ्याची परवानगी घ्यावी लागते. म्हणूनच (आय प्रिफर कंपनी ऑफ मेन!) पुरुषांचं बरं असतं. आपल्या अश्रूंची किंमत मोजण्याची तयारी असते त्यांची आणि मोजतातही ते. शरीराची अभिलाषा असली मनात, तरी आपण कसे चांगले मित्र आहोत हे दाखवून द्यायला आवडतं त्यांना. माझे मित्रही तसे माझ्या ह्या अडचणीच्या काळात माझा आधार झाले आणि पुढेही होतील.

तुम्हाला सांगू, आज इथून काडीमोड घेऊन मी त्यांच्याकडेच जाणार आहे आणि तिथून स्ट्रेस मॅनेजमेंटच्या वर्कशॉपसाठी बाहेरगावी! दोन दिवस अगदी स्ट्रेसफ्री व्हायचं आहे मला. माझ्या साऱ्या सहकाऱ्यांबरोबर जाणार आहे मी. त्यांना माहीत आहे माझ्या ह्या दिवसांबद्दल आणि आज तर माझा doom's day! मी सेलिब्रेट करणार आहे तो त्यांच्याबरोबर आणि ते पार्टीची तयारी करताहेत तिकडे.

लवकर मोकळं करा मला तुम्ही! आजचा दिवस चांगला आहे, माय लॉर्ड! एकाकी झाल्यानंतर एकटं राहाण्याची वेळ नाही येणार माझ्यावर. आज माझे यार असतील माझ्यासोबत. मला धीर देणारे, विशूला शाप देणारे. मला हसवणारे, समजून घेणारे, माझ्या ग्लासांचे सोबती, माझ्या दुःखाचे तारणहार, माझ्या सुखाचे सांगाती! सगळेच वाट पाहताहेत माझी. त्यांना खूप काही करायचं आहे माझ्यासाठी. ते म्हणतात, दिवस ढकल तू बाई कसातरी. रात्री आम्ही आहोतच. तुला आंजारू-गोंजारू, तुला जोजवू हाताच्या पाळण्यावर. शांत झोप लागेपर्यंत अंगाई गात राहू.' असे दोस्त कुठे मिळणार सांगा ना! जोखीम घ्यावी त्यांनी माझी अशी अपेक्षा नका करू तुम्ही! मदत करणं आणि जोखीम घेणं ह्यात फरक आहे. मदत तर करताहेत ना? मला पुरेसं आहे ते. जोखीम घेणारी भेटली होती काही जणं. विवेक, शामसारखी माणसं. पण नाकारलं मी त्यांना आणि विशूसारख्या दगडावर डोकं आपटून घेतलं. पावसात सूर्य शोधणाऱ्या मुलीचं आणखी काय होणार? पुरात वाहून जाणार आहे आता ती मुलगी. ओंडक्याचाही आधार नाही मिळणार आता. चौदा दिवस, चौदा रात्री व्यापणारा विश्वाताचा पाऊस सुरू झाला आहे. तो थांबेल तेव्हा नोहा नसणार आणि त्याची नौकाही नसणार! अगदी मनूचा मासाही नाही येणार माझ्या मदतीला. आलाच तर पाऊस थांबल्यानंतरचा तळपता सूर्य.

पण मला पर्वा नाही त्याची. तुम्ही फक्त थांबवा हा पाऊस. पुन्हा त्याच माणसाच्या हातात नका देऊ मला, जो पावसात सूर्य शोधणाऱ्या मुलीची कविता लिहितो. तिला सूर्य सापडण्याचं आश्वासन देतो. मी थकून गेले आहे आता सूर्य शोधून शोधून! आणि आता कळायला लागलं आहे मला, माय लॉर्ड, पावसात सूर्य शोधायचा नसतोच. पावसाच्या धारांच्या पारंब्यांना झोके बांधून उंच उंच जायचं असतं थेट काळ्या ढगांच्या आरपार, जिथे लख्ख ऊन असतं आणि सोनेरी आयाळीचा घोडा; आपल्या एकटीचा. त्याच्यावर मांड ठोकून थेट गाठायचं असतं सूर्याला!

मी तहानलेली मुलगी आहे, माय लॉर्ड! मला सूर्यच प्यायचा आहे अख्खा! पावसाच्या पाण्यानं नाही भागणार माझी तहान! माझ्या पायांना बांधलेले हे दोर मोकळे करा आता! नाही केलेत तर तुम्हालाही गुंतवेन मी ह्या गुंत्यात. मग सुटता सुटता नाकीनऊ येतील. कशासाठी नासवता आहात सुखाचं आयुष्य माझ्यासारख्या मुलीच्या केसमध्ये अशा तऱ्हेनं गुंतून? निकाल द्या आणि मोकळं करा स्वत:ला. जमलंच तर विशूसाठी मुलगी पाहा चांगली. त्याला मनी प्लॅन्टेशनमध्ये मदत करेल आणि जमलंच तर पुरोगामी चळवळीला चालना देऊ शकेल अशी! 'दॅट विल बी द एण्ड ऑफ द डिझास्ट्रस केस अ‍ॅण्ड बिगिनिंग ऑफ द हॅपी एण्डिग! 'दे लिव्हड हॅपिली एव्हरआफ्टर,' असं विशूच्या बाबतीत म्हणायला तुम्हीही मोकळे!

पुरुषांच्या गोष्टीचा शेवट महत्त्वाचा असतो नेहमीच! बाईची गोष्ट सुरूच होत नाही कधी तर संपणार कशी? पण तुम्हाला शक्य आहे माझ्याही गोष्टीचा शेवट करणं. माझ्याही गोष्टीचा सुखांत होऊ देत, माय लॉर्ड! आणि मग सुरू होऊ देत एकटीची गोष्ट जी आनंदात संपू शकेल. तुम्हाला म्हणता येईल, माय लॉर्ड, शी लिव्हड हॅपिली एव्हरआफ्टर!

* * *

(*कथाश्री*, दिवाळी २००५)

पन्नासावा वाढदिवस – असाही...

पन्नास वर्षांपूर्वी ढगांच्या गडगडाटात आणि विजांच्या कडकडाटात सारा आसमंत न्हाऊन निघत असताना सदानंद मानकरच्या आईला वेदना सुरू झाल्या. गावात भयाण शांतता पसरलेली, आवाज होता तो फक्त बेभान वादळाचा आणि कोसळणाऱ्या पावसाचा. दिवसभर फाटलेल्या आभाळाकडे पाहत चेहऱ्यावर काळजी पांघरून माणसं बसून होती आपापल्या घरात धास्तावलेल्या मनानं आणि आता तर काळोखायला लागलं होतं. अशा वादळात बाहेर जाऊन डॉक्टर आणायचा म्हणजे पुराच्या पाण्यात स्वत:हून उडी मारून आत्महत्या करण्यासारखं होतं. सदानंद मानकरच्या बापाला बाहेर पडून स्वत:चा जीव धोक्यात घालायचा नव्हता. अगदी हाकेच्या अंतरावर असलेल्या गावातल्या सुइणीला बोलावण्याची इच्छाही नव्हती त्याला. त्यानं घरातल्या वडीलधाऱ्या बायकांना जमेल तसं बाळंतपण उरकण्याचा सल्ला दिला.

सदानंद मानकरच्या आईच्या कळांनी टोक गाठलं तरी सदानंद मानकर बाहेर येण्याचं नाव घेईना. बाई अडली, तशी धावपळ सुरू झाली. पण तोपर्यंत बाहेर पाण्याची पातळी आणखीन वाढली. सदानंद मानकरच्या बापाच्या घराची ओटीही पाण्यानं भरून गेली. मग सदानंद मानकरचा बाप बायकोला देवाच्या भरवशावर सोपवून बसून राहिला शांत...बाहेर फेसाळणाऱ्या पाण्याच्या प्रवाहाचा आवाज ऐकत!

एकूण सारीच परिस्थिती चित्रपटातल्यासारखी झालेली. अडलेली बाई आणि नैसर्गिक आपत्ती म्हणजे विजांच्या सोबतीनं धो धो कोसळणारा पाऊस वगैरे. त्या दिवशी योगायोगानं श्रावण महिना चालू नव्हता आणि कृष्ण पक्षातली अष्टमीही नव्हती. नाहीतर सदानंदच्या जन्मानंतर गोपाळकालाच साजरा झाला असता आणि त्याचं नाव सदानंदऐवजी मुरलीधर, कृष्णकांत किंवा घनश्याम वगैरे ठेवण्यात आलं असतं.

तर एकूण परिस्थिती हाताबाहेर गेली असली तरी आणि थोड्या वेळासाठी

का होईना पण सदानंद मानकरची आई अडली असली तरी रात्री ठीक साडेअकरा वाजता सदानंद मानकर नेटानं बाहेर आला आणि आपल्या आईची सुटका करून मोकळा झाला. पुत्र जन्माचा आनंद साजरा करण्याची ती वेळ नव्हती. कारण पाणी घराच्या ओटीवरून घराच्या उंबरठ्यापर्यंत पोचलं होतं. पण एवढी पूरस्थिती निर्माण होऊनही सदानंद मानकरच्या घरावर कोणतीही आपत्ती कोसळली नाही, कोणीही दगावलं नाही. पाण्यानं नववधूसारखा उंबरठा ओलांडला नाही की माप उलथून घरात प्रवेशही केला नाही. त्यांच्या घराच्या आसपासचे लोक आणि इतर नातेवाईकही आपापल्या घरी सुखरूप राहिल्यामुळे सदानंद मानकरच्या जन्माच्या वेळी 'आज आनंदी आनंद झाला,' अशी परिस्थिती आपोआपच निर्माण झाली. हा पोरगा आपल्या आयुष्यात असेच आनंदाचे प्रसंग आणणार ह्याची खात्री पटल्यामुळे सदानंदच्या बापाच्या चुलत मेव्हण्यानं ह्याचं नाव 'सदानंद' ठेवावं असं सुचवलं आणि पन्नास वर्षांपूर्वी सदानंद मानकरला 'सदानंद' हे नाव प्राप्त झालं.

पन्नास वर्षांपूर्वी साजरा केलेला आनंदाचा दिवस पन्नास वर्षांनी तसाच साजरा करावा अशी परिस्थिती मात्र आज नव्हती. मुलांच्या जन्मतारखा फक्त शाळेत नाव नोंदवण्यासाठी असतात असा ठाम समज असल्यामुळे आणि जन्मतारखा किंवा ते दिवस कायम लक्षात ठेवावेत असं न वाटल्यानं सदानंदच्या बापानं आपल्या मुलांचे वाढदिवस वगैरे साजरे केले नाहीत. पोर जन्मल्यावर त्या दिवसाचं महत्त्व त्याच्या दृष्टीनं संपल्यानं आणि तशी विशेष स्मरणशक्ती नसल्यानं सदानंद मानकरच्या बापानं जन्मदिवस लक्षात ठेवण्याची तसदी घेतली नाही. शिवाय मध्यमवर्गीय शिकलेल्या लोकांच्या सवयी त्याला अजूनही लागल्या नव्हत्या. त्यामुळे मुलांना एक दोन रट्ट्यांशिवाय आणखी काही द्यायचं असतं हे माहीत नसलेल्या सदानंद मानकरच्या बापाला जन्मदिवस हा साजरा वगैरे करण्यासाठी असतो ह्याची जाणीवही नव्हती. पोरांचं बारसं आणि त्यानंतर थेट लग्न हे दोन दिवस साजरे करण्याचे दिवस असतात, असं आपलं स्वतःचं तत्त्व असल्यानं पोरगा पन्नास वर्षांचा झाला आहे हे सत्य सदानंद मानकरच्या बापाच्या ध्यानातच आलं नव्हतं. दुर्दैवानं सदानंद मानकरच्या बारशानंतर सदानंद मानकरच्या भावंडांचे लग्नसमारंभ घरात साजरे झाले असले तरी सदानंद मानकरच्या नशिबात असा समारंभ साजरा करण्याची संधी अजूनही आली नव्हती.

सदानंद मानकरनं पन्नाशी गाठेपर्यंत त्याच्या आयुष्यात अनेक चढउतार आले. जन्मानंतर काही दिवसांतच गाव सोडून सारं बिऱ्हाड पाठीवर घेऊन सदानंद मानकरचा बाप मुंबईत आला. उमरखाडी नामक भन्नाट परिसरातील एका

चाळीत सदानंद मानकरचा बाप राहायला आला तेव्हा सदानंद मानकर पुढे कोण होऊ शकेल ह्याचा अंदाज त्याच्या बापाला आला नसला तरी आजूबाजूच्या लोकांना आला होता. पण सदानंद मानकरनं सारे अंदाज खोटे ठरवले. उमरखाडीचे काही चांगले-वाईट संस्कार सदानंदवर झाले होते. पण तरीही उमरखाडीच्या विचारांशी म्हणावी तशी त्याची नाळ जुळली नाही. त्यामुळेच नोकरीधंद्याला लागल्याबरोबर सदानंद मानकरनं थेट मुंबईतील एका उपनगरात बस्तान हलवलं. दोन नंबरचा भाऊ वसंता ऊर्फ वश्या उमरखाडीत रमल्यामुळे मोठा भाऊ मनोहर, धाकटी बहीण सुमन ऊर्फ सुमी आणि आई-बाप एवढा गोतावळा एका दोन खोल्यांच्या सेल्फकंटेन्ड फ्लॅटमध्ये त्यानं व्यवस्थित बसवण्याचा प्रयत्न केला. आता ह्या घडीला मनोहर आणि त्याची बायको-मुलं, आई-बाप आणि लग्नानंतर दोन वर्षांतच नवऱ्याला सोडून आलेली सुमी असा कुटुंबकबिला घेऊन सदानंद मानकर त्याच घरात राहत होता.

सुमीला खरं तर सदानंद मानकरसारखंच लग्न न करता मजेत राहायचं होतं. पण घरच्यांचा हट्ट आणि समाजाचा मान राखत वयाच्या अठ्ठाविसाव्या वर्षी तिनं डोक्यावर अक्षता पाडून घेतल्या. सोळावं वर्ष सरल्यापासून जवळजवळ बारा वर्षं कडक मंगळाच्या छायेत राहून शंभराहून अधिक पोरांचा नकार पचवीत सुमी आनंदात जगत होती. पण शेवटी कसायाच्या हातात नाही तरी कसायाच्या गल्ल्यावर बसणाऱ्या मोरेश्वर नामक चाळिशीच्या मुलाच्या हातून तिच्या गळ्यात काळ्या मण्यांची पोत बांधली गेली. सदानंद मानकरला वाटलं आपण आता मोकळे झालो. पण लग्नानंतर दोन वर्षांतच सुमी कायमची परत आली. त्याची कारणं अनेक होती. पहिलं कारण, मोरेश्वर षंढ होता. पण सुमीची त्याबद्दल तक्रार नव्हती. मूल जन्माला घालू शकत नसला, तरी त्याला बायकोवर प्रेम करता यायला हवं असं तिचं म्हणणं होतं. त्याला प्रेमच करता येत नव्हतं हे दुसरं कारण. अर्थात सुमीनं तेही समजून घेतलं पण बायकोला अधूनमधून फिरायला न्यायचं असतं, सुंदर वासाचा एखादा गजरा तिच्या केसांत माळायचा असतो आणि समुद्रावर भेळपुरी खायला न्यायचं असतं हेही मोरेश्वरच्या गावी नव्हतं. ही अक्कल मोरेश्वरला नव्हती हे तिसरं कारण असलं, तरी चौथं आणि महत्त्वाचं कारण होतं ते म्हणजे मोरेश्वरला सिनेमा पाहण्याची अजिबात हौस नव्हती. बाकी कोणतीही गोष्ट सुमी सहन करू शकली असती पण आयुष्य सिनेमा न पाहता काढायची कल्पनाही तिला सहन होऊ शकत नव्हती.

लहानपणापासून राजेश खन्नाच्या प्रेमात असलेली आणि पुढे अमिताभ बच्चनपासून मिथुन चक्रवर्तीपर्यंत सर्वांच्या प्रेमात असलेल्या सुमीला त्यांचा चेहराही

दिसू नये अशी तजवीज ह्या राक्षसरूपी मोरेश्वरानं करावी ही गोष्टच तिच्या दृष्टीनं महाभयंकर होती. त्यामुळे नवऱ्याच्या अपरोक्ष चोरून सिनेमा पाहत दोन वर्षं काढल्यावर एक दिवस ती थेट घरी आली आणि चित्रपटसृष्टीपासून दूर कोणत्यातरी एकाकी ग्रहावर राहणाऱ्या आणि अंगाला कायम मेलेल्या बोकडाचा वास येत असलेल्या ह्या माणसाजवळ एक क्षणही राहण्याची आपली इच्छा नाही असं तिनं जाहीर करून टाकलं.

सदानंद मानकर तसा सहृदयीच. त्यानं सुमीचा प्रस्ताव लगेच मान्य केला आणि सुमीला आपल्या मायघरी आनंदात राहण्याची एक संधी दिली.

एकूण सध्या सदानंद त्याच्या ह्या भरगच्च घरात एकटाच राहत होता. एकटा एवढ्याचसाठी की, त्याला ह्या एवढ्या मोठ्या कुटुंबात आजही कुणाचीच सोबत नव्हती. आई-बाप जमलं तर एकमेकांना सोबत करत होते, नाहीतर आपल्या पोथ्यापुराणांत आणि देवदेवतांच्या गोतावळ्यात रमत होते. मनोहर आणि त्याची बायको एकमेकांच्या जोडीनं राहण्याचा बऱ्यापैकी प्रयत्न करत होते. त्यांची मुलं कधी नेटच्या तर कधी ऑर्कुटवरच्या मित्रमंडळीत रमत होती. तर सुमी टेलिव्हिजनवरच्या सर्व मुव्हीचॅनलच्या भूलभुलैयात हरवून गेलेली.

त्यामुळे आज सदानंद मानकरच्या पन्नासाव्या वाढदिवसादिवशी त्याच्यासोबत कोणीही नव्हतं. अर्थात त्याला कारणंही अनेक होती. सदानंद मानकर उमरखाडीत वाढला हे आपण पाहिलं आहेच. उमरखाडीत होणारे रोजचे लोचे आणि मारामाऱ्या यांना सरावलेला सदानंद मानकर खरं तर तलवार हातात घेऊन किंवा ट्यूबलाईट अथवा सोडावॉटरच्या बाटल्या फोडत ह्या चाळीतून त्या चाळीत पळापळ करत पोलिसांबरोबर लपाछपीचा खेळ खेळण्यात तरबेज व्हायला हवा होता. पण तसं काही न करता तो नियमित शाळेत जात राहिला. उमरखाडीतून दादरच्या छबिलदास मुलांच्या शाळेत जाताना सदानंद मानकर एकटाच असायचा. साहजिकच सुरुवातीपासून स्वत:चीच सोबत करायला तो शिकला. शाळेत गेल्यावरही तिथल्या मुलांशी दोस्ती होण्याऐवजी वरच्या मजल्यावर चालू असलेल्या प्रायोगिक नाटकांशी त्याची गट्टी जमली. त्यामुळे उमरखाडीतल्या भाषेचा लहेजा त्याच्या बोलण्यात आला असला तरी छबिलदासच्या प्रायोगिक रंगभूमीचा प्रभावही त्याच्यावर पडला. शाळा सुटल्यावर 'जुलूस'सारखी नाटकं पाहत तो मोठा झाला आणि त्याच वेळी गोलपीठाछाप भाषाही शिकला. ह्या सर्वांचा परिपाक म्हणून सदानंद मानकर अखेर कवी झाला.

कवी वगैरे झाल्यामुळे सदानंद मानकर जास्तच संवदेनशील वगैरे झाला. उमरखाडीत वाढूनही आपण कविता करतो आणि कवी म्हणून आपण इतरांपेक्षा

वेगळे आहोत असा काहीसा गैरसमज झाल्यामुळे आई-बापानं दाखवलेली कोणतीही पोरगी त्याला त्याच्या लायकीची वाटेना आणि त्याला हवी तशी पोरगी त्याला भेटेना. जी भेटली तिनं सदानंद मानकरला आपला एक चांगला मित्र मानला आणि आयुष्याचा जोडीदार म्हणून दुसऱ्याच मुलाची निवड केली. सदानंद मानकरचा जबरदस्त प्रेमभंग झाला आणि तो कवी असल्यामुळे जास्तच कोसळला. त्या काळात प्रथमच त्यानं दारूमध्ये स्वत:ला बुडवलं. पुढे बाईतही तो बुडालाच आणि त्यातून बाहेर येईपर्यंत चाळिशी ओलांडून पन्नाशीकडे कधी घोडदौड सुरू झाली ते त्याला कळलंच नाही.

आता सदानंद मानकर फक्त प्रेमभंगाच्या कविता लिहितो. त्यानं लग्न करून बाई भोगली नसली तरी पुष्कळ पुष्कळ अंग असलेली स्त्री कशी असते हे माडीवरच्या ज़िन्यावर चढून अवलोकिलं असल्यामुळे प्रेमभंगाबरोबरच शारीर अनुभव व्यक्त करणारी कविताही सदानंद मानकरला लिहिता येते.

सदानंद मानकर सध्या एका यशस्वी वर्तमानपत्रात पत्रकार म्हणून काम करतो. तिथे त्याला मित्र नाहीत असं नाही. कधी कधी दारूच्या ग्लासाबरोबर तेही त्याची सोबत करतात. पण दारू उतरल्यावर सदानंद मानकर पुन्हा एकटाच उरतो कोणत्याही सोबतीशिवाय.

तर, आज सदानंद मानकरचा पन्नासावा वाढदिवस! हा दिवस त्याच्या बऱ्याचशा मित्रांनाही माहीत नाही. त्यानं त्याची जन्मतारीख लपवून ठेवली असं नाही. पण त्याच्या जन्मतारखेत कोणाला विशेष रस नव्हताच. तो पुढेमागे जर ज्येष्ठ आणि श्रेष्ठ कवी वगैरे झालाच तर कदाचित लोक स्वत:हून त्याची जन्मतारीख शोधतील. पण सध्या तरी तशी परिस्थिती नसल्यानं सकाळी अकरा वाजेपर्यंत त्याला एकही फोन आला नाही की मोबाईलवर एस.एम.एस.ही आला नाही. दुपारी ऑफिसमध्ये ह्या दिवसाबद्दल कोणाच्याही डोक्यात विशेष उत्सुकता दिसली नाही. अर्थात, वाढदिवसाची तारीख लक्षात राहिली तरच शुभेच्छा देणार लोक! इथे तारखेचं जाऊ देत, सदानंद मानकरच्या दैनंदिन आयुष्यात काही महत्त्वाचं घडत असेल ह्याचीही लोकांना कल्पना नव्हती, तर लक्षात राहण्यासारखं व्यक्तिमत्त्व नसलेला सदानंद मानकर पन्नाशीचा होणार ह्याचं कोणाला कौतुक असणार?

सदानंद मानकरला वाटलं, किती छोटे छोटे क्षण असतात हे आयुष्यातले! असे आनंद देणारे क्षण इतरांच्या आयुष्यात नेहमी येतात मग ते आपल्याच आयुष्यात यायला का बरं कचरतात? आजच्या दिवशी आपल्याला वाढदिवसाच्या शुभेच्छा मिळाव्यात असं सदानंद मानकरला प्रकर्षानं वाटत होतं. इतरांचं जाऊ

देत पण आपले दारूतले सोबती आणि काही कविमित्र यांना तरी आपण आज पार्टी देऊ या आणि एखाद्या बारमध्ये वाढदिवस साजरा करू या असं सदानंद मानकर ठरवणार होता. पण वाढदिवसाच्या दिवशीही हे सारे मित्र आपली आणि आपण स्वत:वर लादलेल्या ह्या एकटेपणाची थट्टा करतील हे भय वाटल्यानं सदानंद मानकरनं पार्टी देण्याचा विचार मनातून झटकला. आजच्या दिवशी तरी आपली कुणी थट्टा करू नये असं त्याला वाटलं. संध्याकाळ होत आली तसा सदानंद मानकर जास्तच कष्टी होत गेला.

शेवटी सदानंद मानकरला आठवली ती त्याची एकमात्र सुहृद, लक्ष्मी. ऑफिसातून बाहेर पडल्यावर सदानंद मानकरनं थेट लक्ष्मीची माडी गाठली. जिना चढून आला होता तेव्हा त्याच्या लक्षात आलं, तो नेहमीच्या वेळेपेक्षा लवकर आला होता. लक्ष्मीची रात्रीच्या सजावटीची तयारी चालली होती. तो आत शिरला तेव्हाच कात चुना लावलेल्या हिरव्या पानाची हिरवी घडी लक्ष्मी तोंडात टाकत होती. त्याला पाहताच अचंबित होत लक्ष्मी म्हणाली, "किती दिसांनी आलात शेठ? कुठं होता इतक्या दिवस? एकदम बॉयकॉटच केला की हो तुम्ही आमचा."

पान चघळत हसणारे ओठ सदानंद मानकरला अजिबात आवडत नाहीत. लक्ष्मीला खरं तर ते माहीत होतं. पण बऱ्याच दिवसांनी सदानंद मानकर तिथं आल्यामुळे लक्ष्मीला विस्मरण झालं होतं. सदानंद मानकरची जरा सटकलीच. आधीच सकाळपासून वाढदिवसाच्या साऱ्या घोळामुळे सटकलेली होतीच. एवढ्या आनदांच्या दिवशी आपण आनंदात राहू शकत नाही ही कल्पनाच माणसाला किती वेदना देऊ शकते ह्याची कल्पना कोणीही करू शकतो. त्यामुळे सदानंद मानकरच्या मन:स्थितीची कल्पनाही आपण करू शकतो. सदानंद मानकर मनातल्या मनात चिडला प्रथम. 'वेश्या असली म्हणून काय झालं, बाईच्या जातीला काही मॅनर्स हवेतच,' असं मनातल्या मनात म्हटल्यावर सदानंद मानकरनं तिला पान थुंकायला सांगितलं. मग म्हणाला, "हे असं लाळ तोंडात घोळवत बोलायचं नाही आपल्याशी. विसरलीस काय?"

तशी लक्ष्मी निर्लज्जपणे म्हणाली, "एवढं दिस लावले इथं यायला तर विसरणारच माणूस. तुम्हाला का आवडत नाही कुणास ठाऊक पण बाकीच्या गिऱ्हाइकांना आवडते लाळ तोंडात घ्यायला."

सदानंद मानकरच्या रागाचा पारा अधिकच वर चढला . आपल्याला गिऱ्हाइकाची उपमा दिलेली सदानंद मानकरला अजिबात आवडली नाही. काही झालं तरी समाजात स्थान आहे आपल्याला. सॉलीड चिडला सदानंद मानकर. "चूप च्यायला! आपण म्हणजे बाकीचे गिऱ्हाईक वाटलो काय तुला?"

सदानंद मानकरला वाटलं, आज सालं वाढदिवस साजरा करणं नाही नशिबात आपल्या. पण लक्ष्मीनं सावरून घेतलं आणि म्हणाली, ''बरं, बरं, रागवू नका. इतक्या दिसांनी आल्यावर असं भेटायचं असतं का?'' मग सदानंद मानकरचा आख्खा चेहरा स्वत:च्या छातीत घुसवला तिनं आणि घुसमटून टाकला त्याला. तसा खुश झाला सदानंद मानकर. लक्ष्मीचा गावंढळपणा आवडत नसला तरी अशी हवी तशी थेट अंगावर येणारी लक्ष्मी त्याला म्हणूनच आवडत होती.

तिच्या छातीत आणखी आत डोकं घुसवत मग सदानंद मानकर लाडात येत म्हणाला, ''माझी कविता आहेस तू लक्ष्मी. रासवट असलीस तरी चालेल पण बोलणं वागणं कसं महानगरीय पाहिजे.''

सदानंद मानरकला असं लाडात यायला नेहमीच आवडायचं. पण कोणाकडे येणार! आईला तर चार चार पोरांच्या धबडग्यात काही करणं जमलं नाही. घरकाम आणि भाजी विकण्याच्या व्यवसायामुळे भायखळा ते दादर मंडईच्या फेऱ्या करताना तर तिला स्वत:चेही लाड करायला वा करवून घ्यायला वेळ मिळाला नाही. त्यामुळे लाड कसे करवून घेतात हेही माहीत नसलेल्या सदानंद मानकरला लक्ष्मीकडून ती करेल तसे लाड करवून घ्यायला आवडायचं.

सदानंद मानकरचं हे 'महानगरीय बोलणं वागणं' म्हणजे काय ते लक्ष्मीला कळेना. तिनं विचारलं, ''हे महानगरीयऽऽ म्हणजे काय असतं बुवा?'' तेव्हा सदानंद मानकर हसला.

महानगरीय म्हणजे नेमकं कसं हे त्याला सांगता येईना. लक्ष्मी महानगरीय असावी म्हणजे नेमकी कशी असावी? स्मार्ट, जीन्स आणि कुडता घातलेली टंच बाई, की आणखी वेगळी मॉडर्न आर्टमधल्या चित्रांसारखी? जास्तीचे दोन किंवा चार हात असणारी? की दोनाऐवजी तीन स्तन असलेली? सदानंद मानकरला ही तीन स्तनांची कल्पना फार आवडली. म्हणजे दोन स्तन बाकीच्या गिऱ्हाइकांना दिले तरी एक स्तन फक्त आपला असेल. फक्त आपला. गोल गरगरीत पृथ्वीच्या गोलासारखा.

सदानंद मानकरला अचानक लहानपणी बापानं आणलेला पृथ्वीचा गोल आठवला. सदानंद मानकरला कोणत्याही क्षणी काहीही आठवायचं. कदाचित तो कवी असल्यामुळे असेल. पण केव्हाही, कुठंही असला तरी तो क्षणात वर्तमानातून भूतकाळात जायचा. कधी कधी तर भविष्यातही विहार करून यायचा आणि भूतभविष्य नसेल आजूबाजूला, तर स्वत:च्या कल्पनेत स्वत:चं राज्य उभं करून सहज फेरफटका मारून यायचा. तर आताही तो भूतकाळात गेला. बापानं आणलेला तो फिकट निळ्या रंगाचा, पॅसिफिक आणि ॲटलांटिक नावाचे विशाल

महासागर दाखविणारा छोटासा पृथ्वीचा गोल त्याच्या डोळ्यांसमोर आला. फक्त त्याच्याचसाठी आणला होता तो त्याच्या बापानं. त्याला बक्षीस म्हणून. सातवीच्या परीक्षेत वर्गात पहिला आला म्हणून खास! गिरणीत बोनस मिळाल्यावर विकत घेतला दुकानात जाऊन आणि घरी घेऊन आला तेव्हा सदानंद मानकरला सगळं जग आपल्या हातात आल्याचा भास झाला होता. हा गोल त्याचा एकट्याचा होता. मन्या, वश्याला त्यानं लांबूनच दाखवला होता. स्वत:ची अशी नवीन कोरी एकच गोष्ट त्याला मिळाली होती. अगदी प्रथमच. नाहीतर सारंच वापरलेलं. मन्या, वश्यानं वापरून वापरून फिके झालेले कपडे, त्यांनी वापरलेली आणि लक्तरं झाल्यामुळे बाईंडिंग करून दिलेली पुस्तकं, जुनी खेळणी आणि जुनं दप्तर! कधी कधी सुमीचं चोखून झाल्यावर मिळालं तर आईच्या स्तनातलं उरलेलं दूधही.

सदानंद मानकरला वाटलं लक्ष्मीला तिसरा स्तन मिळाला तर तो फक्त आपणच ठेवून घ्यायचा, अख्खाच्या अख्खा त्या गोलासारखा. सुमीमुळं आईच्या स्तनावर नाही दाखवता आला कसलाही हक्क पण ह्यावर दाखवता येईल आपला हक्क!

मग पुन्हा लाडात येत सदानंद मानकर म्हणाला, ''माझे लाड करतेस तसे दुसऱ्या कुणाचेही नाही करायचे.''

लक्ष्मीनं जोरात टपली मारली त्याच्या डोक्यात आणि म्हणाली, ''आणि खाऊ काय?''

''खा की मला.''

''त्यानं का पोट भरंल माझं?''

''भरेल ना. मी भूक लाडू आहे तुझा. हवा तेव्हा खाल्लास, हवा तसा खाल्लास आणि हवा तेवढा खाल्लास तरी संपणारच नाही. तुझं पोट भरतच राहील,'' सदानंद मानकर आता हळूहळू फॉर्ममध्ये यायला लागला होता.

''कसं बाई सुचतं तुम्हाला हे असं बोलायला?'' लक्ष्मी डोळे मोठ्ठे करत म्हणाली. तसा सदानंद मानकर भलताच खुश झाला. आपल्या शब्दांचं कौतुक उमरखाडीत लहानाचे मोठे झाले त्या भावंडांना नाही, आई-बापाला नाही पण लक्ष्मीला आहे हीच त्याच्या दृष्टीनं महत्त्वाची गोष्ट होती.

सदानंद मानकर थोडा गर्वानं म्हणाला, ''सुचतं म्हणजे काय लक्ष्मीबाई? कवी आहे मी. असं सुचावं लागतंच. नाहीतर कोण ओळखणार आम्हाला कवी म्हणून? अगं अशा शब्दांवरच तर जगतो आम्ही.''

''अस्सं ऽऽ ते कस्सं ऽऽ बरं?''

"ग्लास भर आधी. मग सांगतो."

"ग्लास भरल्याशिवाय सांगता येत नाही की काय?"

"तसं समज हवं तर," सदानंद मानकर म्हणाला.

सदानंद मानकरला वाटलं हीच वेळ आहे आज आपला पन्नासावा वाढदिवस आहे हे लक्ष्मीला सांगायची. आयुष्यातला पन्नास वर्षांचा काळ काहीही न करता गेला. हातातून निसटला असला तरीही मुंबईसारख्या शहरात आज सहीसलामत आहोत हीच गोष्ट सेलिब्रेट करण्याची आहे. लक्ष्मीला ह्याचा अर्थ नाही कळणार पण वाढदिवस आहे हे नक्की कळेल. आजचा दिवस कोणाबरोबर तरी साजरा करायला हवाच. लक्ष्मीबरोबर केला तर काय बिघडलं?

सदानंद मानकरनं लक्ष्मीला थांबवलं आणि म्हणाला, "तुला माहीत आहे आज कोणता दिवस आहे?"

लक्ष्मीनं प्रश्नार्थक चेहरा करून माहीत नसल्याचं सांगितलं तेव्हा सदानंद मानकरला मजा वाटली.

"आज पन्नास वर्षांचा झालो मी, वाढदिवस आहे माझा. तुझ्याबरोबर साजरा करायला आलोय मी."

"काय बोलता? आधी सांगायचं की!" लक्ष्मी चित्कारली आणि मग म्हणाली, "थांबा, आलेच मी.'"

लक्ष्मी बाहेर आली तेव्हा तिच्या हातात चक्क आरतीचं ताट होतं. सदानंद मानकर आश्चर्यचकित होऊन पाहत राहिला. मोठ्या मध्यमवर्गीय घरात वाढदिवसाच्या दिवशी औक्षण करतात हे हिला कसं माहीत? त्यानं विचारलं लगेच लक्ष्मीला. तर लक्ष्मी म्हणाली, "मग त्यात काय विशेष! आमाला समदं माहीत आहे इथं राहत असलो तरी आणि सिनेमात दाखवतात की."

सदानंद मानकरला एकदम भरून आलं. लक्ष्मीविषयी अचानक प्रेम वाटलं त्याला आणि त्याच वेळी भारतीय सिनेमाविषयीही. ह्या तळागाळातल्या लोकांना आपल्या परंपरा शिकवण्याचं महान काम हा सिनेमा करतो आहे हे लक्षातच आलं नाही आपल्या. एकदा वर्तमानपत्रात ह्याविषयी लिहायचंच असं त्या क्षणाला सदानंद मानकरनं ठरवलं.

लक्ष्मी त्याला ओवाळत असताना सदानंद मानकरला वाटलं, तिला जवळ घेऊन वर्षाव करावा तिच्यावर चुंबनांचा पण आता ह्या मंगल प्रसंगी त्यानं तो मोह टाळला. मग लक्ष्मीनं तोंडात भरवलेली साखर तोंडात घोळवत तो म्हणाला, "तुला जे समजतं ते बाकीच्यांना का नाही समजत लक्ष्मी?"

लक्ष्मी हसली, "बाकीच्यांना कळलं असतं तर तुम्ही इथं आला असता व्हय?"

सदानंद मानकर अगदी थक्क झाला आता. तशी लक्ष्मी म्हणाली, "आता ग्लास भरून करू या साजरा तुमचा वाढदिवस."

तिच्या हातातला ग्लास घेऊन मग सदानंद मानकरनं विचारलं, "तुझं नाव लक्ष्मी कोणी ठेवलं?" आपल्या वाढदिवसादिवशी लक्ष्मीनं एवढं केल्यावर आपल्यालाही तिच्या आयुष्याविषयी काही प्रश्न पडायला हवेत असं वाटलं सदानंद मानकरला. पण काय प्रश्न विचारावेत हे न कळल्यानं, त्यानं साधा सोपा प्रश्न विचारला.

"बापानं ठेवलं. पहिली बेटी धनाची पेटी म्हणतात ना आमच्याकडं!"

"मग दिली का धनाची पेटी बापाला?"

"तशी डायरेक्ट नाय दिली. पण मी तर धनाची पेटीच हाय त्याच्यासाठी. त्याला खायला कोण घालतं? आणि रोजची शेरभर दारू, कपडालत्ता सगळं मीच तर देते की. गरीबाला एवढंच फार झालं. पाहिजे तेव्हा येतो, कुलूप उघडतो पेटीचं आणि उधळतो हे असं कमावलेलं धन."

"तुझ्यावर एक कथाच होईल लक्ष्मी," सदानंद मानकरला पुन्हा भरून आलं.

"आता कथा लिवाच तुमी. मागच्या येळी कविता लिवली व्हती."

"हो हो. आठवलं. तुला अजून आठवण आहे त्याची?"

"मग तर! सगळी याद आहे मला. पण कळली नव्हती बरं का. म्हणजे आमच्या शाळेत एक शिकवली होती बघा, 'घाल घाल पिंगा वाऱ्या माझ्या परसात', ती सोपी होती कळायला. तुमची कविता लई कठीण कळायला."

"कळली नाही तरी आवडली तुला?"

"आवडणारच. एवढी कोणी कविता लिव्हतं आपल्यावर, तं चांगलं वाटतंच ना. तुम्हाला सांगितलं तर खोटं वाटेल पण किती गिऱ्हाइकांना दाखवली मी ती कविता माझ्यावर लिवलेली. पण त्यांना बी न्हाई कळायची. हसायचे सगळे. 'तुला च्यूतिया बनवलं त्या कवीनं. कविता का अशी असते? दुर्गामातेवर करतात ना, 'दुर्गे दुर्गटभारी', तशी लक्ष्मीवर करायची असते" असं म्हणायचे सर्वे.

"त्यांना काय झ्याट कळते कविता!" सदानंद मानकर वैतागलाच, "आणि तुला कोणी सांगितलं दाखवायला सगळ्या जगाला? यडपट!"

सदानंद मानकरला वाटलं आपल्याला आणि आपल्या कवितेला कोणीही का नाही गंभीरपणे घेत? त्यानं हातातला ग्लास संपवला आणि आणि लक्ष्मीला खसकन् जवळ ओढलं. मनात म्हणाला, साली ही पण गंभीरपणे घेते की नाही, शंकाच आहे.

लक्ष्मीच्या अंगावरून हात फिरायला लागला तसं सदानंद मानकरला आठवलं,

कित्येक दिवसांत बाई भोगली नसल्याचं.

सदानंद मानकरचा प्रेमभंग झाल्यानंतर आणि तो प्रेमात असलेल्या त्याच्या प्रियेचं लग्न झाल्यानंतर सदानंद मानकर लक्ष्मीची माडी चढला होता. आठवण होईल तेव्हा नियमित माडीचा जिना तो चढत होता. पण मध्यंतरी त्याच्या प्रियेचा घटस्फोट झाल्याची बातमी सदानंद मानकरच्या कानावर आली आणि नव्या आशेनं सदानंद मानकर तिच्या मदतीला धावून गेला. त्यामुळे काही काळाकरता का होईना, लक्ष्मीची माडी सुटली.

सदानंद मानकर आपल्या पूर्वाश्रमीच्या प्रियेच्या दुःखात स्वतःहून बुडाला आणि तिला धीर देत म्हणाला, 'काळजी करू नकोस. मी आहे ना!'

पण तिनं सदानंद मानकरला गंभीरपणं घेतलं नाही. ती एवढंच म्हणाली, 'तू आहेसच रे. मी नवऱ्याला सोडते म्हटल्याबरोबर अनेकजण आले तुझ्यासारखेच, 'मी आहे ना', म्हणणारे. तुम्ही पुरुष वाटच पाहत असता, एकट्या नाहीतर नवऱ्यानं सोडलेल्या बाईला आधार देण्यासाठी. आता एकाच वेळी एवढ्या पुरुषांचा आधार घ्यायचा म्हटला तर घटस्फोटानंतर मला जनानखान्यासारखा एखादा 'मर्दखाना' काढावा लागेल.''

सदानंद मानकर दिङ्मूढ झाला तिच्या या अचाट बोलण्यानं आणि काही उत्तर न देता गप्प बसला. खरं तर उत्तर नव्हतंच त्याच्याकडे. सदानंद मानकरला बायकांना वश करण्याचे अनेक प्रकार माहीत असले तरी त्याचा तो पिंड नसल्याने प्रत्येक वेळी तो सपशेल नापास होत होता. प्रियेच्या दुःखात स्वतःला झोकून दिल्यावरही प्रिया वश झाली नाही आणि एक दिवस दुसराच पुरुष शोधून नवा संसार थाटला तिनं.

सदानंद मानकरच्या आयुष्यातला हा दुसरा प्रेमभंग. एकाच स्त्रीनं केलेला. त्या दिवशी सदानंद मानकरनं स्वतःला समजावलं. चारचौघांसारखा संसार थाटून आयुष्य जगणं आपल्या नशिबात वगैरे नाही. आपल्यासाठी आपल्या आई-बापाचा, भावाचाच संसार आहे आणि बाई हवी वाटली तर लक्ष्मीशिवाय पर्याय नाही.

सदानंद मानकर आपल्या विचारात कुठल्या कुठं पोचला असताना लक्ष्मीनं त्याला खाली पाडला. सदानंद मानकर दचकला आणि डोळे उघडून पाहिलं तर लक्ष्मी दोन्ही डोळ्यांत फेसाळते ग्लास घेऊन त्याच्यावर कोसळायला लागली होती. त्याला हवेहवेसे वाटणारे पृथ्वीचे दोन दोन गोल त्याच्या चेहऱ्यावर धडकले तसा सदानंद मानकर भूतकाळातून वर्तमानात आला आणि लक्ष्मीला घट्ट आवळून म्हणाला, ''शेवटी तूच आहेस मला लक्ष्मी. तूच माझी कविता आहेस. रासवट

आणि महानगरीयही, ग्रामीण आणि दलित, मध्यमवर्गीय आणि सोफिस्टिकेटेड! तूच माझी वेडी ऑफेलिया आणि गावंढळ फुलराणी! आदिम स्तनातून पाझरणारी माझी आदिमाया, पक्षिणी, यक्षिणी; माझ्या तोकड्या हातांत मावेनाशी झालेली माझी पुष्कळ पुष्कळ अंग असलेली पुष्कळा आहेस तू.''

सदानंद मानकर काय बोलत होता हे कळत नव्हतं लक्ष्मीला. पण आपल्याविषयी काहीतरी चांगलं बोलतोय ह्या आनंदात ती कोसळत राहिली त्याच्यावर आणि सदानंद मानकर अचानक शिरला त्याच्या कल्पनेच्या राज्यात. त्याची प्रिया त्याला झिडकारून दूर दूर जात होती आणि तो उजाड माळरानावर तडफडणाऱ्या माशासारखा साद घालत राहिला तिला.

लक्ष्मीवर प्रेम करता करता अचानक कोरडा ठणठणीत झाला सदानंद मानकर आणि रडूच कोसळलं त्याला. सालं, बाई भोगताही येत नाही धड आपल्याला. कोणती बाई प्रेम करेल आपल्यावर!

सदानंद मानकर पुरुष असला तरीही रडायचा, स्वत:ची चूक असेल तर तीही कबूल करायचा. त्यामुळेच तो ह्या क्षणीही लक्ष्मीला 'सॉरी' म्हणू शकला. त्यामुळेच असेल कदाचित पण लक्ष्मीही वैतागली नाही टाईम वेस्ट केला म्हणून. तिला तर दयाच आली आज त्याची. तिनं सदानंद मानरकला लपवलं तिच्या त्या गोल घुमटात आणि पसरून राहिली सावलीसारखी त्याच्यावर खूप वेळ त्याला थोपटत.

सदानंद मानकरचा पन्नासावा वाढदिवस असलेल्या ह्या दिवसाचा शेवट असा व्हावा हे केव्हाही वाईटच आणि तेही बाई नीट भोगता आली नाही ही सल मनात घेऊन दिवस संपावा हे तर आणखीनच वाईट.

सदानंद मानकर लक्ष्मीची माडी उतरून रस्त्यावर आला तेव्हा पाऊस कोसळत होता. अकरा वाजून गेले होते. इतक्या पावसातही त्या रस्त्यावर चांगलाच गजबजाट होता. विजांच्या कडकडाटात आणि ढगांच्या गडगडाटात सारी मुंबई न्हाऊन निघत असताना सदानंद मानकर आपला पन्नासावा वाढदिवस साजरा करून घरी निघाला होता. वाढदिवस कसा साजरा झाला ते महत्त्वाचं नव्हतं. तो साजरा झाला होता हे आजच्या दिवशी महत्त्वाचं होतं.

टॅक्सी करून सदानंद मानकर घरी आला तेव्हा रस्त्यावर पूर आल्यासारखं पाणी वाहत होतं. सदानंद मानकर घरात पोचला तेव्हा बरोबर साडेअकरा वाजले होते. म्हाताऱ्या आईनं दार उघडलं तेव्हा तिच्या चेहऱ्यावर पन्नास वर्षांपूर्वी उमटलेल्या वेदना नव्हत्या की त्या वेदनेतून सुटका झाल्याचा आनंदही नव्हता. ती निर्विकारपणे पुन्हा आत जाऊन झोपली तेव्हा सदानंद मानकर खिडकीत उभा

राहून बाहेरचा पाऊस पाहत होता. फार पूर्वी कधीतरी आईनं सांगितलेली त्याच्या जन्माची गोष्ट त्याला आठवली. सदानंद मानकरला वाटलं पूरस्थिती निर्माण होईल असा पाऊस मुंबईत सहसा कधीच पडत नाही. मग असा पाऊस आजच का पडावा? लक्ष्मीच्या कुशीत शिरून आपण तसे खूप रडलो नाहीच, मग बाहेर असा आभाळ फाटल्यासाखा पाऊस कसा काय पडला?

सदानंद मानकरच्या अश्रूंमध्ये एवढी ताकद नक्कीच नाही. पण सदानंद मानकर कवी आहे आणि कवीच्या शब्दांतच नाही तर अश्रूंमध्येही एवढी ताकद असणारच हे सदानंद मानकरला समजत नसलं तरी आपण समजू शकतो.

अंधाऱ्या खोलीत पलंगावर पडताना आपण पन्नास वर्षांचे झालो आणि इतिहासाची पुनरावृत्ती होत असतेच, असं स्वत:ला समजावत सदानंद मानकरनं आपल्या पन्नासाव्या वाढदिवसादिवशी आलेल्या पावसाला मनातल्या मनात घरात घेतलं आणि त्याच्या उबदार कुशीत झोपत सदानंद मानकर आपला जन्मदिवस आईच्याच कुशीत घालवल्याच्या कल्पनेत रंगून झोपी गेला.

***

(*कथाश्री*, दिवाळी २००६)

सुटका

ऐन मध्यान्ह! सुस्ती चढलेल्या अजगरासारखा निपचित पडलेला सारा प्रदेश. नजर पोचेपर्यंत केवळ फिकटलेली नापिक जमीन पसरलेली. जिवंतपणाची कुठलीच खूण दिसत नव्हती आजूबाजूला. एखाद दुसरं झाड, तेही पानाफुलांशिवाय उभं, हतबल झाल्यासारखं! त्या फिकट रेताड मातीत हिरव्या पानाफुलांऐवजी उगवलेल्या फिकट पिवळ्या रंगाच्या इमारती. साऱ्या चिडीचूप दुपारच्या उन्हात. त्यातल्या एका ठेंगण्याशा दुमजली घराच्या सज्ज्यात किरकिरणारा झोपाळा. निद्रिस्त सुस्त गावात घुमणारा एकमेव आवाज!

केव्हापासून बसला होता दयाळ त्या झोपाळ्यावर! दुपारच्या जेवणानंतर हातावर पाणी पडलं की पानाचा विडा तोंडात सरकवून इथंच येऊन बसत होता तो. अलीकडे घरातल्या माणसांत वावरावंसं नव्हतं वाटत त्याला. ह्या घरात संवाद साधायचा तर कोणाशी हा प्रश्नच पडायचा त्याला. मुलं समजून घेतील की नाही, माहीत नव्हतं. सुनांना तर स्वयंपाकघराच्या बाहेरही एक जग असतं हेच माहीत नव्हतं आणि बायको काही समजून घेण्याच्याही पलीकडे आपल्याच विश्वात गुंतलेली!

बसून बसून कंटाळला दयाळ. मग झोपाळ्यावरच्याच तकियाची उशी करून लवंडला थोडा. वर पांढरं करडं भगभगीत आभाळ. राज्यात पाऊस सुरू झाला होता सगळीकडेच पण इथं मात्र पोचला नव्हता अजून. पावसाचे चारही महिने जवळपास कोरडेच जायचे इथं. अधूनमधून कधीतरी पाहुण्यासारखी एखाद दुसरी सर आलीच तर ओल्या मातीचा सुगंध काय असतो ते मिळायचं अनुभवायला. मग कुठंतरी उमलून यायची हिरवी तरतरीत पानं, त्यावर डोलायची पिवळी - लाल फुलं. झाडांच्या वांझ फांद्यांनाही फुटायचा एखाद दुसरा अंकुर; नाहीतर निवडुंगाचंच रान सगळं. कधी महिना दोन महिने पडायच्या हलक्या सरी तर कधी पंधरावीस दिवस. पाणी म्हणजे अप्रूप होतं लोकांसाठी इथं. महिनाभराच्या पावसानंच भरभरून वाहायची इथली तळी आणि विहिरीही. कमीत कमी काही दिवसांची तरी

ददात मिटायची. पाण्यासाठीची बायकांची वणवण थांबायची. मग पुन्हा केवळ ढगाळलेलं पावसाशिवायचं आभाळ. बऱ्याचदा दुष्काळग्रस्त भाग म्हणून घोषणा व्हायची विधानसभेत. त्यानंतर टॅन्करचं पाणी. कधीतरी नगरपालिकेकडून फुकट आणि बऱ्याचदा विकत. अगदी काळ्या बाजारातही घ्यावं लागायचं.

का आलो आपण इथं आपल्या सुजलाम सुफलाम भूमीला सोडून कायमचं? अगदी सुपीक नसली तरी वर्षभर पुरेल एवढं अन्न पिकवण्याची ताकद होती त्या जमिनीत. घर होतं स्वत:चं. आई-बाबा, बहीण-भाऊ यांच्या वावरानं भरलेलं ते गोकुळासारखं घर सोडून आलो इथं. शेतात राबलो असतो तर कष्टाची भाकरी खाल्ली असती आज. पण शिक्षणाचा माज चढला होता तेव्हा. अख्ख्या पंचक्रोशीत इंग्रजी घेऊन एम.ए. झालेला पहिला मुलगा. अशा मुलानं शेतात काम करायचं नसतंच हे आपलं आणि गावातील सगळ्यांचंच ठाम मत. गावात महाविद्यालय नव्हतं. मग शहरात जायचं ठरवलं. वर्तमानपत्रात येणाऱ्या सगळ्याच जाहिराती वाचून अर्ज करत गेलो. इंटरव्ह्यूच्या वेळी मात्र मार खाल्लाच. इंग्रजीत एम.ए. करणं आणि इंग्रजीत सहज बोलणं यातला फरक कळला तेव्हा. शेवटी या संस्थेत झाली मुलाखत. संस्थेच्या मोठ्या शहरात इंटरव्ह्यू झाला खरा पण तिथं जागा झालेली नव्हती तेव्हा. मग पर्याय दिला या गावातल्या महाविद्यालयाचा. नवीनच सुरू झालं होतं हे कॉलेज. पाच वर्षं झाली होती सुरू होऊन. संस्थाचालक म्हणाले, थोडे दिवस करा तिथं. शहरात जागा झाली की बदली करून आणू इथं. नोकरी करायची होतीच आणि तीही प्राध्यापकाची. शेवटी आलो इथं, आपली माती सोडून ह्या अशा वैराण गावात. 'प्रा. दयाळ शर्मा' फार छान वाटलं होतं. आपल्या नावाची पाटी लावली, प्रथमच आपल्या भाड्याच्या घराच्या दरवाजावर तेव्हा.

शहरात जागा झालीच नाही रिकामी आणि झाली तोपर्यंत बरीच वर्षं निघून गेली होती. या गावात जम बसला होता बऱ्यापैकी. शेवटी वालचंदशेट म्हणाले, आता या गावाची सवय झालीय तुम्हाला. लोक ओळखतात. पुन्हा नव्यानं सुरू करायचं दुसऱ्या शहरात, त्यापेक्षा राहा की इथंच!

खरं होतं त्यांचं. इथं लोक मान देत होते. स्वत:चं हक्काचं घरही झालं होतंच आता. हळूहळू थोडा जमीन जुमलाही केला होता. मुलं इथल्या शाळेत रमली होती. राहिलो इथंच आणि खरंच आनंदात चाललं होतं आयुष्य. नाव, पैसा, ओळख सारं काही दिलं या गावानं. फक्त पाण्याचे हाल होते थोडे. पण पाणी विकत घेण्याइतपत पैसा केला आपण एवढ्या वर्षांत.

या गावालाच आपलं मानलं. गेली पंचवीस वर्षं रुजवलं स्वत:ला खोलवर

या रेताड मातीत. पण या मातीनं नाही घेतलं रुजवून. आज मुळाशीच घाव बसलाय. भुसभुशीत मातीनं मोकळ्या केल्या साऱ्या मुळ्या. आता हे झाड कधी कोसळेल ते नव्हतं सांगता येत.

कोणत्या भ्रमात जगत होतो आपण? हे गाव आपलं आहे असं वाटत होतं आपल्याला. गेल्या पंचवीस वर्षांत निर्माण झालेले ऋणानुबंध. मग ते विद्यार्थ्यांशी असोत की गावातल्या माणसांशी, आपल्याला धरून ठेवतील असा भ्रम झाला होता आपल्याला. पण आता लक्षात आलं, या गावाचा स्वभावच नव्हता तो. आपणही आपल्या नकळत या गावासारखेच घडत गेलो कोरडे, स्वार्थी!

आभाळाचा भगभगीत तुकडा थेट डोळ्यांत उतरला दयाळांच्या. पाणी यायला लागलं डोळ्यांतून तसे डोळे मिटून घेतले त्यांनी. तसेच पडून राहिले खूप वेळ. वाटलं झोप लागेल थोडी. पण मन भरून आलं असं की झोपेसाठी जागाच राहत नाही. शेवटी उठून बसले ते. घशाला कोरड पडली होती. ब्लडप्रेशरच्या गोळ्या सुरू झाल्यापासून घशाची कोरड वाढली आहे अलीकडे. ते उठले झोपाळ्यावरून आणि एका खोलीत डोकावले. बायको नातवाला खेळवत बसली होती. त्यांना पाहिल्याबरोबर तिच्या नकळत पदर ओढून घेतला तिनं डोक्यावरून. त्यांनी पाणी मागितलं तशी पूर्ण चेहरा झाकला जाईल इतका घुंगट घेतलेली त्यांची सून उठली आणि पाणी आणायला खाली स्वयंपाकघरात गेली. ते तसेच उभे राहिले, बायको आणि नातवाकडे पाहात.

गावापासून शेकडो मैल दूर आलो आपण सारी मुळं तोडून, तरी परंपरा आणि संस्कार नाही सुटले. आपल्याच गावातली ही मुलगी. सोळा वर्षंही नव्हती झाली पुरी, लग्न करून घरी आणली तेव्हा. त्या दिवशी चेहऱ्यावर ओढून घेतलेला तो घुंगट अजूनही उतरला नव्हता इथं आल्यावरही. काही फरक पडला नाही हिच्यात. दिवस जात राहिले तसा किंचित वर वर सरकत गेला एवढंच. पण आजही कपाळ झाकलेलंच राहतं तिचं. आपणही काही बोललो नाही तिला. बोलावंसंच वाटलं नाही. एका डब्यातून प्रवास करणाऱ्या दोन अनोळखी प्रवाशांसारखा प्रवास झाला. ओळख झाली पण जवळीक नाही साधता आली. तसा अगदीच वाईट नव्हता तिचा चेहरा. डोळ्यांसमोर राहिला असता कायम तर वाटलाही असता हवासा. पण तरीही आसुसून हातात घ्यावा असं नाही वाटलं कधीच. इच्छा झाली तेव्हा घेतलं तिला जवळ पण मन भरल्यावर बाजूला सारून झोपीही गेलो आपण. आपल्याला हवी वाटणारी आग नव्हती तिच्यात. ती पेटावी म्हणून आपण तरी कुठं केला प्रयत्न? घर, संसार सांभाळणारी आणि निमूट दावणीला बांधून घेणारी गाय हवी असते बऱ्याच नवऱ्यांना. आपल्यालाही तशीच हवी

होती. म्हणून तर कोणतीही तक्रार न करता काढलं आपण आयुष्य हिच्याबरोबर. तिचा तर प्रश्नच नव्हता. बायको तक्रार करते किंवा करू शकते हे माहीतच नव्हतं तिला. जे दिलं ते निमूट घेतलं, जे नाही दिलं त्याविषयी कधीच काही बोलली नाही एवढ्या वर्षांत!

सुनेनं आणलेलं पाणी प्यायले दयाळ. ते पाणी पिताना ती उभी राहिली त्यांच्यासमोर मान खाली घालून. ही पोरगीही तिच्यासारखीच. आवाज नाही चुकूनही. तिनंच पसंत करून आणली होती ही सून स्वत: गावाला जाऊन. अगदी स्वत:सारखीच. का घडल्यात या बायका अशा? निर्विकार थंड पाषाणासारख्या? यांना छिन्नीनं छिलून टाकलं नाही का कुणी? आपणही नाही केला तसा प्रयत्न आपल्याला हव्या तशा घाटात त्यांना घडवण्याचा. पोरगाही तसलाच. कदाचित त्याच्यासमोर असेल ही वेगळी किंवा या दोघी सासू सुना एकमेकींसोबत जगताना असतीलही वेगळ्या. फक्त आपल्यासमोर येताना येतात या अशा पाषाणासारख्या.

खरं तर छिन्नीनं छिललेल्या खजुराहोच्या शिल्पासारख्या आव्हान देणाऱ्या अनेक मुली आणि बायका वावरल्यात आपल्या भोवती. विशेषत: या महाविद्यालयात आल्यावर तर कायम हिरव्यागार पानांसारख्या सळसळत राहिल्या या बायका आपल्याभोवती. मायानं तर बहरच आणले आपल्या आयुष्यात आणि मिसेस पाठकनं...?

हसू आलं दयाळांना क्षणभर. पण मग स्वत:शीच कबूल केलं त्यांनी; आज या अशा निवडुंगाच्या रानात घुसमटत असलो, रक्तबंबाळ होऊन विस्कटून पडलो असलो तरी सुरुवातीच्या काळात फुलवलं होतंच तिनं आपल्या आतल्या पुरुषाला. या गावात आलो तेव्हा वाटलंही नव्हतं एवढी हिरवळ असेल आजूबाजूला म्हणून, पण ज्या कोणी पाच सहा प्राध्यापिका होत्या इथं त्यांच्यात रमून गेला जीव. या महाविद्यालयात आल्यानंतरच्या वर्षीच मिसेस रजनी पाठक रुजू झाली. तशी तरुणच. लग्न होऊन तीनच वर्षं झाली होती. नवरा आय. एस. अधिकारी होता. दिसायला खूप देखणी नव्हतीच पण तशी स्मार्ट होती. थोडी फॅशन करायची. बॉयकट असलेली पहिलीच बाई. बोलायलाही मोकळी. छान वाटायचं तिच्या सहवासात. घर, संसार, एक वर्षाचा लहान मुलगा होता तरी बराचसा वेळ कॉलेजातच घालवायची. घरी नोकर चाकर होते भरपूर आणि मुलाला सांभाळायला आयाही. त्यामुळे हवा तेवढा वेळ देता येत होता तिला कॉलेजसाठी आणि हळूहळू आपल्यासाठीही. आपण ड्रॅमॅटिक्सचे प्रमुख होतो म्हणून मुद्दामहून मागून घेतलं तिनंही. तीन चार वर्षं एकत्रच काम केलं आपण. सतत एकमेकांचा सहवास. कधी चुकून झालेले आणि पुढं घडवून आणलेले चोरटे स्पर्श. आवडायचं

सारंच. पण त्या पलीकडे नाही वाढू दिलं काही. दोघांचेही संसार होते. त्यामुळं संयम ठेवला दोघांनीही. पण तरी तिच्या डोळ्यांतली असोशी जाणवायची. वार्षिक स्नेहसंमलन असो की कोणत्याही प्रकारचा कार्यक्रम असो, नवरा आणि मुलगा असायचे तिच्याबरोबर. पण सतत जाणवायचं, ती रमत नव्हती स्वतःच्या संसारात. ते का ते नाही कळलं कधीच. कदाचित त्या शांत समंजस माणसात ताकद नसावी या आक्रमक महत्त्वाकांक्षी बाईला काबूत ठेवण्याची.

साऱ्यांचंच होतं का असं? विजोड जोड्याच जमत जातात का नेहमी? नाही रमता येत आपापल्या संसारात. मग फक्त निभावून नेतो सारंच. सारेच नातेसंबंध. मन मात्र दुसरीकडेच कुठंतरी भिरभिरत राहतं. का होतं असं? की आपणच वेळ देत नाही आपल्या जवळच्या माणसांना जाणून घेण्याएवढा?

तसं काय वाईट होतं ललितामध्ये? बायको म्हणून सर्वार्थानं चपखल बसली ती आपल्या आयुष्यात. रंभा, उर्वशी नाही होता आलं तिला की रिझवताही नाही आलं आपल्याला. पण नेटानं ओढला आपला संसार. सांभाळलं आपल्या तिन्ही पोरांना. जमेल तसे संस्कार दिले तिनं त्यांना. पण तरीही मोठा राकेश उधळलाच. विनयलाही नाही जमलं कोणतंही काम करणं हुशारीनं. केटरिंगचा व्यवसाय सुरू करून दिला त्याला पण तोही नाही सांभाळता येत त्याला. त्याच्यासाठी ऑर्डर्स आपल्यालाच आणाव्या लागतात. तसं पाहिलं तर अजूनही घर आपल्यालाच चालवावं लागतं. राकेशला आपले क्लासेस चालवण्याचं कामही येत नाही धड. केवळ सुपरव्हिजन करायचं कामही नाही करत व्यवस्थित. त्यातल्या त्यात प्रीतीच मार्गाला लागली. तिच्या बाबतीत ललिताची शिस्तच कामाला आली. एकूण काय तर तिची जबाबदारी पेलली तिनं जमेल तशी. तक्रारीला तशी जागा नव्हतीच तिच्या बाबतीत. तरीही का उंडारलो आपण इतर बायकांच्या मागे? तिच्याशीच राहिलो असतो प्रामाणिक तर कमीत कमी आजचा हा दिवस तरी पाहावा लागला नसता.

ऐन तारुण्यात होतो, या कॉलेजात आलो तेव्हा. हिरव्या मनावर फुलून आलेले अनेक रंगीत क्षण आणि त्यावर रुंजी घालू पाहणाऱ्या मुली आजूबाजूला असल्यावर पाय घसरणं साहजिकच होतं. आपलं रूप, आपलं व्यक्तिमत्त्व, आपलं बोलणं... साऱ्यावर जीव टाकायच्या पोरी. चढाओढ लागायची त्यांच्यात आपल्या सान्निध्यात राहण्यासाठी. मुलीच नाही केवळ, तर इथल्या तरुण प्राध्यापिकाही जवळीक साधू पाहायच्या आपल्याशी. मिसेस पाठक तर म्हणाल्या होत्या एकदा, 'काय जादू आहे तुमच्या व्यक्तिमत्त्वात कोण जाणे पण खेचलं जातंच माणूस. केवळ बायकाच नाहीत तर पुरुषही प्रभावित होत होते आपल्या लाघवी स्वभावामुळे.'

आपल्यातील ऊर्जा, नवीन नवीन कल्पना आणि कसा कोण जाणे पण आपल्यात आलेला आत्मविश्वास, अगदी जगाला वाकवू शकू इतका विश्वास! सारंच आवडण्यासारखं होतं. त्यामुळेच तर मिसेस पाठकचंही मन बसलं होतं आपल्यावर. मिस्टर पाठकांमध्ये तसं काहीच कमी नव्हतं. चांगलं उमदं व्यक्तिमत्त्व होतं. पण शांत समंजसपणाबरोबरच तसे थंडही होते ते आणि मिसेस पाठक स्वत: अतिशय उत्साही. म्हणूनच कदाचित आपल्यात असलेली चुंबकीय ऊर्जा ओढून घेत होती तिला आपल्याकडे. सुरुवातीला तिच्या डोळ्यांत दिसायची आपल्याबद्दलची ओढ. आपणही नकळत ओढलो जात होतोच तिच्याकडे. इतर मराठमोळ्या बायकांपेक्षा वेगळी होती म्हणूनही असेल कदाचित. तसा फारसा वकूब नव्हता तिच्यात. पण महत्त्वाकांक्षी होती सुरुवातीपासून. त्या काळात तसे बऱ्यापैकी जवळ आलो होतो आपण तिच्या. कदाचित आणखीनही आलो असतो पण माया देशपांडे आली कॉलेजात आणि सगळंच बदलून गेलं. रजनी पाठक बाजूला पडत गेली. तिची असोशी, ओढ सारंच विसरलो आपण आणि स्वत:ला मायाच्या स्वाधीन केलं.

उंचपुरी, थोडी थोराड पण स्मार्ट, बडबडी, कोणत्याही विषयावर वाद घालून तो जिंकणारी. बुद्धिमान आणि सळसळती माया इथं आली आणि स्टाफरूममधलं वातावरणच बदलून गेलं. राजकारण असो की समाजकारण असो, एखादं चांगलं पुस्तक असो की नाटक-सिनेमा असो, पुरुषांच्या ग्रुपमध्ये बसून अटीतटीनं आपले मुद्दे पटवून द्यायला लागली ती की पाहत राहावंसं वाटायचं तिच्याकडे. सगळ्यांनाच जिंकलं तिनं आणि आपल्याला तर जास्तच. प्राचार्यांकडे शिफारस केली तिची आणि आपल्याबरोबर मागून घेतलं कल्चरल कमिटीत. एवढी वर्षं आपल्याबरोबर काम करणाऱ्या रजनीला अलगद बाजूला करून स्पोर्टस्‌मध्ये टाकलं आपण. तिथंच तर नाही ना रजनी दुखावली प्रथम? तीच सुरुवात असावी कदाचित पण आपण त्या वेळी कोणत्या उन्मादात होतो कोण जाणे, लक्षातच नाही आलं काही. मायाचा सहवास जास्तीत जास्त भोगणं आणि त्यासाठी जमेल तेवढं करणं एवढं एकच ध्येय होतं आपलं त्या वेळी.

माया आल्यावर प्रथमच हिंदी मराठीबरोबरच इंग्रजीतही नाटक बसवलं. माया खूप छान बोलायची इंग्रजी. मुलांना तयार केलं तिनं. तिन्ही नाटकं गाजली त्या वर्षी. मुलांनी डोक्यावर घ्यायचंच बाकी ठेवलं होतं आपल्याला. पण आपण सारं श्रेय मायाला दिलं. ती दुसरी वेळ होती रजनी दुखावली जाण्याची. त्यानंतर एक प्रकारचं शीतयुद्धच सुरू केलं रजनीनं मायाशी.

खरं तर माया स्वच्छंद, आपल्याच विश्वात रमणाऱ्या छोट्याशा फुलपाखरासारखी होती. आपल्या चिमटीत ह्या पाखराचे पंख कधी पकडता येतील असं वाटलंही

नव्हतं. पण सततचा सहवास आणतो माणसांना जवळ. तिशी ओलांडली होती तिनं आणि बिनलग्नाची होती. आपलं लग्न झालेलं असूनही तिला हवा वाटलेला पहिला पुरुष होतो आपण. बोलूनही दाखवलं होतं तिनं तसं आपल्याला. एवढ्या वर्षांची तहान डोळ्यांत घेऊन आपल्या स्वाधीन झाली ती. शोषून घेतलं आपल्याला शरीरमनानं आणि आपणही होऊ दिलं तिला बेभान! ललितानं एवढी वर्षं तिचं शरीर सोपवलं होतं आपल्या हाती, आपल्या मालकीची वस्तू आपल्या हवाली करावी तसं. पण मन कुठं असायचं तिचं ते कळलंच नाही कधी. तिला मन तरी आहे का याचा शोध अजूनही लागत नाही आपल्याला. थंड शरीराचा गोळा आपल्या स्वाधीन करून पडून राहायची ती आणि आपणही भूक भागवण्यासाठी ताटात पडलेलं अन्न निमूट खावं तसा उरकायचो सोपस्कार. त्यामुळेच बाई पुरुषाला कशी शोषून घेते आपल्या आत याचा अनुभवच नव्हता कधी घेतला. मायानं दिला तो अनुभव. खूप हवासा, वेड लावणारा अनुभव. संभोगही इतका सुंदर असू शकतो हे माहीत नसलेल्या आपल्यासारख्या माणसाला मायानं जाणीव करून दिली प्रथमच आणि सारं आयुष्यच बदलून गेलं.

माया घरीही यायला लागली हळूहळू. मुलांनाही आवडायची ती. प्रीती तर प्रेमातच होती मायाच्या. आईपेक्षा मायाच्याच जवळ आली पुढे. मायामुळे तिचा प्रेमविवाहही विशेष विरोध न होता झाला. आपल्याला नव्हतं पसंत ते. पण मायानं समजावलं आपल्याला. 'प्रेम करून लग्न केलं तर मनासारखं जगता येतं. तुझं काय झालं? संसार नेटानं ओढून नेणं म्हणजे जगणं नसतं दयाळ. आई-वडील ठरवतील त्या मुलाशी बांधून घेऊन राहतात बायका पण जगत नाहीत खऱ्या अर्थानं. तिच्या वाट्याला आनंदाचे क्षण येणार असतील या लग्नामुळे तर होऊ देत की तिच्या मनासारखं,' असं म्हणून बाजू मांडली होती प्रीतीची. अगदी ललिताचीही समजूत काढली तिनं. ललितावर काय जादू केली होती तिनं कोण जाणे? पण ललिता भक्तिभावानं ऐकायची तिचं सारंच. या बाईनं आपला नवरा आपल्यापासून हिरावून घेतला आहे याची जाणीवही नव्हती तिला. तसं कळलं असणारच तिला थोडंफार. या बाबतीत बायका तेवढ्या मठ्ठ नसतात. मग का स्वीकारलं तिनं आपलं आणि मायाचं हे नातं? एकदा मायाला म्हणाली होती ती, 'यांना तुमच्यासारखी बायको मिळायला हवी होती. मी अशी अडाणी, त्यांना न शोभणारी. आई-वडिलांसाठी केलं त्यांनी माझ्याशी लग्न. पण त्यांना लाज वाटत असेल माझी. चार माणसांत ना बोलता येत व्यवस्थित की वावरता नाही येत त्यांना हवं तसं. त्यांना कसं वाटणार मला मिरवावंसं आवडीनं कुठं?'

आपल्याविषयी नेमकं काय होतं ललिताच्या मनात ते मायाकडून कळायचं

आपल्याला. माया सांगायची बरंच काही आणि रडायचीही. खूप अपराधी वाटायचं तिला कधी कधी. अशा निरागस बाईची आपण फसवणूक करतोय हे शल्य होतं तिच्या मनात. अगदी शेवटपर्यंत. ललितावर मात्र हळूहळू मोठ्या बहिणीसारखं प्रेम करायला लागली होती ती आणि ललितानंही खूप केलं तिच्यासाठी. मायाच्या शेवटच्या दिवसांत तर तीच असायची मायाजवळ. मायासारखी सळसळती बाई पार कोमेजून गेली होती त्या आजारपणात. शेवटच्या स्टेजवर असलेला स्तनाचा कॅन्सर. डोक्यात गेला आणि लहान मूल होऊन गेली ती. सारा भवताल विसरून गेली होती. अगदी आपल्यालाही ओळखेनाशी झाली होती ती. त्या काळात ललिता आई झाली तिची. घट्ट धरून ठेवायची ती ललिताचा पदर. लहान मुलासारखा हट्ट करायची कधी तर कधी भकास चेहऱ्यानं पडून राहायची कुठल्या अनोळखी अवकाशात. ललितानं सारं पेललं समर्थपणे. आपल्यालाही जमलं नसतं मायाचं सारं करणं. पण तिनं केलं. कुठून आणलं तिनं ते बळ कोण जाणे, अजूनही कळत नाही.

खरं तर मायाचे आणि आपलेही दिवस फिरण्याचा काळ होता तो. प्राचार्य भोसले निवृत्त झाले होते आणि पीएच.डी. ही पदवी मिळालेल्या उमेदवारालाच प्राचार्यपदासाठी अर्ज करता येईल असा फतवा निघालेला. रजनी एकटीच पीएच.डी. झालेली होती. तेव्हा जाहिरात दिली वर्तमानपत्रात या पोस्टसाठी पण निवड झाली ती रजनीची. सारी सत्ता हातात आली तिच्या आणि मग मनात केव्हापासून धगधगणारी सुडाची आग पेटून उठली. नको असणाऱ्या साऱ्याच माणसांना धारेवर धरायला सुरुवात केली तिनं. किती बदलत गेली रजनी! की ती बदलली नाहीच? ती तशीच होती स्वभावानं? थोडी कारस्थानी. थोडी महत्त्वाकांक्षी. थोडी आत्मकेंद्री. आपणच ओळखू शकलो नाही तिला. निरुपद्रवी वाटली होती आपल्याला, त्याहीपेक्षा काय बिघडवू शकेल ती आपलं अशी गुर्मी होतीच आपल्यालाही त्या दिवसांत. आज या परिस्थितीत सापडलोत म्हणून जमिनीवर येऊन विचार करतोय आपण. पण त्या दिवसांत हवेतच तर होतो.

या कॉलेजात आलो तेव्हा काय काय ठरवून आलो होतो. स्वत:च्या पेशाशी इमान राखून ज्ञानदानाचं काम करायचं ठरवून आलो होतो. विद्यार्थ्यांविषयी प्रेम, तळमळ आणि नि:स्वार्थ बुद्धीनं काम करण्याची इच्छा; सारं विसरलो आणि पैसा कमावण्याच्या मार्गाला लागलो. आपल्याविषयी प्रत्येकाला दरारा वाटायला हवा असा अट्टाहास असायचा आपला. विद्यार्थ्यांनी फक्त आपल्यालाच विचारावं इतर प्राध्यापकांना कस्पटासमान लेखावं असं वाटायचं आपल्याला आणि ते विचारतही होतेच. भेटायला आले की पायाशी वाकायचे. छान वाटायचं. हळूहळू ते सारं

गृहीतच धरलं आपण. सारी मूल्यं, नैतिकता पायदळी तुडवली. तेव्हा मन अस्वस्थ नाही झालं कधी. अगदी कोडगे होत गेलो. वर्गात शिकवणं तर हळूहळू कमीच झालं. सारे विद्यार्थी ट्यूशनला यावेत हा प्रयत्न करत राहिलो. ललिताच्या तर आपल्यात झालेला हा बदल लक्षातही आला नाही. या गावात प्रत्येकजण मान देतो आपल्या नवऱ्याला याचंच कौतुक होतं तिला. आपण म्हणजे सर्वश्रेष्ठ, पूर्ण पुरुष वाटायचो तिला. मायाला तर आपली ही बाजू दाखवलीच नाही आणि का कुणास ठाऊक पण तिलाही ती समजली नाही. आपल्याला खऱ्या अर्थानं ओळखलं ते रजनीनं. आपल्यातला पुरुष असण्याचा सार्थ अभिमान जोपासला तिनं आणि त्याच वेळी आपल्या प्रत्येक गोष्टीवर लक्ष ठेवून आपल्याला चितपट करण्याच्या युक्त्या शोधत राहिली ती. लेडी मॅकबेथपेक्षाही हुशार आणि कारस्थानी निघाली ती.

एक यशस्वी विद्यार्थिप्रिय प्राध्यापक ते एक सस्पेंडेड भ्रष्टाचारी प्राध्यापक असा आपला प्रवास कुठं नेणार आहे आता आपल्याला कोण जाणे!

उन्हं उतरायला लागली तसे दयाळ उठले झोपाळ्यावरून. आज राजवाडे येणार होते वकिलांना घेऊन. रजनीला शह द्यायचा असेल तर निमूटपणे चौकशीला सामोरं जायचं नाही. कोर्टात जायलाच हवं आपल्याला.

आत डोकावून त्यांनी चहा ठेवायला सांगितला. तोंडावर पाणी मारून ते बाहेर आले. थोडं बरं वाटलं त्यांना. बाहेरचं ऊनही निवळायला लागलं होतं आता. भगभगीत प्रकाश आता काहीसा समजूतदार झाला होता.

हळूहळू रस्त्यावरची रहदारीही वाढायला लागली. ललिता भाजी आणण्यासाठी पिशवी घेऊन बाहेर निघाली तेव्हा राजवाडे येणार असल्याचं सांगितलं तिला दयाळांनी. काहीच उमटलं नाही तिच्या चेहऱ्यावर. फक्त सुनेला सूचना दिल्या तिनं. पाहुणे आल्यावर काय द्यायचं ते सांगितलं आणि निघून गेली ती.

काहीच फरक पडत नाही हिला कशाचाही. आपल्याकडे कोण येतं कोण जातं हे पाहतही नाही. कधी पुढे येणं नाही की पाहुण्यासाठी आवडीनं एखादा पदार्थ करणंही नाही. बिस्किटांवर भागवायची कायम. पुढे येऊन दोन शब्दही बोलायची नाही ती कधी. सगळे प्राध्यापक वार्षिक स्नेहसंमेलनासाठी हमखास आपल्या बायकांना आणायचे. बाहुल्यांसारख्या सजून यायच्या सगळ्या. हाय, हॅलो करत छान बोलायच्या. ही मात्र कधीच आली नाही. सुरुवातीला सांगायचो आपण. चांगल्या साड्या आणून दिल्या. चार माणसांत कसं बोलायचं, वागायचं हे शिकवूनही पाहिलं. पण नाही. फक्त हसायची. जणू हे जग तिचं नव्हतंच. घरी कोणाचा फोन आला तरी नीट बोलता यायचं नाही तिला. घरात कोणी असेल तर

फोनही उचलायची नाही कधी आणि समजा नसेल तर फार तुटक बोलायची. अगदी वेळ मारून नेण्यासाठीही धड कधी बोलली नाही ही बाई. इतकं थंड कसं काय असू शकतं कोणी? हात टेकले आपण हिच्या स्वभावापुढे. का असं स्वत:ला आत ओढून जगत राहिली ती आपल्याच कवचात गोगलगायीसारखी? गोगलगाय कमीत कमी बाहेर येते. हळूहळू का होईना पण चालत राहते स्वत:साठी तरी. पण हिनं तेही केलं नाही. कधी कधी तिच्या मठ्ठ चेहऱ्यावर थाड थाड थपडा माराव्याशा वाटतात. काहीच नाही तर रडवावंसं तरी वाटतं तिला. पण रडलीही नाही कधी ती आपल्यासमोर. काय भावना आहेत तिच्या आपल्याविषयी नेमक्या? प्रेम वाटतं तिला आपल्याविषयी की धाक? की काहीच नाही? आपल्याशी कधी संवादच साधला नाही तिनं. जो काही संवाद होतो तो मुलांमार्फतच. मुलांत आणि आता नातवंडांत मात्र छान रमते ती. फक्त आपल्याशीच नाही वाटून घेत काहीच. अलीकडे तर आणखीनच थंड झालीय. दिवस रात्र कसली तरी पोथी वाचत बसते. बाहेर गेलीच तर बाजारात किंवा देवळात जाते. घरात असली तर हातांत एखादं नातवंड तरी असतं नाही तर पोथी किंवा जपमाळ.

अशा वेळी काय करायचं माणसानं? कोणाचा आधार शोधायचा? आज या परिस्थितीत कोणीच नाही आपलं दु:ख वाटून घ्यायला. माया असती तर कमीत कमी मन मोकळं करता आलं असतं तिच्याजवळ. या परिस्थितीतून बाहेर पडण्याचा मार्ग दोघांनी मिळून शोधला असता. काहीच नाही तर तिच्या मांडीवर डोकं ठेवून रडता तरी आलं असतं मनसोक्त. इथं काहीच करता येत नाही. ललिताशी बोलणं म्हणजे दगडावर डोकं आपटून घेणं केवळ.

गेले पंधरा दिवस घरात बसलोत आपण. पण एका शब्दानं कोणी विचारत नाही कारण. मुलांना सांगितलं सुटी घेतली आहे कामासाठी आणि त्यांना पटलं ते. गावात बोंबाबोंब व्हायला लागली आहे आता आणि यांना कसला पत्ताच नाही. कोणीच का विचारत नाही आपल्याला काहीच. आपापल्या आयुष्यात मशगूल आहेत सारीच. आपण कमावलेला पैसा उडवताहेत मजेत पण आपल्या या दु:खाचं वाटेकरी नाही व्हायचं कोणालाच. आपण केलेल्या चुकांचं प्रायश्चित्त आपल्याला एकट्यालाच घ्यावं लागणार आहे. या गर्तेतून बाहेर पडण्यासाठी आपल्यालाच हालचाल करावी लागणार आहे. ही थंड माणसं नाही करणार आपली सोबत.

मायानं तिच्या वेदना एकट्यानं सोसल्या असल्या तरी सोबत होती आपली तिला. अगदी आपल्या कुटुंबानं आणि विशेषत: ललितानं सोबत केली तिची कायम. आज आपल्याला सोबत करण्यासाठी कोणीच नाही. उद्या या ताणामुळे

ॲटॅक आला आणि पडलो अंथरुणात तर कोण करेल आपलं? ललिता करेल म्हणा. अगदी हगणंमुतणंही काढेल ती पण निर्विकारपणानं, केवळ पत्नीचं कर्तव्य म्हणून! पण मनाचं काय? या मनाचं दुखणं कोण समजून घेईल आणि सावरेल आपल्याला?

दयाळ अस्वस्थपणे फेऱ्या मारत राहिले खूप वेळ. सूनबाई मध्येच येऊन कचरा काढून गेली. नातवंडं बाहेरच्या खोलीत खेळत होती. दार उघडच होतं. बाहेर स्कूटर थांबल्याचा आवाज आला तसे लगबगीनं दयाळ टेरेसमध्ये आले. खाली वाकून पाहिलं तर राजवाडे आणि त्यांच्यासोबत घोगरे वकील होते. त्यांनी राजवाड्यांना हाक मारून वरच यायला सांगितलं.

राजवाड्यांनी ओळख करून दिली घोगऱ्यांशी. मग तिघंही बसून राहिले न बोलता थोडा वेळ. सूनबाई पाणी ठेवून गेली. मध्येच मुलानं डोकावून पाहिलं आणि निघून गेला खाली.

घोगरे घरावरून नजर फिरवत बसून राहिले वाट पाहत संभाषण सुरू होण्याची. मग राजवाडे घसा खाकरून म्हणाले, "मी घोगऱ्यांना सांगितलं आहे सगळं. पण त्यांना काही डिटेल्स हवेत तुमच्याकडून."

"विचारा ना," घोगऱ्यांकडे पाहत दयाळ म्हणाले.

घोगऱ्यांनी राजवाड्यांकडे पाहिलं आणि मग म्हणाले, "राजवाड्यांनी सांगितलं आहेच सगळं तरी तुमच्या तोंडून ऐकायचं आहे सगळं."

"ते वेगळं काय सांगणार, घोगरे?"

"जे काही सांगतील ते," राजवाड्यांना थांबवत घोगरे म्हणाले. "त्यांच्याच तोंडून ऐकायचं आहे सगळं. अगदी सविस्तरपणे. तुमच्या सांगण्यातून निसटलेल्या काही गोष्टी येतील समोर." मग दयाळांकडे वळून ते म्हणाले, "हं, तर शर्मा सर, मला सांगा, आतापर्यंत किती मेमो मिळाले तुम्हाला प्राचार्यांकडून? का मिळाले, त्याचं नेमकं काय उत्तर दिलंत तुम्ही? नेमक्या कोणत्या कारणामुळे तुम्हाला घरी बसवण्यात आलं आहे? सस्पेंड केलं आहे की करणार म्हणून सांगितलं आहे? तसं काही पत्र मिळालंय तुम्हाला? ही शिक्षा तुमच्या कोणत्या गुन्ह्यांसाठी मिळाली आहे? या केसमध्ये तुम्ही स्वत: केलेल्या गुन्ह्यांमुळे अडकला आहात की मिसेस पाठकांनी तुम्हाला अडकवण्याचा प्रयत्न केला आहे? राजवाड्यांच्या म्हणण्यानुसार मिसेस पाठकांनी तुम्हाला अडकवलं आहे. राजवाड्यांनी जे काही सांगितलं त्यावरून तुम्ही अडकले जाल, अशी परिस्थिती तुम्हीच निर्माण केली आहे असं मला वाटतंय."

"नाही घोगरे, परिस्थिती पाठक बाईंनीच निर्माण केली आहे. फार भयानक

बाई आहे ती. सगळ्या सिनिअर स्टाफला सळो की पळो करून सोडलं आहे तिनं. प्राचार्य झाल्यापासून कोणत्याही क्षुल्लक कारणासाठी मेमो देते ती आम्हाला. एकदा अटेन्डन्स घ्यायला वेळ मिळाला नाही मला. लेक्चरच्या शेवटी दिली अटेन्डन्स शीट आणि मुलांना आणून द्यायला सांगितली, तर मुलांच्या हातात अटेंडन्सशीट दिली म्हणून मेमो मिळाला होता मला.''

''पण त्यांचं बरोबर होतं, राजवाडे. मुलांच्या हातात अटेन्डन्सशीट दिली तर प्रॉक्सी मारतात मुलं,'' घोगरे हसत म्हणाले.

''हो, पण असं कोणी लगेच मेमो देत नाही, घोगरे. तिला आम्हा सगळ्यांनाच कोणत्या ना कोणत्या कारणामुळे कॉलेजमधून काढायचं आहे म्हणजे सार्वभौम सत्ता मिळेल ना. तुम्हाला माहीत आहे का शर्मा सर, तुम्ही गेल्यानंतर नवीन फतवा निघालाय. जुन्या स्टाफनं नव्या स्टाफबरोबर संबंध ठेवायचा नाही. स्टाफ-रूमपण वेगळी वेगळी केली आहे. आम्ही त्यांचे कान भरू तिच्या विरोधात असं भय वाटतं तिला. एक नंबरची संशयी आणि भित्री बाई आहे ती.''

घोगरे हसले मग म्हणाले, ''भित्री नाही हुशार आहे. पण आता तुम्ही थोडं गप्प बसा. शर्मा सरांना बोलू देत.''

दयाळांनी घसा खाकरला, ''मी सांगतो सगळं सविस्तरपणे. मी आणि पाठकबाईंनी सुरुवातीच्या काळात एकत्र काम केलं बरीच वर्षं. मी गावाहून आलो असलो तरी तसा हुशार होतो. नेतृत्व गुण होते माझ्या अंगात आणि मुख्य म्हणजे विद्यार्थिप्रिय होतो मी. त्यामुळे त्या काळात प्राचार्य आणि त्यानंतर आलेल्या साऱ्याच प्राचार्यांनी मला इतरांपेक्षा जरा जास्त जवळ केलं. पुढे पुढे व्यवस्थापनातही सामील करून घेतलं.''

''मी असं ऐकलं आहे की तुम्ही इथं आल्यावर जे प्राचार्य होते म्हणजे मला वाटतं प्राचार्य कुलकर्णी, त्यांना तुमच्याशिवाय कोणताही निर्णय घेता येत नव्हता. कुठंही गेले तरी तुम्ही त्यांना सोबत लागत होतात.''

''हो, खरं आहे ते.''

''पण त्यांच्यानंतर आलेल्या प्राचार्य सोनटक्क्यांना तुमची व्यवस्थापनातील ढवळाढवळ अजिबात मान्य नव्हती. त्यांनी तुम्हाला बाजूला केलं होतं. त्यामुळे अहम् दुखावला गेला तुमचा. पण तुम्ही म्हणालात त्याप्रमाणे तुम्ही विद्यार्थिप्रिय असल्याने विद्यार्थी तुमच्या पाठीमागे होतेच. त्यांना हाताशी धरून स्टुडंट काउन्सिलच्या निवडणुकीच्या वेळी परिस्थिती मुद्दाम नियंत्रणाबाहेर घालवलीत तुम्ही. प्राचार्यांविरुद्ध उपोषणाला बसवलंत विद्यार्थ्यांना. मोर्चे आणलेत. त्यानं काहीच न साधल्यानं शेवटी तोडफोड करायला लावलीत मुलांना. शेवटी सोनटक्क्यांना तुमची मदत

घ्यावी लागली आणि तुम्हीही मानभावीपणे मदतीचा हात देऊ केलात त्या वेळी. या मदतीमुळे त्यांना कायम तुमच्या उपकाराच्या ओझ्याखाली राहावं लागलं. तुमच्यावर अवलंबून राहण्याशिवाय पर्याय ठेवला नाहीत तुम्ही. त्या प्रसंगातून त्यांना बाहेर काढण्याचं पूर्ण श्रेय तुम्ही घेतलंच पण त्याची किंमतही मोजायला लावलीत सोनटक्क्यांना.''

''घोगरे, तुम्ही उलट तपासणी घेता आहात की काय तुमच्याच आशिलाची?'' राजवाडे अस्वस्थ होत म्हणाले.

''तसं समजा हवं तर राजवाडे. बचाव पक्षाचा वकील हा मुद्दा मांडू शकतो. कारण त्या काळात गावात याविषयी बोललं जात होतं.''

''तसं काही नव्हतं,'' दयाळ त्यांना थांबवत म्हणाले, ''लोक हजार तोंडांनी बोलतात. माझं मुलांवर नियंत्रण होतं हे मात्र खरं होतं. माझं ऐकायची ती. निवडणुका न घेण्याच्या प्राचार्यांच्या निर्णयानं चिडली होती ती. प्राचार्यांनीच त्यांना एवढ्या टोकाला जाण्यासाठी प्रवृत्त केलं. शेवटी मॅनेजमेंटचा दबाव आला आणि मग प्राचार्यांना प्रकरण मिटवण्यावाचून पर्याय राहिला नाही. पण तोपर्यंत परिस्थिती हाताबाहेर गेली होती. शेवटी हे प्रकरण हाताळण्याची त्यांनी विनंती केली मला. मुलं माझ्या शब्दाला मान देत असल्यामुळे माझं ऐकलं त्यांनी आणि उपोषण मागे घेतलं. एकूण ते प्रकरण हाताळण्यात मी यशस्वी झालो एवढंच.''

''त्यामुळेच सोनटक्क्यांची मर्जी बसली का तुमच्यावर?'' घोगऱ्यांनी तिरकसपणे विचारलं.

दयाळांच्या लक्षात आला तो सूर, पण तिकडे दुर्लक्ष करून ते म्हणाले, ''तसंच काहीसं झालं. अशी प्रकरणं उद्‌भवली तर नवीन येणाऱ्या कोणत्याही माणसाला गोंधळायला होतंच. आपल्या गावातील त्या वेळच्या राजकीय पुढाऱ्यांना निवडणुका हव्या होत्या. सोनटक्क्यांनी ते नाकारलं होतं आणि म्हणून त्यांनीच मुलांना चिथावलं. त्यात माझा काय मतलब असणार?''

''ठीक आहे. तर एकूण दोन्ही प्राचार्यांच्या खास मर्जीतले होतात तुम्ही?''

''मर्जीतले असं नाही म्हणता येणार,'' दयाळ सावधपणे म्हणाले, ''पण त्यांचा विश्वास होता माझ्यावर. बऱ्याचशा जबाबदाऱ्या सोपवायचे ते माझ्यावर.''

''उदाहरणार्थ?''

''अनेक. म्हणजे कॉलेज कमिटीचे वाटप करताना कोणाला काय द्यायचं हे माझ्याच सल्ल्यानं ठरवायचे.''

''म्हणजे स्वत:ला हवी ती कमिटी स्वत:कडे ठेवता येत असेलच? आणि आपल्या मित्र-मैत्रिणींनाही त्यांना हवं ते देता येत असेलच.''

"असं नसतं काही, घोगरेसाहेब," दयाळ हसून म्हणाले.

"तुमच्याकडे कोणत्या कमिट्या होत्या?"

"कल्चरल, टूर्स, परीक्षा, एन.एस.एस. वगैरे."

"म्हणजे पैशाची उलाढाल होणाऱ्या जवळ जवळ सगळ्याच."

"टूर्स आणि कल्चरलमध्ये असायची थोडीफार उलाढाल पैशाची, पण एक्झॅमिनेशनमध्ये नव्हतं तसं काही."

"पण हितसंबध जपले जात असतीलच ना विद्यार्थ्यांचे?"

"म्हणजे? मी समजलो नाही."

"म्हणजे पास वगैरे करून त्यांना उपकृत करायचं मग त्यांच्याकडून काही भेटी, वस्तू वा पैशाच्या रूपात वगैरे."

"इतकं सोपं नसतं ते, घोगरे," दयाळ चिडून म्हणाले. हा माणूस पकडायला पाहतो आहे की आपल्याला शब्दांत?

"पण जमवलं तर शक्य होत असेल ना?"

"तुम्हाला काय सुचावयचं आहे, घोगरे?"

"हे पाहा रागावू नका. मी प्रश्न विचारतो आहे तसे प्रश्न बचाव पक्षाचा वकील विचारू शकतो तुम्हाला हे लक्षात घ्या. तुमच्या उत्तरांवर कसे प्रश्न येऊ शकतात आणि त्याची उत्तरं काय असायला हवीत हे मला कळायला हवं. मग उत्तरं बदलायची का, बदलली तर काय, याचा विचार करता येईल आपल्याला."

"पण अशा प्रश्नांना जी उत्तरं यायला हवीत तीच देतो आहे मी."

"प्रश्नही जसे येऊ शकतात तसेच विचारतो आहे मी. तेव्हा 'तुम्हाला काय सुचवायचं आहे?' असा प्रश्न कोर्टात नाही विचारता येणार. त्यांना खोडून काढायला हवं."

"ठीक आहे. मग माझं उत्तर असेल, जमवलं तर शक्य होतं. पण मी ते केलं नाही."

"कशावरून?"

"मी केलं नाही. या उप्पर मला याविषयी काही बोलायचं नाही."

"तुम्ही हे केलंत हे पुराव्यानिशी सिद्ध करून दाखवलं तर?"

दयाळ गोंधळले. पाहत राहिले घोगऱ्यांकडे. काय हवंय या माणसाला आपल्याकडून? कसला कबुलीजबाब हवाय यांना?

घोगरे हसले. "प्रो. शर्मा, तुमच्या लक्षात नसेल तर तुमच्यावर असलेल्या आरोपांची आठवण करून देऊ तुम्हाला? आपल्या हातातल्या सत्तेचा दुरुपयोग करून नापास होत असलेल्या मुलांना पास केलंत तुम्ही, हा एक आरोप आहे

तुमच्यावर. तसंच विद्यापीठाकडून येणारे एन.एस.एस.चे पैसे मुलांसाठी न वापरता त्यांना पैसे दिल्याच्या सह्या व्हाऊचर्सवर घेऊन ते पैसे स्वत:च्या खासगी वापरासाठी वापरलेत, हा दुसरा आरोप आहे. खरं आहे ना?''

''हो.''

''मग या आरोपांचा इन्कार करण्यासाठी स्वत:चा बचाव कसा करणार आहात?''

''हे आरोप मला मान्य नाहीत. अशा प्रकरणात अडकवून मला काढून टाकण्याचा डाव आहे.''

''हे उत्तर कोर्टात चालणार नाही, शर्मा सर.''

''पण ते खरं आहे, घोगरे.'' एवढा वेळ गप्प बसलेल्या राजवाड्यांचा धीर आता सुटला.

''पुरावा द्यावा लागेल त्यासाठी. आहे तुमच्याकडे?''

दयाळ पाहत राहिले घोगऱ्यांकडे फक्त.

''समजा आपण मानलं की हे सारं त्यांनी तुम्हाला अडकवण्यासाठी केलं. पण त्यामागे त्यांचा हेतू काय हे सांगता येईल तुम्हाला? तुम्ही पहिल्या दोन प्राचार्यांना मॅनेज केलं होतं, तर यांना का नाही करू शकलात?''

'' 'मॅनेज केलं' हा शब्द नका वापरू. मी पुन्हा सांगतो माझ्यातल्या व्यवस्थापन व नेतृत्व गुणामुळे त्यांनी मला जवळ केलं.''

''मग हे गुण पाठक मॅडमना दिसले नाहीत?''

''नसतील दिसले.''

''का नाही दिसले?''

दयाळांनी राजवाड्यांकडे पाहिलं.

''त्यांच्याकडे नका पाहू, शर्मा सर. वकिलाकडे आणि डॉक्टरकडे काही लपवायचं नसतं. तुम्ही सांगणार नसाल कारण तर मी सांगतो तुम्हाला.''

''तुम्ही?''

''हो मी. तुमचं आणि माया देशपांडे यांचं प्रेम प्रकरण साऱ्या गावाला ठाऊक आहे आणि या प्रेमाच्या त्रिकोणातला तिसरा कोन आहे रजनी पाठक, हे सर्वांना माहीत आहे. तुम्ही फक्त मला सविस्तरपणे सांगा.''

दयाळ अस्वस्थ झाले आता. त्यांनी आजूबाजूला पाहिलं. कोणी नव्हतं तिथं. ते उठले. दारातून डोकावून पाहिलं. मुलगा झोपला होता बेडरूममध्ये तिन्हीसांजेच्या वेळी. ललिता आली नव्हती अजून बाजारातून. कोणालाच रस नव्हता त्यांच्या गप्पांमध्ये. सूनबाई चहा बिस्किटं ठेवून गेली होती केव्हाच आणि आता स्वयंपाकघरात

संध्याकाळच्या स्वयंपाकाची तयारी करत होती. दयाळ आत आले. त्यांनी दार ओढून घेतलं. चुकून कोणी आलंच वर तर ऐकायला नको म्हणून. खरं तर कोणी ऐकलं असतं तरी विशेष फरक नसता पडला. मायाचं आणि त्यांचं प्रकरण घरात तसं माहीत होतं. कोणी काही बोलत नव्हतं तरी. पण आता नवीन आलेल्या सूनबाईसमोर चर्चा नको होती त्यांना जुन्या दिवसांची.

दार बंद करून ते आत आले तेव्हा घोगऱ्यांच्या चेहऱ्यावर मिस्कील हसू असावंसं वाटलं दयाळांना. घोगरे चिडवताहेत का आपल्याला. दयाळांना राग आला क्षणभर घोगऱ्यांचा आणि चीड आली स्वत:चीच, या अशा परिस्थितीत सापडल्यावर आलेल्या असहायतेमुळे. आपलं खासगी आयुष्य चव्हाट्यावर आणलं जाणार या केसमुळे आणि सगळेच मजा घेणार आहेत त्याची.

एवढी वर्षं पैसा केला या ना त्या प्रकारे. पण कधी असे गोत्यात नव्हतो आलो आपण. आता या प्रकरणात असे काही फसलोत की बाहेर पडताही येत नाही. पारसनीसांच्या मदतीनं रजनीनं सूड घेतला आपल्यावर. व्हाईस प्रिन्सिपॉल होण्यासाठी धडपडतोय पारसनीस कधीपासून. एकदा आपण अडकलो याच्यात की त्याचा मार्ग मोकळा होईल.

"बोला, शर्मा सर."

"अं, हं.. सांगतो. पाठक मॅडम इथं आल्या तेव्हा थोड्या एकट्या पडल्या होत्या त्या. या गावातलं वातावरण तेवढं मोकळं नव्हतं."

"मग तुम्ही कंपनी दिलीत?"

"तेवढा मोकळेपणा होता माझ्यात."

"वाटत नाही तुमच्या घरातल्या वातावरणाकडे पाहून. तुमची सूनही घुंघट घेते अजून आणि पत्नीही मिसळत नाही कोणात."

"त्या जेथून आल्यात तिथले संस्कार आहेत ते. त्या पाळतात. मी कितीही सांगितलं तरी." दयाळांना ही चर्चा स्वत:चं घर आणि वातावरणावर वळवायची नव्हती. ते घाईघाईनं पुढे म्हणाले, "सुरुवातीच्या काळात मी आणि पाठकबाई बऱ्याच कमिट्यांत एकत्र काम करायचो. त्यामुळे जवळीक वाढली. मैत्रीही झाली. अगदी एकमेकांच्या घरी येण्याजाण्याएवढे संबंध वाढले आमचे. त्यांच्या मिस्टरांशी जमायचं माझं. पण माझ्या मिसेसशी नाही जमलं त्यांचं. माझी बायको अडाणी होती. तिच्या गावंढळपणाची कीव यायची त्यांना. माझीही कीव यायची. माझ्यासारख्या हुशार माणसाच्या पदरात अशी बायको पडली म्हणून."

"शिकलेल्या मुलीशी का नाही केलंत तुम्ही लग्न?"

"लहानपणीच जमवलेलं लग्न होतं. मी इंटरला असतानाच लग्न झालं होतं

आमचं. तेव्हा चार इयत्ता शिकली होती ती. लहान होती खूप.''

''बरं. पुढे सांगा तुमच्या आणि पाठकबाईंसंबंधी.''

''विशेष नव्हतं तसं काही. केवळ मैत्री होती आमच्यात.''

''नक्की?''

''माझ्या बाजूनं तरी नाही.''

''अजिबात नाही?''

''खरंच काही नाही. क्वचित चोरटा स्पर्श असायचा पण तोही माझ्यापेक्षा मिसेस पाठकना हवा वाटायचा. माझ्या जास्तीत जास्त सान्निध्यात राहण्याचा प्रयत्न असायचा त्यांचा.''

''हे असंच चालू राहिलं असतं तर प्रकरण वाढू शकलं असतं.''

''सांगता येत नाही.''

''माया देशपांडे आल्यामुळे तसं झालं नाही.''

''असू शकेल.''

''माया देशपांडे आणि तुमच्या संबंधांबद्दल सांगा थोडं.''

''तुम्हाला सगळं माहीत आहे ना, घोगरे. मग कशासाठी विचारता?'' दयाळ वैतागले.

''तरीही.''

''होते आमचे प्रेमसंबंध. फक्त लग्न केलं नाही एवढंच.''

''त्याचा त्रास झाला असणारच पाठकबाईंना.''

''झाला असेल. पण तसं दाखवलं नाही त्यांनी. फक्त स्पर्धा करायच्या त्या मायाशी सुरुवातीला. माया हुशार होती. हजरजबाबी होती. रजनीपेक्षा जास्त स्मार्ट आणि एनर्जी असलेली.''

''पाठक मॅडम प्राचार्य कशा काय झाल्या?''

''पीएच.डी. होत्या त्या. शिवाय त्यांच्या मिस्टरांचे आणि मॅनेजमेंटमधील लोकांचे संबंध चांगले होते. मॅनेजमेंटला प्राचार्याच्या पोस्टसाठी त्यांचा माणूस हवा असतोच. पाठकबाई त्या दृष्टीनं योग्य उमेदवार होत्या. त्यामुळे या जागेची जाहिरात देऊनही बाईंनाच निवडलं.''

''विद्यापीठाची कमिटी असते सिलेक्शनसाठी.''

''मग काय झालं? मॅनेज करता येतं.''

''तुम्हाला कधीपासून त्रास द्यायला सुरुवात केली त्यांनी? सत्ता हाती आल्यावर लगेच की...?''

''नाही लगेच नाही. सुरुवातीच्या काळात मला हाताशी धरल्याशिवाय काहीच

करता आलं नसतं तिला. तिनं माझ्या मदतीनं इतर प्राध्यापकांना त्रास द्यायला सुरुवात केली. शिस्त आणली. पण त्याच्या नावाखाली आपला दरारा निर्माण केला तिनं. विद्यापीठाच्या नियमांप्रमाणे चालली ती. त्यामुळे वेळेची बंधनं आली. त्यामुळे चाळीस तासांच्या आठवड्याची विभागणी करून रोज साडेसहा तास बसवायला लागली ती कॉलेजात शिक्षकांना. त्यामुळे एवढ्या दिवस आपली लेक्चर्स घेतली की पळणाऱ्या शिक्षकांना शिक्षा वाटायला लागली. हवी तेव्हा रजा घेणाऱ्या प्राध्यापकांना केव्हाही रजा देणं बंद केलं. तिनं सॅन्क्शन केली तर रजा घ्यायची. अचानक रजा घेतली तर वेगळ्या कागदावर कारण लिहून द्यायचं. पाच मिनिटं उशीर झाला तरी लेखी लिहून घ्यायचं, नाही तर सी.एल. भरायला लावायची. अनेक नियम आणले तिनं.''

''पण हे सारं चांगलंच केलं तिनं.''

''चांगली शिस्त लावली. त्याबद्दल शंकाच नाही. पण साडेसहा तास नुसतं बसणं लेक्चर नसतानाही, जड जायला लागलं लोकांना. याआधी सवय नव्हती तशी.''

''पण पगार घेता तुम्ही कामाचा तेव्हा करायला हवंच.''

''हे बोलायला ठीक आहे हो पण सगळीकडे नाही एवढी शिस्त पाळत. काम असेल तेव्हा थांबतातच लोक. अगदी आठ दहा तासही थांबतात आणि घरी करावी लागतातच कॉलेजची कामं.''

''बरं मग?''

''मग काय, लोक नाराज झाले. हा नियम सर्वांनाच लागू झाला. पार्टटाईम, व्हिजिटिंग प्रोफेसर्सनाही लागू झाले हे नियम. अनेकांनी राजीनामे दिले. कोणत्याही कारणामुळे मेमो मिळायला लागले लोकांना. अर्थात काही चांगल्या गोष्टी झाल्याच. शिक्षक टाळाटाळ करायचे वेळेत लेक्चर्सना जाण्याची. कोणाचा पायपोस कोणाच्या पायात नव्हता. कमिटीच्या कामाच्या नावाखाली काहीजण लेक्चर्सही नव्हते घेत. त्या सगळ्यांना वठणीवर आणलं तिनं.''

''बरंच झालं की.''

''त्याबद्दल तक्रार नाही माझी. पण शिस्तीबरोबर हुकूमशाही आली.''

''तुम्हाला त्रास नाही ना दिला?''

''नाही, मला नाही दिला त्रास. उलट व्हाइस प्रिन्सिपॉल केलं मला.''

''माया देशपांडे आणि तुमचं प्रकरण चालू असताना?''

''हो, पण त्याबद्दल काही बोलायची नाही कधी. आपल्या खासगी गोष्टी किंवा वैयक्तिक संबंध व्यवस्थापनात आणायचे नाहीत म्हणून तिनंच सांगितलं.

मग मीही नाही आणल्या. तिला हवी ती मदत केली.''

''अहो, शर्मा सरांच्यामुळं उभी राहिली ती बाई. आमची नॅकची कामं सुरू होईपर्यंत त्यांना वापरलं तिनं,'' राजवाडे उसळून म्हणाले.

''आणि तुम्ही वापरू दिलं स्वत:ला?''

''झालं खरं तसं.''

''म्हणजे आधीच्या सर्व प्राचार्यांना तुमच्यावर अवलंबून राहायला भाग पाडलंत तुम्ही आणि त्यांचा स्वत:च्या फायद्यासाठी वापरही केलात. इथं मात्र यांनीच तुम्हाला वापरलं. अगदी बाकीच्या नको असलेल्या प्राध्यापकांचे काटे काढण्यातही मदत केलीत तुम्ही त्यांना.''

''तसं काही मी केलं नाही. तिच्याच मेंदूतून यायच्या साऱ्या कल्पना. कोणाला कोणत्या ट्रॅपमध्ये पकडायचं याचेच प्लॅन करत असायची रात्रंदिवस. अनेकांनी राजीनामे दिले त्या दरम्यान.''

''आणि तुम्ही तिला करू दिलंत सारं. या प्राचार्यांचाही उजवा हात होण्याचं भाग्य मिळालं तुम्हाला. मग काय हवं ते करत गेला हा हात त्यांच्यासाठी.''

घोगऱ्यांच्या स्वरातला उपहास झोंबला दयाळांना. पण ते शांतपणे म्हणाले, ''खरं आहे. शेवटी सत्ता हवीच असते माणसाला. सत्तेची सवय झाली तर नाही जगत त्याशिवाय तुम्ही आणि समाजात कोणी विचारतही नाही सत्ता नसेल तर.''

''माया देशपांडे कधी गेल्या?''

''दोन वर्षं झाली आता.''

''त्यांना त्रास नाही दिला?''

''तसा प्रत्यक्षपणे नाही दिला. पण तिच्याकडच्या सगळ्या कमिट्या काढून घेतल्या. मायानं वाद घातलाच तर निगेटिव्ह थिंकिंग म्हणून मेमो दिले. लेक्चर्स न देता नुसतं बसवलं. मानसिक त्रास खूप दिला.''

''असं करता येतं?''

''नाही करता येत पण टाईम टेबलवर तास दाखवले पण वर्गात जायला मज्जाव केला तिला. पुढे रजेवरच गेली ती. तब्येत बरी नसायची तिची. कॅन्सर आहे कळल्यावर घरीच होती माया.''

''रजा पास केली?''

''सुरुवातीला नाही करायची. पण पुढे मेडिकल ग्राउंडवर करावीच लागली.''

''मग?''

''तिच्या आजारपणात कोणत्याही शिक्षकांनी तिला भेटायला जायचं नाही असं सांगितलं. जो जाईल त्याला वेगवेगळ्या पद्धतीनं त्रास दिला. म्हणजे सुटीत

बाहेरगावी जाण्याचे ज्यांनी प्लॅन केले त्यांना मुद्दाम एक्स्ट्रा लेक्चरच्या नावाखाली थांबवून घेतलं. पेपर जास्त दिले तपासायला. त्यांना कोणत्याही सवलती नाकारल्या. बऱ्याच गोष्टी केल्या तिनं.''

''तुम्ही भेटत असालच माया देशपांड्यांना.''

''हो. पण मला तसा त्रास दिला नाही. पण नंतर माझ्या लक्षात आलं, त्या दिवसांत मला कामात जास्तीत जास्त गुंतवून ठेवायची ती, जेणेकरून माझं मायाकडे दुर्लक्ष होईल.''

''तुम्ही केलंत दुर्लक्ष?''

''झालं थोडं. त्याच दरम्यान नॅक कमिटी आली होती. 'ए' ग्रेड मिळवायचीच होती आम्हाला. त्यामुळे कामाचा बोजा वाढला. बारा बारा तास कॉलेजातच असायचो मी. वेळच मिळायचा नाही मायाकडे जायला.''

''त्यामुळे जास्तीत जास्त वेळ पाठक मॅडमच्या सहवासात घालवायचात.''

''हो.''

''जुने दिवस आठवायचे?''

''कधी तरी आठवणी निघायच्या. पण त्यामुळे जास्तच कडवट व्हायची ती. मायाचा उल्लेख करून अप्रत्यक्षपणे मधले दिवस वाईट गेल्याचं सुचवायची ती.''

''नॅकचं काम तुमच्यावरच सोपवलं होतं सगळं?''

''हो. पूर्ण स्वातंत्र्य दिलं होतं मला. पैशाची पर्वा करू नका म्हणूनही सांगितलं होतं.''

''मग 'ए' ग्रेड मिळाली का?''

''मिळाली ना.''

''खूश असणार सारीच.''

''होतीच. पण त्या काळात मायाचं आजारपण वाढलं होतं अगदी. शेवटच्या स्टेजला होती ती. ती गेली त्याच दिवशी 'ए' ग्रेड मिळाल्याची बातमी आली.''

''अरेरे! मग सेलिब्रेट करता आलं नसेल.''

''मी तिच्याजवळच होतो तेव्हा.''

''पण कॉलेजात फटाक्यांच्या माळा फुटल्या होत्या, घोगरेसाहेब,'' राजवाडे फुत्कारले. ''इतका वाईट दिवस होता तो आमच्या आयुष्यातला. मैताला जाऊ दिलं नाही कोणाला या बाईनं कॉलेजच्या कामाच्या वेळेत. 'ए' ग्रेड मिळाल्याचं सेलिब्रेशन आजच करायचं म्हणून सांगितलं. पेढे वाटले, बॅन्ड आणून साजरा केला तिचा आनंद. 'ए' ग्रेड मिळाल्याचा आणि माया देशपांडे गेल्याचाही. आपला शत्रू गेल्यावरही असं वागत नाही कोणी. अहो साधी कंडोलन्स मिटिंगही

घेतली नाही की बोर्ड लिहिला नाही. बाई महत्त्वाकांक्षी असू शकते, नाही म्हणत नाही मी. पण एवढी क्रूरता आणि सूडबुद्धी दाखवू शकते हे प्रथमच पाहिलं.''

''ती पूर्वीपासूनच तशी होती असं म्हणालात तुम्ही, राजवाडे.''

''हो, पण एखाद्याचा मृत्यू साजरा करणं म्हणजे भयंकरच.''

''तुमचं बरोबर आहे, राजवाडे. पण या प्रेमकथेतला एक कोन निखळल्याचा आनंद असेलच की.''

''आनंद झाला तरी असा दाखवत नाही कोणी. माणुसकीला काळिमा फासणारा हा गुन्हा माझ्या दृष्टीनं अक्षम्यच आहे,'' राजवाडे ठामपणे म्हणाले.

घोगरे हसले. गप्प बसलेल्या दयाळांकडे पाहून म्हणाले, ''माया देशपांडे गेल्यानंतर तुमचं प्रेम, तुमचा सहवास पुन्हा एकदा मिळण्याची आशा निर्माण झाली होती का त्यांच्या मनात?''

''मला कल्पना नाही.''

''तसा काही प्रयत्न केल्याचं जाणवलं तुम्हाला?''

''कसा?''

''पुन्हा जवळीक साधण्याचा?''

''आठवत नाही.''

''म्हणजे त्या अर्थानं तुम्हाला त्यांनी आधीच बाद केलं होतं.''

''असेलही.''

''म्हणजे माया देशपांड्यांबरोबर तुमच्यावरही राग असणारच त्यांचा. तुम्हाला कशी आणि कोणत्या प्रकारची शिक्षा द्यायची ह्याचं प्लॅनिंग करत असणारच त्या.''

''असेलही. प्लॅनिंग पक्क असायचं तिचं आणि पेपर वर्क तर जबरदस्त असायचं. I can kill people with pen and there will be no drop of blood असं म्हणायची ती.''

''आणि तुमच्या बाबतीतही तेच केलं तिनं. तुम्हाला एवढ्या कमिट्यांवर नेमलं, पैसे खर्च करण्याचं स्वातंत्र्य दिलं तेव्हा संशय नाही आला तुम्हाला?''

''नाही. मला वाटलं माया गेल्यावर जागं झालं तिचं प्रेम पुन्हा.''

''आणि त्यामुळे गाफील राहिलात तुम्ही. अगदी व्यवस्थित अडकवलं तुम्हाला.''

''झालं खरं तसं.''

''आणि नॅक कमिटीच्या वेळी खरेदी केलेल्या सामानाच्या साऱ्या व्हाऊचर्सवर सह्या घेतल्या तुमच्या. हाही आरोप आहेच तुमच्यावर. ज्या मुलांच्या सह्या तुम्ही व्हाऊचर्सवर घेतल्यात आणि एन.एस.एस.चे पैसे वापरलेत त्या मुलांना साक्षीसाठी

त्या आणू शकतात आणि मी तर ऐकलं आहे की तुम्ही पैसे घेऊन पास केलेल्या मुलांकडून त्यांनी लेखी स्टेटमेंट घेतलं आहे. मला सांगा कसे सुटणार आहात तुम्ही यातून?''

''माहीत नाही.'' दयाळ सुस्कारत म्हणाले.

''ते तुम्हीच पाहायचं आता, घोगरेसाहेब. त्यासाठी तर तुम्हाला घेऊन आलो इथं,'' राजवाडे म्हणाले.

''मी केस घेतली हातात तर माझ्या पद्धतीनं लढवेन. त्यासाठी बाईंच्या चारित्र्यावर थोडे शिंतोडे उडवावे लागतील. चालेल तुम्हाला?''

दयाळांनी पुन्हा राजवाड्यांकडे पाहिलं. ''आत्ताच सांगतो शर्मा सर, मग पुढे कोर्टात द्विधा होऊ नका. प्रॉब्लेम होईल.''

''तुम्ही तुमच्या पद्धतीनं लढवा ही केस. आम्ही सहकार्य देऊ,'' राजवाडे म्हणाले.

''ठीक आहे मग. पत्र मिळालं सस्पेन्शनचं की कळवा. फाईल करून टाकू केस. आता निघतो मी.''

घोगरे आणि राजवाडे बाहेर पडले. दयाळ तिथंच बसून राहिले. बाहेर अंधारून आलं होतं. दयाळांना खूप असहाय वाटलं त्या क्षणी. काही मार्ग निघणार नाही यातून. उलट आणखीनच अडकलो जाऊ आपण यात. घोगरेही कमीच पडतील रजनीसमोर याची का कुणास ठाऊक पण खात्री वाटायला लागली त्यांना.

दयाळ टेरेसवर आले. राजवाड्यांनी स्कूटर सुरू केली होती. त्यांनी दयाळांना हात केला. दयाळांनीही यांत्रिकपणे हात हलवला. हळूहळू स्कूटरच्या दिव्याचा प्रकाश दूर जाऊ लागला. दूर दूर जाणाऱ्या त्या उजेडाच्या ठिपक्याबरोबर हळूहळू टेरेस अंधारानं भरून गेला. अंगावर अंधार पांघरून दयाळ तसेच उभे राहिले खूप वेळ. घरात जाण्याची इच्छा होत नव्हती. मनात एक अनामिक भय दाटून आलं त्यांच्या आणि पाय रुतल्यासारखे तिथंच थांबले ते.

घोगरे दयाळांना येऊन भेटल्याची बातमी कशी कोण जाणे पण मॅनेजमेंटच्या सदस्यांपर्यंत पोचली. वालचंदशेठनं राजवाड्यांनाच बोलावून घेतलं आणि दयाळांना निरोप द्यायला सांगितला त्यांना भेटून जाण्याचा. काय करावं कळेना दयाळांना. पण राजवाडे हळूच म्हणाले, ''केस फाईल करायच्या आधी भेटून या. स्वत:हून निरोप पाठवला आहे त्यांनी. तुमची बाजू मांडण्याची चांगली संधी आहे ही. कदाचित तुम्हाला पुन्हा बोलावून बाईंनाच सस्पेंड करतील.''

शेवटची संधी घ्यावी या निष्कर्षावर आले दयाळ आणि पोचले वालचंदशेठच्या ऑफिसात. फॅक्टरीतच होतं ऑफिस. शेठ कामात होते. शिपायानं बसायला सांगितलं त्यांना.

जुन्या इमारतीतील ते ऑफीस आणि त्यातली ती प्रशस्त पण काळोखी खोली उगीचच अशुभ वाटली त्यांना. सारं फर्निचर काळ्या शिसवी लाकडाचं. अजून कॉम्प्युटर पोचला नव्हता तिथं. एकोणिसाव्या शतकातले जुने खडखडणारे टाईपरायटर वाजत राहिले त्यांच्या कानात आणि त्यापुढे बसलेली ती सारी जुनी पुराणी कळकट माणसं खुपायला लागली त्यांच्या डोळ्यांत.

यापूर्वी आपण बऱ्याचदा आलो होतो इथं स्कूल कमिटीच्या मिटिंगस्साठी. पण तेव्हा असं काही जाणवलं नाही. आज का ही खोली अशी अवकळा पसरल्यासारखी दिसते आहे? की आपल्या मनाचे खेळ आहेत सारे?

किती वेळ बसून राहिले दयाळ उंच छतावर लटकलेल्या जुन्या लंबकासारख्या सावकाश फिरणाऱ्या पंख्याकडे पाहत. आजूबाजूला पाहाण्यासारखा एकही चेहरा नव्हता. वेळ जात नव्हता. वाचायला काहीतरी आणायला हवं होतं.

समोरच्या टीपॉयवर पडलेल्या सहा महिन्यांपूर्वीच्या मासिकाची पानं चाळत राहिले ते. केरळच्या बॅकवॉटर्सचे फोटो, बायपास सर्जरीवरचा लेख आणि जाडी कमी करण्यासाठीचे उपाय. एक रेसिपीही सुंदर सजवलेल्या पदार्थाची.

त्या मासिकातली चित्र, शब्द डोळ्यांसमोरून फिरत राहिले त्यांच्या. पण मन रमत नव्हतं कशातच. अगदी निळ्या पाण्यात तरंगणाऱ्या होड्यांमध्येही डोलू शकत नव्हतं आता. कशासाठी बोलावलं आहे आपल्याला? काय सांगायचं असेल त्यांना? आणि रजनी किंवा पारसनीसांकडे निरोप न पाठवता राजवाड्यांनाच बोलावून घेऊन का निरोप दिला आपल्याला? त्यांना काही कळू नये असं वाटतं का काय वालचंदशेठना? काय असेल त्यांच्या मनात? तसे साधे आहेत ते. किती वेळा भेटले आहेत ते आपल्याला या आधी. वार्षिक स्नेहसंमेलनाला तर हमखास यायचे. कधी कुटुंबाला घेऊन तर कधी मित्रमंडळींना. आवडीनं पाहायचे कार्यक्रम. कौतुकही करायचे सगळ्यांचं. त्यांचं विशेष. आज तसेच भेटतील पूर्वीसारखेच? की एका अपराध्याला भेटावं तसे भेटतील?

"प्रो. दयाळ शर्मा, शेठजींनी आत बोलावलंय." शिपाई बाहेर येऊन म्हणाला.

दयाळ पटकन उठले. हातातलं मासिक टीपॉयवर टाकून त्यांनी उगीचच चेहऱ्यावरून हात फिरवला. कपडे व्यवस्थित केले आणि धडधडत्या हृदयानं वालचंदशेठच्या केबिनचा दरवाजा लोटून त्यांनी आत येण्याची परवानगी मागितली. मान वर न करताच शेठजींनी त्यांना आत बोलावलं.

दयाळ आत आले तेव्हा वालचंदशेठसमोर कोणीतरी बसलं होतं.

"बसा," शेठ म्हणाले.

बसलेल्या त्या गृहस्थांच्या बाजूला दयाळ बसले. त्यांनी वळून पाहिलं. चेहरा ओळखीचा वाटला. पण आठवलं नाही दयाळांना नीट. मग शेठच म्हणाले, "हे आमचे मोठे चिरंजीव दिलीपचंद! आता सगळ्या शैक्षणिक संस्थांचा कारभार हेच पाहतात. हेच बोलणार आहेत आज तुमच्याशी."

"नमस्कार!" खुर्चीतून उठून दयाळांनी हात जोडले.

"नमस्कार," ते म्हणाले. क्षण दोन क्षण पूर्ण शांतता पसरली. दयाळ अस्वस्थपणे खुर्चीत बसून राहिले.

"विषयालाच हात घालू या आपण, प्रो. शर्मा," दिलीपचंद म्हणाले.

'अं... हो."

"तुम्ही कोर्टात जाण्याचा विचार करता आहात असं ऐकलं आम्ही."

हे विधान होतं की प्रश्न, दयाळांना कळेना. काय उत्तर द्यावं. ते गोंधळले. मग हळूच पुटपुटले, "हो."

"कारण?"

दयाळ गप्प झाले पुन्हा. पटापट प्रश्न अंगावर यायला लागले आणि दयाळ तयारीत नसल्यासारखे ढ मुलाचा चेहरा करून बसून राहिले त्यांच्यासमोर.

"कोर्टात जाण्याचा विचार करण्यापूर्वी आम्हाला भेटावंसं नाही वाटलं?"

दयाळ पाहत राहिले आश्चर्यचकित. मग सावरून म्हणाले, "पाठक मॅडम म्हणाल्या, निर्णय मॅनेजमेंटचा आहे."

"निर्णय मॅनेजमेंटचाच आहे. पण आम्ही हा निर्णय का घेतला हे सांगितलं का तुम्हाला त्यांनी?"

"हो. तुमचे आरोप आहेत माझ्यावर अनेक. एन.एस.एस.च्या विद्यार्थ्यांसाठी असलेल्या फंडाचे पैसे खाल्ल्याचा."

"हा आरोप आमचा नाही. विद्यापीठाचा आहे. विद्यापीठीय चौकशी होणार आहेच. त्या चौकशीला प्रथम सामोरं जावं लागेल. मग बाकीच्या आरोपांचं पाहू."

"मला मुद्दामहून अडकवलं आहे या प्रकरणात."

"चौकशीत सिद्ध करून दाखवा ते."

दयाळ गप्प बसले.

"नॅक आणि स्नेहसंमेलनासाठी पैसे खर्च करताना जवळ जवळ तीस हजारांची खोटी व्हाऊचर्स लावलीत तुम्ही."

दयाळांच्या तोंडावर आलं तीस नाही वीस हजारांची. दहा टूर्समधून मिळाले

होते. पण गप्प बसून पाहत राहिले ते फक्त.

"पाठक मॅडमच्या लक्षात या वर्षी आलं आहे हे पण गेली अनेक वर्षं करत असणारच तुम्ही हे."

दयाळांनी फक्त प्रश्नार्थक नजरेनं पाहिलं दिलीपचंदकडे.

"आणि याहूनही भयानक गोष्टी कळल्यात मला तुमच्याविषयी. 'मुह में राम आणि बगल में छुरी' असा सगळा प्रकार आहे तुमचा. इंग्रजीसारख्या विषयात गावाकडची मुलं कच्ची असतात. त्यांना योग्य मार्गदर्शन करण्याऐवजी मुद्दाम नापास करून ट्यूशन्स घ्यायला भाग पाडता तुम्ही आणि नाही लावल्या तर पैसे मागता पुढच्या परीक्षेत जास्त मार्क देऊन पास करण्यासाठी. हा उद्योग किती वर्षं चालला आहे प्रो. शर्मा? गावात प्रसिद्ध आहात तुम्ही यासाठी. तुमचे अनेक माजी विद्यार्थी तुमच्या विरोधात साक्ष द्यायला तयार आहेत."

दयाळांना बोलायला काही सुचत नव्हतं. ते फक्त पाहत राहिले दिलीपचंदच्या तोंडाकडे.

"तुम्ही कोर्टात गेलात तर वाचू शकणार नाहीत एवढे पुरावे आहेत आमच्याकडे तुमच्या विरोधात. कोर्टात गेलात तर केस हरालच पण गावात नाचक्की होईल ती वेगळी. तोंड दाखवायला जागा राहणार नाही गावात, प्रो. शर्मा तुम्हाला."

दिलीपचंदच्या आवाजातली धमकी दयाळांचं काळीज चिरत गेली आरपार थंडगार पात्यासारखी.

"एवढी वर्षं तुमच्यासारख्या सापाला पाळला आम्ही याचं दुःख आहे आम्हाला, प्रो. शर्मा. तुम्हाला शिक्षक म्हणण्याचीही लाज वाटते आम्हाला. या गावात आलात तेव्हा काय होतं तुमच्याकडे? आज स्वतःची जमीन, बंगला आणि स्वतंत्र व्यवसाय करण्याएवढी माया जमवली आहे तुम्ही."

"व्यवसाय माझा नाही. मुलाचा आहे माझ्या."

काहीतरी आपल्या बचावाचं बोलावं म्हणून पुटपुटले दयाळ.

"पण पैसा तुमचाच लागला आहे ना त्यात? आणि एवढं सगळं करून पुन्हा प्रतिष्ठित म्हणून मिरवता आहात?"

"मी एकटा नाही करत हे. चौकशी केलीत तर अनेकजण मिळतील तुम्हाला." पुन्हा बचावात्मक पवित्रा घेतला त्यांनी.

"पुरावे मिळाले त्यांच्या विरोधात तर तेही नाही राहणार या संस्थेत. आम्ही लक्ष घालत नाही कॉलेजच्या कारभारात. पण नजर असते आमची सगळीकडे. पाठक मॅडमचे आभारच मानायला हवेत आम्हाला. त्यांनी नजरेला आणून दिलं आमच्या हे सगळं म्हणून."

दयाळ हसले कडवट. "ती बाई सूड घेते आहे माझ्यावर. मी बधलो नाही ना तिला म्हणून."

"वाट्टेल ते बोलू नका, प्रो. शर्मा. एखाद्या स्त्रीबद्दल ही भाषा वापरणं शोभत नाही तुमच्यासारख्या शिक्षकाला."

"ओ होऽऽ शिक्षक आहे तर मी तुमच्या दृष्टीनं? शिक्षक म्हणून काय किंमत ठेवलीत तुम्ही माझी? आज मी काय काय पापं केली आणि कशी माया जमवली याचा हिशेब मांडला तुम्ही माझ्यासमोर पण तुमच्या महाविद्यालयाचं नाव साऱ्या पंचक्रोशीत गाजवल्याचं काम माझ्यासारख्या शिक्षकानंच केलं आहे हे लक्षात ठेवा."

"केवळ मुलांना आपल्या ताब्यात ठेवणं, कॉलेजच्या निवडणुका आपल्या मनाप्रमाणे घडवून आणणं, सगळ्या कमिट्या आपल्या हातात घेणं आणि प्राध्यापिकांना आपल्या प्रेमाच्या जाळ्यात ओढणं म्हणजे कॉलेजचं नाव गाजवणं असं म्हणायचं आहे की काय तुम्हाला?"

"आजही माझे विद्यार्थी आदरानं वागवतात मला. तुम्हाला काय कळणार विद्यार्थ्यांचं प्रेम?"

"कोणते विद्यार्थी येतात तुमच्याकडे? तुमच्याच मुशीतून तयार झालेले? निवडणुकीत कसे डाव लढवायचे आणि आपला स्वार्थ साधण्यासाठी कॉलेजची तोडफोड कशी करायची याचे धडे दिलेले तुमचे सारेच विद्यार्थी पाहिलेत मी. सारे मुजोर झाले होते तेव्हा. आज बोलवा त्यांना. पाहा, राहतात का उभे तुमच्या पाठीशी. विचारा त्यांना होतात का तुमच्या पापाचे भागीदार ते."

दयाळांचं अवसान हळूहळू गळायला लागलं. ते आश्चर्यचकित झाले होते. किती माहिती गोळा केलीय या माणसानं आपल्याविषयीची एवढ्या वर्षांत. आपणही विसरून गेलो होतो आपल्यातल्या शिक्षकाची ही दुसरी बाजू. इतक्या वाईट रंगानं भरून गेलं आहे आपलं प्रसन्न व्यक्तिमत्त्व हे लक्षातच आलं नाही आपल्या. आणि आपण आजही अभिमानाने सांगतो आहोत लोकांना विद्यार्थिप्रिय शिक्षक आहोत म्हणून.

"प्रो. शर्मा, इतरांनी काय केलं आणि ते काय करतात हे मला पूर्णपणे माहीत आहे. पण तुम्ही काय काय केलंत हे आज माझ्या दृष्टीनं जास्त महत्त्वाचं आहे. तुमच्या जगण्याची ही पद्धतच झाली असेल कदाचित आणि त्याविषयी काही वाटत नसेलही तुम्हाला किंवा आपण जे केलं ते आणि करतो आहोत हे चुकीचं आहे हे कबूल करण्याचं धाडस नसेलही तुमच्यात. पण आज ते सगळं कळल्यावर तुमच्यासारख्या माणसाला या संस्थेत नाही ठेवता येणार मला."

"आणि पाठकबाईंसारखी कारस्थानी आणि हुकूमशाही आणणारी बाई चालते

तुम्हाला.''

"त्या जर अशा केसेस आमच्यासमोर आणणार असतील तर चालतील. आम्ही लक्ष नाही घातलं एवढी वर्षं कॉलेजच्या कारभारात. आमच्या व्यवसायाला जास्त महत्त्व दिलं. कोणत्या प्राचार्यांनीही नाही लक्षात आणून दिलं हे आमच्या. पण आता लक्ष घालायचं ठरवलं आहे आम्ही आणि पाठकबाईंनी शिस्तच लावली आहे तुम्हा सर्वांनाच. फार गृहीत धरून चालला होतात तुम्ही या व्यवसायाला. मनमानी कारभार सगळा. सारं वेगळापत्रकच बदलून टाकलं कॉलेजचं. पैशाचे व्यवहारही स्वच्छ आहेत त्यांचे.''

"या व्यतिरिक्त अनेक गोष्टी केल्या आहेत त्यांनी आणि त्या सगळ्याच वाईट आहेत, शेठजी.''

"म्हणजे काय केलंय त्यांनी?''

"आपल्याला नको असलेल्या माणसाला गोत्यात आणून काढून टाकणं, कोणी मेलं तर बॅन्ड आणून पेढे वाटणं, नको असलेल्या माणसांना क्षुल्लक कारणांवरून सक्तीच्या रजेवर पाठवणं, सगळी सत्ता आपल्याभोवती केंद्रित करणं, साऱ्या कमिट्यांची स्वायत्तता काढून घेऊन उपप्राचार्य व रजिस्ट्रार यांना आपल्या हातातल्या बाहुल्या बनवणं हे सर्व तुमच्या नजरेला नाही आणून दिलं कोणी?''

"तसं काही होत असेल तर पाहू आम्ही. लक्ष घालू, बोलू त्यांच्याशी.''

"माझ्याविषयी एवढी माहिती काढलीत तुम्ही. मॅडमविषयी नाही काढली?''

"काढली की. पण संस्थेला शिस्त लावण्यासाठी पाठकबाई योग्य वाटल्या आम्हाला. म्हणूनच नेमणूक केली त्यांची प्राचार्य म्हणून. त्यांच्या चुका होत असतील तर त्यांनाही माफी मिळणार नाही.''

दयाळ गप्प बसून राहिले क्षणभर.

"तुम्हाला कोर्टात जायचं असेल तर आम्ही अडवणार नाही तुम्हाला. फक्त त्यामुळे तुम्ही फसाल एवढं लक्षात घ्या.'' दिलीपचंद पुन्हा मूळ मुद्द्यावर आले.

"मग काय करू मी? माझ्यावर झालेला अन्याय सहन करू मी?''

"माझ्या दृष्टीनं अन्याय नाही आहे हा. एवढी वर्षं तुम्ही केलेल्या साऱ्या गुन्ह्यांची शिक्षा आहे असं समजा. गावात होणाऱ्या बदनामीपासून वाचायचं असेल तर मी एक पर्याय सुचवतो. विचार करा. या अशा केसेससाठी कोर्टात खेटे घालायला वेळ नाही आम्हाला आणि आमच्या वकिलालाही. पंचवीस वर्षं होऊन गेलीत तुम्हाला या नोकरीत. स्वत:हून व्हीआरएस मागा. आम्ही मंजूर करू. गेलात तर मानाने जाल. नाही तर मग चौकशी आणि नंतर सस्पेन्शन. वेळ

देतो तुम्हाला दोन दिवसांचा. काय ते ठरवा तुम्ही.''

''आणि विद्यापीठीय चौकशीचं काय?''

''ती थांबवू आम्ही. आमच्या हातात आहे ते. फक्त तुमचा निर्णय कळवा,'' दिलीपचंद उठत म्हणाले.

दयाळ विचारात पडले क्षणभर, पण ते काही म्हणायच्या आधीच दिलीपचंद बाहेर निघून गेले होते. वालचंदशेठही आधीच केव्हा तरी निघून गेले होते. दयाळ एकटेच उरले त्या जुन्यापुराण्या खोलीत. तसेच बसून राहिले ते त्या शिसवी काळ्या खुर्चीत. उठून बाहेर जाण्याएवढंही बळ नव्हतं राहिलं पायांत. शेवटी शिपाई आला बाहेरून आणि म्हणाला, ''साहेब ऑफिस बंद करायचं आहे.''

''हो,'' म्हणून दयाळ उठले, बाहेर आले तेव्हा संध्याकाळ झाल्याचं लक्षात आलं त्यांच्या. आता पुन्हा अंधार होईल. त्याआधी घरी पोहोचायचं होतं त्यांना. थोडा तरी प्रकाश असणार होता तिथं.

दयाळ घरी आले तेव्हा बायको, दोन्ही मुलं, सून आणि नातवंडं टीव्हीसमोर बसली होती. कोणती तरी 'कसोटी जिंदगी की' की काय मालिका चालू होती. तिथं घडणाऱ्या साऱ्याच घटना आपल्या आयुष्यातच घडताहेत असे भाव चेहऱ्यावर घेऊन बसलेली ती सारी माणसं आपली नेमकी काय लागतात हा प्रश्न पडला दयाळांना. ते आल्याची दखल कोणीच घेतली नव्हती. आपलं आयुष्य हे कमर्शिअल ब्रेकमध्ये जगायचं असतं असं ठरवून जगणारी ही माणसं माझ्याच वाट्याला का यावी असं वाटलं त्या क्षणाला दयाळांना. यांना हलवून जागं करायला हवं आता. इथं माझं आयुष्य डावाला लागलंय. कुठूनही सुरुवात केली तरी हारच पदरात पडणार आहे आणि अशा क्षणी माझ्या पाठीशी उभं राहायचं तर ती सगळी माणसं त्या कोणा अनुराग आणि प्रेरणासाठी हळहळताहेत.

''अरे, पाणी पाजणार का आज कोणी मला?'' इतका वेळ मनात कोंडून ठेवलेला संताप वाफेसारखा बाहेर आला. तशी दचकली सारी मंडळी. पण क्षणभरच. पुन्हा टीव्हीमध्ये रंगून गेली. फक्त सून उठली आणि आत गेली. पाणी आणून त्यांच्या हातात दिलं तरी तिची नजर टीव्हीच्या पडद्याकडेच होती. दयाळांच्या रागाचा कडेलोट व्हायची वेळ होती ती. पाणी घटाघटा पिऊन त्यांनी रिमोट हातात घेतला आणि टीव्ही बंद केला.

क्षणभर काय झालं ते कोणालाच कळलं नाही. मग सारीच भांबावून पाहत राहिली दयाळांकडे. तेवढ्यात एक नातू किरकिरला, ''आजोबा, लावा ना टीव्ही.''

दयाळांनी दुर्लक्ष केलं त्याच्याकडे आणि म्हणाले, ''गेले पंधरा दिवस मी

घरात आहे. मी का घरात राहिलो याची कल्पना आहे तुम्हाला?''

सगळे एकमेकांकडे पाहत राहिले.

''एका घरात राहतो आपण आणि साधं शेअरिंग करता येत नाही आपल्याला. आजूबाजूला काय चाललंय, कोण कोणत्या प्रसंगातून जातंय हे साधं जाणूनही घ्यावसं वाटत नाही तुम्हाला?''

''काय झालंय बाबा,'' विनयनं विचारलं.

''विशेष काही झालं असेल असा संशयही नाही आला तुम्हाला? एवढी रजा घेऊन कधी बसला होता का तुमचा बाप घरात? बापानं कमावला आहे पैसा तेव्हा लोळायचं दिवसभर आणि मजा करायची एवढंच ठाऊक आहे तुम्हाला. आता फार झालं हे. आपापले मार्ग शोधा आता. मी पुरा पडणार नाही तुम्हाला आयुष्यभर. मी निवृत्त होणार आहे आता.''

''काय एवढ्या लवकर? अजून पाच वर्षं आहेत ना?''

''व्हीआरएस घेणार आहे मी. काही हरकत आहे तुमची? माझं ओझं होणार नाही तुम्हाला. घर माझंच आहे. खानावळीचे पैसे देईन मी.''

''असं काय बोलता बाबा?''

''खानावळीपेक्षा काय वेगळं आहे इथं. याला घर का म्हणायचं मी, सांगा? मला कधीच नाही वाटला या घरात आपलेपणा. मर मर मरत राहिलो मी. कामासाठी वेचलं सारं आयुष्य. पण या घरात आल्यावर कधीच रिलॅक्स नाही वाटलं. उपऱ्यासारखाच राहिलो इथं. आताही तसाच राहीन. माझं काम, माझ्या काळज्या, माझ्यावर आलेले प्रसंग; कोणाला काही आहे का त्याचं? आता फार झालं. या वातावरणात गुदमरायला होतं मला. पण तरीही इथंच राहायला हवं, माहीत आहे मला. राहीनही मी. पण यापुढं माझ्याकडून एका पैशाची मदत होणार नाही हे लक्षात ठेवा.''

दयाळांनी नजर फिरवली एकदा सगळ्यांकडे. ललिता एकटक पाहत होती त्यांच्याकडे प्रथमच. सुनेचे डोळे अजूनही बंद टीव्हीच्या पडद्यावर लागलेले. बच्चे कंपनी हिरमुसून गेलेली. अस्वस्थता होती ती विनयच्या चेहऱ्यावर. राकेशही थोडा बावचळला होता, पण त्याला काही फरक पडला आहे असं नव्हतं वाटत.

दयाळांनी बायकोकडे पाहिलं आणि म्हणाले, ''रात्री जेवणार नाही मी. फळं असतील तर दूध आणि फळं पाठवा माझ्या खोलीत.''

जिना चढून ते वर आपल्या खोलीत गेले. दार बंद करता करता त्यांना पुन्हा टीव्ही सुरू झाल्याचा आवाज आला. सारं कुटुंब पुन्हा कोणाच्या तरी आयुष्याच्या कसोट्या पाहण्यात रंगून गेलं.

आज आपल्या आयुष्यातील निर्णायक क्षण आला आहे आणि आपल्यासोबत कोणीच नाही. ही परीक्षा एकट्यानंच द्यायची आहे आपल्याला. खरं तर आता रागाच्या भरात देऊनही टाकली परीक्षा. निर्णय जाहीरही केला आपण. दिलीपचंदशेठच्या ऑफिसमधून निघालो तेव्हा काय निर्णय घ्यायचा ते कळतच नव्हतं. उद्या राजवाड्यांशी नाही तर घोगरे वकिलांशी बोलायचं ठरवलं होतं. आपण आता व्हीआरएस घेतली तर पाच वर्षं मिळणाऱ्या पगारावर पाणी सोडायला लागणार होतं. जवळजवळ चार लाख वार्षिक उत्पन्न गुणिले पाच. एवढ्या उत्पन्नावर पाणी सोडणं म्हणजे तशी खायची गोष्ट नव्हती. आपल्या या एकखांबी कुटुंबाची जबाबदारी कशी पेलायची हा विचार करतच घरी आलो आपण. चालत आलो आज रिक्षा न करता.

धीर सुटला तो इथं आल्यावर. आपल्या आयुष्याचा एक भाग समजत होतो आपण आपल्या या कुटुंबाला. पण त्या सगळ्यांना आपल्या समस्या, आपलं दुःख, कशाशीच काही देणं घेणं नाही. सारीच कोसो मैल दूर गेलीत आपल्यापासून. एका अर्थी त्यांची ही तटस्थता आपल्याला सामोरी आली ते बरंच झालं. तडकाफडकी निर्णय तरी घेता आला.

कोर्टात गेलो तरी काय होणार आहे? आधी विद्यापीठीय चौकशी, मग कोर्टात केस, आपल्या न्यायव्यवस्थेत वर्षानुवर्षं चालणाऱ्या अशा केसेस आणि त्यांचा निकाल लागेपर्यंत होणारं मानसिक आणि आर्थिक खच्चीकरण; या साऱ्यांतून सुटका हवी असेल तर दिलीपचंदशेठनं समोर ठेवलेल्या पर्यायाशिवाय कोणता चांगला पर्याय असू शकतो?

दयाळांनी निःश्वास सोडला. नोकरी गेल्यावर काय करणार आहोत आपण? ट्यूशन क्लासेस की घेतलेली दहा एकर जमीन कसणार आहोत? की इतरांसारखं एक निष्क्रिय आयुष्य जगणार आहोत आपण?

पंचवीस वर्षं या कॉलेजात काम केल्यानंतर अचानक निर्माण होणारी ही पोकळी कशी भरून काढणार आहोत आपण? या ओसाड पिवळ्या मातीच्या भकास गावानं दिलेले हिरवे दिवस संपताना सुरू होणारी पानगळ सोसता येईल आपल्याला? आणि तीही कोणाच्या सोबतीशिवाय?

दयाळांना वाटलं, या क्षणी संपून गेलं आयुष्य तर काय फरक पडेल विशेष? त्यांच्या लेखी अस्तित्वातच नाही आहोत आपण. कशासाठी राहायचं या गावात जिथं नाचक्की होणार आहे आपली? त्यापेक्षा निघून जावं कुठंतरी त्यांच्या या जगण्यापासून दूर. आपल्या आयुष्याचा, आपल्या चुकांचा क्रॉस आपल्या खांद्यावर लादून.

खूप वेळ नुसत्याच फेऱ्या घालत राहिले दयाळ. 'व्हीआरएस घ्या, नामुष्की

टळेल,' हे शब्द घुमत होते त्यांच्या कानात, तर दुसरीकडे, व्हीआरएस घेतल्यानंतरच्या भयाण आयुष्याचं चित्रं नाउमेद करत होतं त्यांना.

दार वाजलं म्हणून त्यांनी वळून पाहिलं. अंधारात नीट दिसेना. तेवढ्यात दिवा लागला. ललिता उभी होती समोर. दूध आणि फळं घेऊन आली होती ती. टेबलावर ठेवून तशीच उभी राहिली ती. मग शेवटी दयाळांनी विचारलं, "काय हवंय?" ललिताशी बोलताना आपल्या सुरात अजूनही जरबच असते; का नाही प्रेमानं बोलता येत तिच्याशी?

"कोर्टात जाण्यापेक्षा निवृत्त व्हायचा निर्णय घेतलात हे बरं केलंत."

दयाळ चमकले. कोर्टात जाणार होतो ते हिला कसं कळलं?

"माझ्याही कानावर येत असतं काही बाही. तुम्ही काही सांगितलं नाही तरी. फक्त एक सांगायचं होतं. या गावात मानानं राहिलात तुम्ही. यापुढं अशा परिस्थितीत इथं राहणं बरं नाही वाटत. लोकांनी आता मान दिला नाही तर तुम्हालाही त्रास होईल. गावी जमीन आहे थोडी आपली. आपण तिथं जाऊ. शेती करू. तिथं शिकवा हवं तर पोरांना, पैसे न घेता; प्रायश्चित म्हणून. मुलांना राहू देत इथं. त्यांचं ते पाहतील. बघा, विचार करा यावर. मला वेडीला तसं काही कळत नाही. पण तरी वाटलं ते बोलले." थेट दयाळांच्या डोळ्यात पाहत म्हणाली, ललिता, प्रथमच. मग आणलेलं सारं बळ हरवल्यासारखी खाली पाहत निघून गेली बाहेर.

दयाळ पाहत राहिले तिच्या पाठमोऱ्या किंचित थकलेल्या अंगकाठीकडे. बराच वेळ आश्चर्यचकित.

बाहेर दाट अंधार पसरला होता. पण ललितानं लावलेल्या दिव्यामुळे ती खोली तरी उजळून निघाली होती. बाहेर दाटून आलेल्या काळोखाच्या तुलनेनं घरातला हा प्रकाश खूप वाटला दयाळांना. ते झोपाळ्यावर टेकले निश्चिंत आणि पाहत राहिले पूर्वेला उगवू पाहणाऱ्या कृष्णपक्षातील चंद्राकडे.

***

(*चतुरंग अन्वय*, दिवाळी २००६)

गुरुचरित

गुरू आईला खूप मानतो.

गुरू बाईला शून्याएवढीही किंमत देत नाही.

गुरू म्हणतो आई म्हणजे दुधावरची साय! आपल्या पोळलेल्या आयुष्यावर पसरलेली थंडगार वाऱ्याची झुळूक!

गुरू म्हणतो बाई म्हणजे निव्वळ नासलेलं दूध, त्याचं तसं काहीच करता येत नाही. जर आलंच काही करता, तर आपल्याला हवं तेच करावं. नाहीतर केराची टोपली दाखवावी.

गुरूला आई देवाच्या जागी आहे. त्याला वाटतं, तिची पूजा करून रोज तिच्या पायाचं तीर्थ घेतलं तर पुण्य लाभतं.

गुरूला बाई पायातल्या वहाणेच्या जागी आहे. वेळोवेळी तिची जागा तिला दाखवली नाही तर आपल्या आयुष्याचा नरक होतो निव्वळ, असं त्याचं प्रांजळ मत आहे.

गुरूला असं का वाटतं? आई आणि बाईमधला हा फरक तो वेळोवेळी का अधोरेखित करत असतो? गुरूला जे वाटतं ते सगळ्याच पुरुषांना वाटतं का? आपल्या घटनेत (जी गुरूला चांगली माहीत आहे) आणि संस्कारानं (जे गुरूवर झालेत की नाही हा संशोधनाचा विषय आहे) माणसामाणसांत जाती, धर्म आणि लिंग त्यांच्या आधारावर फरक करू नये असं वारंवार सांगूनही दोन स्त्रियांतच गुरू असा फरक का बरं करतो?

गुरू कोण आहे नेमका? तो कुठे राहतो? किंवा त्याचा बाप काय करतो? हे तसं महत्त्वाचं आहे का? समजा गुरू डॉक्टर, वकील, इंजिनिअर, प्राध्यापक, संशोधक, ऑफिसर, कलेक्टर वगैरे असता तर गुरूनं हा फरक केला असता का? समजा गुरू गवंडी, सुतार, कुंभार, सोनार, न्हावी, लोहार वगैरे असता तर गुरूनं असा फरक केला असता का? किंवा गुरू मोठा उद्योगपती असता, छोटा उद्योगपती असता किंवा कोणत्याही छोट्या मोठ्या टोळीतला छोटा-मोठा शूटर

किंवा गँगस्टर असता अथवा साधा भुरटा चोर किंवा दरोडेखोर असता तरी गुरूनं असा फरक केला असता का?

गुरू कुठं राहतो ह्यावर त्याचे विचार अवलंबून असते का? म्हणजे तो धारावीच्या झोपडपट्टीत राहिला असता तर त्यानं असा फरक केला असता, पण दादरच्या शिवाजी पार्कात राहिला असता किंवा पेडर रोडवरील एखाद्या आलिशान अपार्टमेंटमध्ये राहिला असता तर गुरू मनानं मोठा झाला असता असं काही म्हणता येईल का? किंवा आपण म्हटलं आहे त्याच्या अगदी उलट म्हणता येईल का? म्हणजे झोपडपट्टीत जन्मला असता तर सज्जन माणूस झाला असता आणि मध्यमवर्गीय अथवा उच्चवर्गीय घरात जन्मला असता तर तो मनानं संकुचित विचारांचा राहिला असता?

गुरूचा बाप एखादा उद्योगपती असता किंवा डॉक्टर, वकील, इंजिनिअर, प्राध्यापक वगैरे असता तर त्याच्यावर वेगळे संस्कार झाले असते किंवा समजा, गुरूचा बाप साबण-पाणी लोकांच्या चेहऱ्याला लावून वस्तारा फिरवीत जगणारा असता किंवा लाकडावर रेघा मारून फर्निचर बनवणारा असता किंवा फिरत्या चाकावर मातीला विविध आकार देणारा असता तर त्याच्यावर वेगळे संस्कार झाले असते असं म्हणता येईल का?

गुरू समजा सर्जनशील कलावंत असता, म्हणजे तो कवी असता, चित्रकार असता, नट असता, गायक असता किंवा शिल्पकार असता तरीही गुरूनं बाई आणि आईमध्ये असाच फरक केला असता का?

गुरू कोण असता? गुरू कुठं राहत असता? गुरूचा बाप काय करत असता? हे प्रश्न खरंच महत्त्वाचे आहेत का? की गुरू कोणत्या मातीत वाढला हे महत्त्वाचं आहे? गुरूला कोणी घडवला, त्याच्या मानसिकतेला कोणी घडवलं आणि कोणत्या संस्काराचं कोंदण त्यावर बसवलं हे जाणून घेणं महत्त्वाचं आहे?

तर ही गुरूची गोष्ट आहे.

गुरू व्यवसाय काय करतो हे माहीत नाही पण तो एक संवेदनशील कलावंत आहे. तो कवी, नट, चित्रकार, गायक किंवा शिल्पकार ह्यापैकी काहीही असला तरी तो तरल हळव्या मनाचा माणूस आहे हे महत्त्वाचं! त्याचा प्रत्येक शब्द हा पावसात चिंब भिजलेल्या ओलेतीसारखा असतो. त्यानं काढलेलं चित्र म्हणजे मनाच्या कॅनव्हासवर उमटलेली रंगांची उधळण असते. त्याच्या अभिनयानं लोकांची मनं जिंकलेली असतात. आवाज रुणझुणत राहतो ऐकणाऱ्यांच्या कानात आणि शिल्प जिवंत माणसासारखं सळसळत रहातं.

ह्या सगळ्या गोष्टी एकत्रितपणे एका माणसात असणं शक्य नाही. पण

समजा असत्या, तर गुरूला चांगला चेहरा असायला हवा असं नाही. संवेदनशील कलाकाराला त्याची आवश्यकता असतेच असं नाही. सर्वसामान्य चेहऱ्याच्या गुरूला असामान्य प्रतिभेचं वरदान लाभलंय आणि त्या प्रतिभेबरोबरच सतत वेगळं काही करण्याची ओढही लागलेली आहे. साहजिकच एका कलावंताच्या वळचणीला कायमची वस्तीला आलेली मनाची अस्वस्थताही त्याच्याकडे आहे. ती अस्वस्थता त्याच्या वागण्याबोलण्यात सतत जाणवत असते. त्याच्या ह्या अस्वस्थतेला गुरूच्या घरच्या मंडळींनी, विशेषत: आईनं समजावून घेतलं आहे हे फार महत्त्वाचं आहे. इतर मुलं मोठी झाल्यावर आपापल्या धंद्याला, नोकरीला लागली तरी गुरूला पैसे कमावण्याचं साधन सापडलं नाही म्हणून गुरूचं घर किंवा त्याची आईही चिंतातुर झाली नाही. त्याला हवे ते शब्द, हवे ते सूर, त्याला हवे ते रंग किंवा त्याला हवा तो नाटक-सिनेमातला ब्रेक मिळेपर्यंत त्याच्या घरानं आणि आईनं त्याला सांभाळलं. त्याचं आजारपण काढलं, त्याचे कपडे धुतले, त्याला जेवायला घातलं. अस्वस्थ मनाचा गुरू दारूच्या पेल्यात बुडाल्यावर त्याचं मन सांभाळलं, रात्री-अपरात्री दारू पिऊन केलेल्या उलट्या काढल्या, त्याच्या शरीराचे दर्प सहन केले, पहाटेपर्यंत घरी न परतलेल्या ह्या हळव्या कलावंताची वाट पाहिली आणि रात्रभर प्रेयसीच्या स्तनाशी खेळून पहाटे पहाटे परतलेल्या गुरूला त्याच्या आईनं आपल्या स्तनांशीही घेतलं.

साहजिकच गुरूला आईमध्ये कायम एक सावली धरणारं झाड दिसत राहिलं. अशा परिस्थितीत आईसारखं दैवत साऱ्या जगतात नाही ह्या ओळी मनावर कायमच्या ठसणंही स्वाभाविक आहे. म्हणूनच गुरूला आई आवडते. मुख्य म्हणजे ती त्याला अपेक्षित असणाऱ्या बाईसारखी राहते. सारं घर स्वत:च्या खांद्यावर पेलतानाही मेहरबानी केल्यासारखी वागत नाही. गुरूच्या बापापुढे एक चकार शब्दही उच्चारत नाही. गुरूला तिचं नेहमीच कौतुक वाटत आलंय. बाईनं निमूट राहावं घरात, घरासाठी शिजवावं, शिजावं, बाहेर पडलेल्या पाखरांची आणि त्यांच्या बापाची वाट पाहत बसावं युगानुयुगं असं सर्व पुरुषांप्रमाणे गुरूच्या बापालाही वाटायचं की नाही माहीत नाही. पण बापाला तसं न वाटताही आपली आई तशी वागते ह्या गोष्टीचं गुरूला फार कौतुक होतं.

गुरूच्या भावांची लग्नं झाल्यावर बाईपणाच्या साच्यातून काढलेल्या वहिन्या घरात आल्या. त्यांना पाहून तर गुरूच्या बायकोविषयीच्या अपेक्षा म्हणजे तिच्या व्यक्तीपेक्षा बाई असण्याविषयीच्या अपेक्षा फारच वाढल्या. सहन करणारी आई, काहीही न बोलता कष्ट करणाऱ्या वहिन्या समोर असल्यानं गुरूला त्याच्या सगळ्याच प्रेयस्या ह्या आक्रमक, अनाठायी बडबड करणाऱ्या, उंडारलेल्या,

पुरुषी मनोवृत्ती जपणाऱ्या बायका वाटणं साहजिकच आहे. अशा बायका मैत्रिणी होऊ शकतात, जास्तीत जास्त प्रेयस्या होऊ शकतात पण 'बायको' नाही हे गुरूचं ठाम मत झालं होतं. म्हणजे उदाहरणार्थ, पुरुषसत्ताक व्यवस्थेविरुद्ध लिहिणाऱ्या लेखिका, स्त्रीस्वातंत्र्यासाठी चळवळी करणाऱ्या समाजसेविका ह्यांच्याविषयी त्याला प्रचंड आदर होता. पण जी कोणी स्त्री आपली बायको होईल तिच्यावर त्यांच्या विचारांची सावली पडलेली नसावी असं त्याला वाटायचं. आणखी उदाहरण द्यायचं झालं तर नाटकाचा प्रयोग अथवा शूटिंग अथवा कविसंमेलन अथवा चित्रांचं प्रदर्शन संपल्यानंतर त्याच्या सोबत बसून चार-पाच ग्लास सहज रिचवणाऱ्या Co-artists अथवा Co-stars अथवा लेखिका अथवा चित्रकार त्याच्या चांगल्या मैत्रिणी असल्या तरी बायको नावाच्या बाईनं केवळ गंगाजळालाच तोंड लावावं असं त्याचं स्पष्ट मत होतं.

आपल्या आजूबाजूला असलेल्या रंगीबेरंगी, स्वच्छंदी फुलपाखरासारखं आयुष्य जगणाऱ्या साऱ्याच बायका ह्या शोभेच्या बाहुल्या आहेत असं गुरूचं ठाम मत होतं. त्यामुळे अशा बाहुल्या घरात आणून घराची आणि स्वतःच्या आयुष्याची शोभा करून घेण्यात गुरूला अजिबात रस नव्हता. त्यामुळेच चाळिशी जवळ आली तरी गुरूनं लग्न करायचा विचार केला नव्हता. अर्थात ह्यालाही काही कारणं होतीच. त्याच्यासारख्या प्रतिभावंत कलावंताला सामान्य बुद्धीची बायको नको होती. सामान्य बुद्धीच्या बाईला चारचौघांत नीट वावरता येत नाही, शब्दांशी खेळता येत नाही, धड बोलता येत नाही की शृंगारात नवऱ्याला धड रिझवताही येत नाही. त्यामुळे बायको आपल्यासारख्याला शोभेल अशी स्मार्टच हवी अशी गुरूची इच्छा असली तरी आजूबाजूला दिसणाऱ्या साऱ्याच स्मार्ट बायका स्वतःला पारंपरिक चौकटीत बांधून घ्यायला तयार नव्हत्या. त्या एकतर आत्मभान आलेल्या लेखिका तरी होत्या, नाहीतर करिअर करणाऱ्या बायका तरी होत्या. त्यांना अभिनयात करियर करायचं होतं, गाण्यात करियर करायचं होतं, नामवंत चित्रकार व्हायचं होतं. पण कोणालाही त्याच्या आईसारखी समंजस बाई व्हायचं नव्हतं. इथंच गुरूची गोची झाली होती.

पण गुरू भाग्यवान होता. ह्या गोचीतून सुटका करण्यासाठी एक मुलगीवजा बाई तयार झाली. त्याच्यामधल्या असामान्य, प्रतिभावान कलावंतावर भरभरून प्रेम करणारी असामान्य बुद्धीची ही स्त्री त्याच्या ह्या 'करिअरवूमन' न होण्याच्या अटीनंतरही त्याच्या नावाचं मंगळसूत्र घालायला तयार झाली आणि मग उशिरा का होईना पण आईचा स्तन सोडून बायकोच्या स्तनात गुरू सावली, पाऊस, दुधावरची साय वगैरे शोधायला लागला.

लग्न नावाची घटना आपल्याला वाटत होती तेवढी वाईट नक्कीच नव्हती. मग आपण ती का टाळत होतो असा प्रश्न पडला गुरूला सुरुवातीला. पण पुढे आपल्या असामान्य बुद्धीला न पटणाऱ्या गोष्टींचे प्रश्न तयार करून बायको नावाची ही बाई अधूनमधून त्याच्यासमोर उभी राहायला लागली. उदाहरणार्थ, तुझ्यासाठी मी माझ्या कलागुणांना मागे सारून फक्त नोकरी करत राहिले. मग माझ्यासाठी तुला वेळेत घरी नाही का येता येत? किंवा केवळ तुझ्यावरच्या प्रेमामुळे माझे सारे व्यक्तिस्वातंत्र्याचे विचार मी विसरून गेले, माझी मतं मी मागे घेतली असताना तुझी सारी मतं तू माझ्यावर कशी काय लादू शकतोस? तुला हवा तसाच पोशाख मी करते, मग तू माझ्यासाठी दारू नाही का कमी करू शकत? तुझ्या आईच्या मनात माझ्याबद्दल काय गैरसमज आहेत आणि असले तर तू ते काढून का नाही टाकत? तू कलावंत आहेस त्यामुळे तुझं मन मी जपेनच रे, पण तुलाही माझ्या मनाचा विचार नको का करायला? इत्यादी इत्यादी इत्यादी.

एक सांगायचं राहिलंच. गुरूचं हे असामान्य बुद्धीच्या मुलीशी लग्न करणं त्याच्या सामान्य बुद्धीच्या आईला अजिबात पसंत नव्हतं. केवळ पोरासाठी आणि तेही त्याचं लग्नाचं वय उलटून जात होतं म्हणून तिनं ह्या लग्नाला मान्यता दिली. पण सामान्य बुद्धीच्या इतर सुनांमध्ये ही असामान्य बुद्धीची सून चपखल बसणार नाही हे ह्या अनुभवी बाईला कळत असल्यानं तिनं गुरूला वेगळा संसार थाटायला सांगितलं.

लग्न झाल्या झाल्या असा पेच निर्माण झाल्यानं गुरू अस्वस्थ झाला. त्याला बायकोचा स्तन हवा असला तरी आईचा स्तन सोडायचा नसल्यानं पुन्हा एकदा गुरूची गोची झाली. आपण लग्नाचा निर्णय घेतल्यानं आपले सारे पाश, नातेसंबंध, आई, भाऊ, वहिन्या ह्यांना सोडून दुसरं घर पाहावं लागलं आणि ते केवळ ह्या असामान्य मुलीमुळे ह्याची बोच गुरूच्या मनात सुरुवातीपासून होतीच. त्यात ह्या असामान्य मुलीला नव्यानं गळा फुटल्यानं ती स्त्रीस्वातंत्र्य, व्यक्तिस्वातंत्र्य, नातेसंबंध वगैरे गोष्टींविषयी भरभरून बोलायला लागली. त्याच्या बाबतीत फारच पझेसिव्ह व्हायला लागली असे त्याचे दारूतले भागीदार मित्र म्हणू लागले.

गुरू दिवसेंदिवस अस्वस्थ होऊ लागला. त्याचं घराबाहेर राहणं वाढू लागलं, दारू वाढू लागली, त्यात बायकोचा त्रागा वाढू लागला.

अशा सर्व युद्धपूर्व परिस्थितीतून जात असतानाच गुरूला मुलगीही झाली. आपली बायको आता आई झाली. म्हणजे तीही आपल्या आईसारखी थोर वगैरे होईल की काय ह्या भयानं गुरूची झोप उडाली. गुरूची झोप उडण्याची अनेक कारणं होतीच, त्यात आणखी एक कारण घडलं.

हे कारण आपल्या देशातील अनेक पुरुषांच्या स्वाभिमानाला धक्के देणारं असल्यानं गुरूच्याही स्वाभिमानाला धक्का पोचला.

लेखनावर आपल्या देशात जगता येत नाही. त्यासाठी विक्रम सेठ किंवा जे.के. रोलिंगएवढी लोकप्रियता लागते. चित्रांचा खप व्हायला तुम्ही पिकासो नाही तर कमीत कमी एम.एफ. हुसेन तरी असायला हवेत. अभिनेत्यालाही भूमिकेशी तडजोड करता येत नसेल तर पैसा आणि हव्या तेवढ्या भूमिका मिळवणं कठीणच होतं आणि त्यात मिळणारा थोडा बहुत पैसा जर दारूत संपत असेल तर बायकोचा मासिक हुंडा म्हणजे फिक्स इन्कम मिळायला हवं. लग्न झाल्यावर तर त्याची गरज असतेच; कारण आईचा स्तन सोडल्यानंतर मुलाला आईकडून पैसे किंवा कोणतीही गोष्ट हक्कानं मागण्याची लाज वाटतेच. गुरूची तिसरी गोची इथे झाली. आई हातात पैसे ठेवायची वेळोवेळी तेव्हा गुरू जाहीरपणे आणि अभिमानानं सांगायचा की माझ्या स्ट्रगलच्या दिवसांत ह्या आई नावाच्या बाईनं मला जेवू-खाऊ घातलं, मला हातखर्चाला पैसे दिले. एवढंच काय बाटलीसाठीही शंभर-दोनशे रुपये हातात ठेवले. पण आता बायकोविषयी असं काही आणि इतक्या विनम्रतेनं बोलताच येत नव्हतं त्याला.

फारच मनस्ताप व्हायला लागला गुरूला. कोंडीच झाली त्याची चहूकडून. मनाचा हा विलक्षण थकवणारा कोंडमारा सहनच करता येईना गुरूला. अगदी कवितेतूनही वाचा फोडता येईना त्याला. शेवटी गुरू रडला आईच्या पदरात तोंड खुपसून, तर आई म्हणाली, सोड बायकोचा स्तन आणि ये माझ्या स्तनाशी. बायकोचा स्तन फक्त चेतवतो पुरुषाला, आईचा स्तन पाझरत राहतो. तिच्या ह्या लहानग्या पुरुषबाळासाठी.

गुरू हळवा झाला. गुरू नॉस्टॅल्जिक झाला. आठ वर्षांचे होईपर्यंत आपण आईच्या पाझरणाऱ्या स्तनावर कसे वाढलो आणि पुढेही कोरडा स्तन कसा चोखत राहिलो ह्याच्या आठवणीनं गलबलून यायला लागलं त्याला. मग बायकोच्या स्तनातही आईचाच स्तन दिसायला लागला त्याला. तेव्हा तो चोखत भूतकाळात रमू पाहायचा गुरू. पण बायको मात्र प्रेयसीसारखी वेढून घ्यायची त्याला. गुरूची आणखीनच कोंडी होऊ लागली. आपण जत्रेत हरवलेलं मूल झालो आहोत आणि आता ह्या गर्दीत आपल्या आईला कुठे शोधायचं असा प्रश्न हैराण करू लागला त्याला.

अनेकदा लग्नानंतर पुरुष बायकोमध्ये प्रेयसी शोधतात काही दिवस. पण लग्न जुनं होत गेलं की ते बायकोमध्ये आई शोधायला लागतात. गुरूचंही तसंच व्हायला लागलं होतं. पण त्याची आई सापडेना त्याला त्याच्या बायकोमध्ये. तेव्हा

त्याला वाटलं जिच्यात आई सापडत नाही अशी स्त्री बायको म्हणून काय कामाची? त्यापेक्षा तिला सोडलेलीच बरी.

गुरूला आता बायको नकोशी झाली. गुरूला मुलगीही नकोशी झाली. आईविना आपण ह्या जगात निव्वळ भिकारी आहोत. आई जवळपास नसल्यामुळे आपल्या निर्मितीच्या शक्यता मरू लागल्या आहेत असा साक्षात्कार झाला गुरूला. आई हीच निर्मितीची प्रेरणा असते आणि तीच खरी निर्माती असते. आपल्यासारख्या कलावंताची बायको आई झाली तरी ती नाही निर्माण करू शकणार आपल्यासारखा श्रेष्ठ कलावंत आणि जरी केला तरी त्यात आपला महत्त्वाचा वाटा असणार, कारण कलावंताचे जीन्स आपल्यातूनच जाणार आपल्या मुलीत. अर्थात त्याच्या स्वत:च्या निर्मितीत त्याच्या आईबरोबर त्याच्या बापाचाही सहभाग असू शकतो, हे गुरू सोईस्करपणे विसरला. बायको आणि आई ह्या दोन स्त्रियांमधील एकीचीच निवड करता येईल अशी परिस्थिती निर्माण झाल्यावर गुरू घुसमटायला लागला.

गुरूला उपाय सापडेना. एवढा मोठा कलावंत आपला गुरू! स्त्रीमनाला आवडतील असे शब्द गुंफणारा, स्त्री-पुरुष समानतेविषयी भरभरून बोलणारा, आपल्या चित्रांतून बाईच्या कामप्रेरणांनाही वाट करून देणारा हा आपला गुरू प्रत्यक्षात मात्र बाईला हळवं प्रेम व्यक्त करावंसं वाटतं, तिला समानता हवी असते किंवा तिला कामप्रेरणा असू शकतात हे मान्य करायला तयार नव्हता. त्याच्या दृष्टीनं बाईला इच्छा नसतात, स्वत:चं मन नसतं की कोणत्याही प्रेरणा नसतात. तिच्यात असतो तो केवळ नि:स्वार्थ सेवाभाव आणि काहीही स्वीकारण्याची वृत्ती! त्याच्या आईनं त्याच्या किती सख्या, किती मैत्रिणी, किती प्रेयस्यांना स्वीकारलं होतं. पण बायको मात्र हे सारं स्वीकारायला तयार होत नाही. नवऱ्याची सेवा करणं राहू देत पण साधं सरळ वागतही नाही. उलट उत्तर देते, फाडफाड बोलत राहते. स्वत:ची मतं मांडते आणि कसल्या कसल्या आदिम प्रेरणांविषयी, तृष्णांविषयी बोलत राहाते. अशा बायकोला सोडलं तरच आपल्याला पूर्वीची शांतता लाभेल हे गुरूनं मनाशी पक्कं ठरवलं.

मग गुरूनं त्याच्या दारूतल्या मित्राचे सल्ले मागितले तेव्हा ते एका सुरात म्हणाले, 'पुरुषाला स्पेस मिळायलाच हवा. त्याचा अवकाश हा केवळ त्याचा आहे. त्यात जर बायको सॅटलाईटसारखी फिरत राहिली तर त्याचं जगणं कठीण होऊन जाईल. त्यासाठीच च्यायला लिव्ह इन रिलेशनशिप बरी. वाटलं तर राहिलं, नाहीतर सोडलं. तू अजिबात ह्या लग्नसंबंधाचा ताण घेऊ नकोस. जास्त घरी जाऊ नकोस. बाहेर राहा जास्त. तिनं विचारलंच काही तर सरळ सांग, माझ्यासारख्या कलावंताला बाहेर राहावं लागतं, दारू प्यावी लागते, मैत्रिणी

जमवाव्या लागतात, स्वतःचं अनुभवविश्व विस्तारण्यासाठी हे सगळं करावंच लागतं. संशय घेतलास तर सोडून देईन सरळ.'

गुरूला सल्ला आवडला. तो म्हणाला, "करेक्टऽऽ. साला माझी आई बाई असून कधी संशय घेतला नाही माझा. सहन केलं तिनं मला आयुष्यभर आणि ही बायको नावाची बाई सरळ सरळ सहन करणार नाही म्हणते. कसा राहू मी अशा बाईबरोबर सांगा. घटस्फोट देतो डायरेक्ट. आपल्यात सालं तीनदा 'तलाक' बोलायची पद्धत हवी होती."

"आणि चार-चार बायका करायची पण." दारूतले मित्र चेकाळलेच आता.

"नाय नाय यार, बायका नकोच. एकच बायको नाय सांभाळता येत, यार. त्यापेक्षा हव्या तेवढ्या मैत्रिणी करायच्या; ते सगळ्यात सोपं."

"करेक्ट. चल, घेऊन टाक घटस्फोट आणि राहा हव्या त्या पोरीबरोबर." दारूतल्या मित्रांनी गुरूला पाठिंबा दिला एकमुखानं.

गुरू खूश झाला दारूतल्या मित्रांवर! त्याला नेहमी वाटतं, सर्जनशील कलावंत असे दारूत बुडून राहिले गळ्यापर्यंत तर किती छान विचार करतात! स्त्रीकडे पाहाताना सौंदर्यदृष्टी बाळगून असले तरी आई आणि बाईमधला फरक त्यांना खूप चांगला कळतो. आई ही केव्हाही खळाळत्या झऱ्यासारखी निर्मळ असते आणि बायको मात्र भळभळत्या जखमेसारखी वेढून राहते आयुष्यभर. आई मंद तेवणारी समई, तर बाई गावात उठलेली एक आवई. आई थकल्यावर कुशीत शिरावं जिच्या अशी हलकीफुलकी गादी आणि बाई मात्र हवं तेव्हा उरावर बसावं अशी मादी! आई आणि बाईतला हा फरक कवी, लेखक चित्रकारांसारख्या कलावंतालाच तर दाखवता येतो. असे कलावंत मित्र आहेत म्हणून तर आपल्यालाही हा फरक चांगला कळलाय. ते आहेत म्हणून आज आपण आपल्या बायकोला सोडण्याचे चांगले चांगले मार्ग शोधू शकतो.

आता सरळ घरी जायचं. बायकोला वाट्टेल ते बोलायचं. बायकोसारखी राहणार असशील तर राहा, नाहीतर जा असं सांगून जरा दमात घ्यायचं. असा त्रास दिला की ती वैतागेल, करवादेल, भांडेल आपल्याशी. मग आपण म्हणू, 'माझ्यातल्या संवेदनशील कलावंताला मारण्याचा विडा उचलला आहेस तू. तुझ्यासारखी बाई राहिली माझ्या सान्निध्यात तर मरून जाईल माझ्यातला कलावंत. असं काही होण्याआधी निघून जा माझ्या आयुष्यातून.' मग ती डोळ्यांतून पाणी काढेल. कदाचित म्हणेलही, 'मी वागेन तू म्हणशील तसं.' मग आपण जरा ताणून धरू. मजा येईल साला.

गुरू खूश झाला स्वतःच्या युक्तिवादावर. पण असा युक्तिवाद करण्यासाठी

चांगला वकील शोधावा लागणार. मग गुरू कामाला लागला. प्रथम बायकोला भडाभडा बोलला. तीही बोलली. मग गुरू आणखी जोरात बोलला. तिनंही चढवला आवाज. गुरूचा आवाज टिपेला पोचला आणि एका क्षणी गुरू थांबला. 'आता ह्यापुढं काय करायचं ते मी ठरवणार, तू नाही,' असं म्हणून सरळ बाहेर पडला वकिलाच्या शोधात. गुरूनं पुरुष वकील शोधला. कारण बाई बाईची बाजू घेईल आणि पुरुष पुरुषाला मदत करेल.

मग पुरुष वकिलाला गुरूनं आपल्या जगण्याची गोची सांगितली. 'माझी बायको संशयी असल्यानं माझ्यातला कलावंत कसा कोंडला जातोय ते तुम्हीच पाहा.' सगळं ऐकल्यावर पुरुष वकील म्हणाला, "बायको संशय घेते हे काही घटस्फोटाचं कारण होऊ शकत नाही. आपल्या देशात बहुतेक बायका आणि बहुतेक पुरुष एकमेकांचा संशय घेतच संसार करत असतात. तुम्ही तुमच्या असामान्य बुद्धीच्या बायकोला पूर्णवेळ गृहिणी व्हायला सांगता आहात. आर्थिक परिस्थिती चांगली नसताना तिला नोकरी सोडायला का सांगता आहात?"

"कारण ती कमावते त्या पैशाचा तिला माज आहे. तो माज मला उतरवायचा आहे. दुसरी गोष्ट, बाई पूर्णवेळ गृहिणी असणं बाईला शोभतं. तिनं आधी घर सांभाळावं आणि मग आपल्या आवडीनिवडी जपाव्यात. तिनं कलावंत होण्याचा ध्यास घेतला की कलावंतिणीसारखी ती घराचा बाजार करते."

पुरुष वकील म्हणाला, "तुमच्या सोबतीच्या साऱ्या कलावंत स्त्रिया कलावंतिणी झाल्याचं माझ्या ऐकण्यात नाही. उलट आपलं घरदार सांभाळून चांगलं नाव कमावलं आहे त्यांनी ह्या क्षेत्रात. तुम्हीही आदर करता त्यांचा आणि बाहेर तर तुम्ही फार छान बोलता स्त्री-पुरुष संबंधाविषयी, स्त्रीस्वातंत्र्याविषयी, कामाच्या समान विभागणीविषयी. मी एकदा ऐकले आहेत तुमचे विचार."

तर गुरू म्हणाला, "सारेच संवेदनशील कवी, ॲक्टर, चित्रकार, लेखक वगैरे माझ्यासारखाच विचार करतात. पण प्रत्यक्षातले त्यांचे विचार वेगळे असतात."

"सारेच असे नसतात." पुरुष वकिलानं त्याला खोडून काढलं.

"म्हणजे बरेच."

"पण का?" पुरुष वकील म्हणाला, "आपल्या देशाची पंतप्रधान स्त्री होती. आता राष्ट्रपतीही स्त्री होती. आपला देश स्त्रियांनी सर्व क्षेत्रांत आघाडीवर असावं म्हणून झगडतो आहे."

"ते सारं करावं लागतं. आपण पुरोगामी विचारांचे आहोत हे दाखवणं गरजेचं असतं आपल्याला. पण ह्या स्त्रिया आपल्या नवऱ्याच्या स्वाभिमानाचा, त्याच्या 'अहं'चा, त्याच्या पुरुषार्थाचा खून करतात त्याचं काय? अशा खुनी

बायका जन्मालाच येऊ नयेत असा खरं तर कायदा करायला हवा तुम्ही लोकांनी.''

''काय बोलता तुम्ही हे! इतकी चांगली प्रतिमा आहे तुमची लोकांसमोर. तुम्ही असं काही केलं तर त्याचं काय होईल.''

''माझी प्रतिमा चांगलीच राहणार,'' गुरू म्हणाला, ''माझी बायको किती वाईट आहे हे मी सांगेन जगाला. मी माझ्या कवितेतून दाखवेन ते, माझ्या अभिनयातून दाखवेन. लोकांना माझी दया आली पाहिजे असा अभिनय करेन, असे शब्द शोधेन मी. प्रत्येक यशस्वी पुरुषाच्या मागे स्त्री असते तशीच प्रत्येक अयशस्वी पुरुषाच्या मागेही स्त्री असते हे मी सप्रमाण दाखवून देईन लोकांना.''

''तुम्ही यशस्वी व्हावं म्हणून तुमची बायको काहीच करत नाही?'' पुरुष वकिलानं विचारलं.

''करत असेल हो, पण तिनं ते तिच्या मर्यादेत राहून करावं. माझ्याशी बरोबरी करून नाही किंवा माझ्यापुढे जाऊन नाही. बायकोनं नवऱ्याच्या पडत्या काळात त्याला सावरावं फार तर, पण त्याची जागा घेण्याचा प्रयत्न करू नये.''

''तुम्हाला तुमच्या आईनं असं कसं वाढवलं? तिनं केवळ आईचं महत्त्व पटवून दिलं पुरुषाच्या आयुष्यातलं, पण बाईचं नाही. बाईचा आदर करायला नाही शिकवलं तिनं? हा दोष तुमचा नाही, तुमच्या आईचा आहे आणि ज्या समाजात ती आणि तुम्ही वाढलात त्या समाजाचा आहे.''

गुरू संतापला, तो म्हणाला, ''माझ्या आईविषयी एकही शब्द ऐकून घेणार नाही मी.''

''पण बायकोविषयी मात्र वाईट शब्द वापरता.''

''माझं वकीलपत्र घेतलं आहे तुम्ही की बायकोचं?'' गुरूनं चिडून विचारलं.

पुरुष वकील हसला. तसा गुरू आणखीनच चिडला आणि त्यानं त्याचं वकीलपत्र काढून घेतलं त्याच्याकडून आणि दारूतल्या मित्राकडे गेला.

दारूतले मित्र म्हणाले, ''आजकाल बायका एकता कपूरच्या मालिका पाहून एकमेकांचे पत्ते कापण्यात हुशार झाल्यात. तू तुझी केस स्त्री वकिलाला दे. बाईच न्याय देईल शेवटी.''

मग गुरू स्त्री वकिलाकडे गेला. तिनंही समजावलं त्याला. पण गुरू हट्टाला पेटला. बायका हट्टाला पेटणाऱ्या पुरुषाचं ऐकतात कधी कधी. मग गुरूनं नोटीस पाठवली बायकोला. नोटीस बघून एवढ्या दिवस आरे ला कारे म्हणणारी बायको एकदम गरीब गाय झाली. माफी मागू लागली.

गुरूला आनंद झाला. आपल्या पुरुषार्थाचा विजय झाला म्हणून त्यानं दारूतल्या मित्रांना आणखीनच दारूत बुडवलं.

मग गुरू म्हणाला, ''बायकांना दणका दाखवला आपल्या पुरुषार्थाचा की आपोआप सरळ येतात बायका.''

दारूतले मित्र म्हणाले, ''बरोबर आहे.''

गुरू म्हणाला, ''घटस्फोटाची नोटीस म्हणजे बायकांच्या आयुष्यातला खराखुरा बॉम्बस्फोट.''

दारूतले मित्र म्हणाले, ''अगदी खरं बोललास.''

गुरू म्हणाला, ''बायकांना नाही राहता येत पुरुषाच्या आधाराशिवाय. पुरुष आधार काढून घेतोय म्हटल्यावरच कोसळतात त्या.''

दारूतले मित्र म्हणाले, ''शंभर टक्के सत्य बोललास.''

गुरू म्हणाला, ''तरी साला आव आणतात आपण एकटं पेलू शकतो आयुष्य पुरुषाशिवाय म्हणून.''

दारूतले मित्र म्हणाले, ''क्या बात है!''

गुरू म्हणाला, ''सगळ्या बायका, च्या मायला शेवटी बायका असतात. मूर्ख, पावली कम, रडूबाई आणि कमजोर!''

दारूतले मित्र म्हणाले, ''अगदी बरोबर.''

मग गुरू स्वाभिमानानं मान उंच करून घरी गेला. मान उंच करूनच मान खाली गेलेल्या बायकोकडे पाहिलं त्यानं.

बायको म्हणाली, ''असा कसा मला सोडण्याचा निर्णय घेऊ शकतोस तू?''

गुरू हसला.

बायको म्हणाली, ''आपल्या दोघांतलं नातं दृढ करणाऱ्या आपल्या मुलीचं काय?''

गुरू हसला.

बायको म्हणाली, ''कोणत्या कारणानं देतो आहेस तू मला घटस्फोट? काय केलंय मी नेमकं?''

गुरू जोरात हसला आणि मग म्हणाला, ''का देऊ नये मी तुला घटस्फोट? कारण सांग.''

बायको म्हणाली, ''मला तर काहीच कारण दिसत नाही.''

गुरू खळखळून हसला आणि म्हणाला, ''इतकी कशी तू आंधळी. एवढी वर्षं ह्या समाजात राहून तुला एवढंही कळलं नाही की आपल्या नवऱ्याला बायको करून स्वत: पुरुष होण्याचा प्रयत्न केला की बायकांना हीच शिक्षा देतात नवरे?''

बायको म्हणाली, ''पण मी पुरुष कधीच झाले नाही आणि तसं होण्याची मला गरजही नाही.''

गुरू म्हणाला, "तुझ्या आवाजात असलेला हा रोखठोकपणा, हा आत्मविश्वास, हा ठामपणा दाखवतो आहे की तू पुरुष झाली आहेस."

बायको म्हणाली, "आत्मविश्वास प्रत्येक व्यक्तीत असावा. त्यात स्त्री-पुरुष भेद नसतोच."

गुरू म्हणाला, "व्यक्तीत असायला माझी काहीच हरकत नाही. पण बाईमध्ये तो नसावा. विशेषत: बायकोनं नवऱ्यासमोर तरी तो दाखवू नये."

बायको म्हणाली, "तुझं लॉजिक मला कळलं नाही."

गुरू म्हणाला, "म्हणजे बायको बायकोसारखी असावी."

बायको म्हणाली, "ठीक. तुझी व्याख्या सांग मला 'बायको' ह्या व्यक्तीची. मी तशी वागले तर राहाशील माझ्याबरोबर? सांभाळशील मुलीला? नवरा नावाच्या पुरुषानं ज्या ज्या जबाबदाऱ्या घ्यायच्या असतात संसाराच्या त्या घेशील?"

गुरू थोडा बावचळला, पण लगेच म्हणाला, "त्या मी घेतो आहेच की!"

बायको म्हणाली, "उदाहरणार्थ?"

गुरू म्हणाला, "उदाहरणार्थ....उदाहरणार्थ म्हणजे? काय करायचं असतं पुरुषानं?"

बायको म्हणाली, "पहिली गोष्ट कुटुंबाचा आर्थिक भार उचलायचा असतो."

गुरू म्हणाला, "मला जेव्हा जेव्हा पैसे मिळतात तेव्हा तेव्हा देतो मी घरखर्चाला. मागे साडी घेतली होती तुला आणि एकदा नेकलेस दिला होता प्रेझेंट म्हणून."

बायको म्हणाली, "प्रेझेंट देणं आणि आर्थिक भार उचलणं ह्यात फरक असतो गुरू! प्रेझेंट बाहेरच्यांनाही देतोच की आपण. मी घरात होणाऱ्या प्रत्येक खर्चाविषयी बोलतेय."

गुरू म्हणाला, "पण खर्च तूच करतेस."

बायको म्हणाली, "तेच तर म्हणतेय मी. खर्च मीच करते अन्न, वस्त्र, निवाऱ्यासाठी. मग मी बायकोसारखी राहावी अशी अपेक्षा तू का करतोस?"

गुरू म्हणाला, "हे बघ, तू विषय भलतीकडेच नेते आहेस."

बायको म्हणाली, "अजिबात नाही. तुला फक्त नवरेगिरी करायची आहे. आपली कर्तव्यं करायची नाहीत."

गुरू म्हणाला, "तुझ्या ह्या अशा टोचून बोलण्यानंच माझ्यातला कलावंत संपत चाललाय. त्यामुळे मी दारूत बुडत चाललो आहे. यासाठी खर्च होत असल्यानं माझ्यातला नवरा खर्च करू शकत नाही. म्हणजे मी नवऱ्याच्या कर्तव्यात चुकतो आहे त्याला अप्रत्यक्षपणे तूच जबाबदार आहेस. जर तुझ्यापासून मी घटस्फोट घेतला नाही तर माझ्या दुःखाचा स्फोट होऊन माझी प्रतिभा त्यात

राख राख होऊन जाईल.''

बायको म्हणाली, ''हे एवढंच कारण असेल, तर तू मला कशासाठी घटस्फोट देतो आहेस, मीच देते तुला घटस्फोट. कारण माझ्याकडे तुला घटस्फोट देण्यासाठी अनेक कारणं आहेत.''

गुरू अवाक् झाला. ''तू मला घटस्फोट देऊ शकत नाहीस.''

बायको हसली.

गुरू म्हणाला, ''बायकोला सोडण्याचा अथवा तिला घटस्फोट देण्याचा अधिकार फक्त नवऱ्याला असतो, बायकोला नाही.''

बायको हसली.

गुरू म्हणाला, ''टाकलेली बायको म्हणून समाजानं तुला दया दाखवायला हवी. मी का म्हणून टाकलेला नवरा होऊ? मला ते अजिबात आवडणार नाही.''

बायको खूप हसली.

गुरू म्हणाला, ''तुझा डाव मी आधीच ओळखला होता. माझ्या ह्या वागण्यानं त्रास होऊन तुझं माझ्यावर कितीही प्रेम असलं तरी तू मला एक दिवस घटस्फोट दिला असतास. म्हणून त्या आधीच तुला सोडायचं असा निर्णय मी घेतला होता. तू मला सोडायचं नाही, मी तुला सोडणार.''

आता बायको खळखळून हसली.

गुरूला तिच्या हसण्याचे अर्थ कळेनात. गुरूला तिच्या चेहऱ्यावर पसरलेल्या तेजाचे अर्थ कळेनात. गुरूला तिच्या डोळ्यांत उतरलेल्या आत्मविश्वासाचं कारण कळेना. गुरूला बाईचं हे नवं रूप कळेना, गुरू गोंधळून गेला.

बायको म्हणाली, ''प्रत्येक गोष्ट तू म्हणशील तशी कशी होईल? तू निर्णय घेतलाही असशील, पण आज मीही निर्णय घेणार आहे. आजपासून आपला संबंध संपला. मी तुला सोडणार आहे. आत्ता, ह्या क्षणी. हवं तर तीन वेळा 'तलाक तलाक तलाक' म्हणून सोडते. आता बायकोनं सोडल्याची वेदना होऊन फिर आयुष्यभर. तुझा ओली भळभळणारी जखम होऊन वणवण फिरणारा अश्वत्थामा होऊ देत. संवेदनशील कलावंताचा 'अश्वत्थामा' लवकर होतो. तुझाही तो होणार. मी मात्र मुलीला पाठीशी बांधून घोड्यावरून सुसाट निघालेली झाशीची राणी होणार!''

गुरू गडबडला, गुरूला काय करावं कळेना. गुरू बायकोच्या तेजानं भयभीत झाला. अशी अवस्था झाली की गुरूला दारूतले मित्र आठवतात, दारू आठवते, आईचा वत्सल स्तन आठवतो.

गुरू वेगानं निघाला झाशीच्या राणीवर मात करण्यासाठी. त्याला सल्ला हवा

होता आपल्या दारूतल्या मित्रांचा. पण दारूतले मित्र आपापल्या किंवा दुसऱ्यांच्या बायकांबरोबर आनंदात झोपलेले.

मग गुरू दारूकडे गेला थेट. रात्रीच्या प्रकाशात पडलेल्या अंधारात गुरू एकटाच बुडवत राहिला स्वत:ला दारूच्या ग्लासात! पण त्याला हवं तसं बुडता येईना. ती दारूही त्याला बुडवून घेईना. गुरूला राग आला दारूचा! दारूही स्त्रीलिंगी असल्यानं आपल्याला सुख देऊ शकणार नाही. अशा निष्कर्षाला आला गुरू! कवितेचा आधार शोधण्याचा प्रयत्न केला त्यानं. पण ऐनवेळी तीही पाठ फिरवून निघून गेली.

गुरूला आता साऱ्याच स्त्रीलिंगी शब्दांचा राग येऊ लागला. गुरूला वाटलं बायकोनं आपला घोडा केला कायमचा. पोरीला पाठीशी बांधून, आपल्यावर मांड ठोकून बायको आता वेगानं दौडत जाणार आणि आपल्यातला कलावंत मात्र अश्वत्थामा होऊन भटकत राहणार रानोमाळ!

अशा वेळी कोण देईल थंडावा आपल्या ह्या जखमी डोळ्यांतल्या असह्य वेदनेला? गुरूला आई आठवली. त्याला वाटलं आई घालेल थेंब थेंब गुलाबपाणी त्या जखमेवर. फुंकर मारेल हळुवार. तेलाची वाटी घेऊन फिरेल आपल्या मागे. गुरू आईकडे गेला. तिच्या पदरात शिरायचं होतं त्याला. पण आईचा पदरच सापडेना त्याला. ती आपला पदर स्तनांवर ओढून गाढ झोपली होती.

आता मात्र गुरू हतबल झाला. त्याला वाटलं, बाई ही केव्हाही वाईटच. पण जिच्या पोटी जन्म घेऊन आपण ह्या बायकांच्या पसाऱ्यात सापडलो ती आईही वाईट असेल का?

गुरूला आता आपण जन्माला आल्याचाच पश्चाताप होऊ लागला. त्याला वाटलं, आपली आई नसती तर आपण नसतो, आपण नसतो तर आईचा स्तन नसता, बायकोचाही स्तन नसता, मुलीचा जन्म नसता, साऱ्या बायकांचा काच नसता आपल्या जिवाला आणि मग त्यामुळे जी लागते ती दारू नावाची नशाही नसती.

गुरू विचार करत करत अख्खा बुडाला दारूत. गुरू गुदमरून गेला दारूच्या पेल्यात गटांगळ्या खाताना. गुरूचा श्वास अडकला आईच्या स्तनाखाली. गुरू असह्यपणे पाहत राहिला बायकोच्या लकाकणाऱ्या डोळ्यांकडे, गुरू बापुडवाणा झाला पोरीच्या हाकेपुढे!

गुरू ह्या मातीत वाढला म्हणून फुक्कट गेला का? गुरू दुसऱ्या कोणत्या मातीत वाढला असता तर बचावला असता का? गुरूनं काय केलं असतं तर त्याचा अश्वत्थामा झाला नसता? गुरूनं काय केलं नसतं तर तो सुखात राहिला असता?

हे सारे प्रश्न आपल्याला पडून काय उपयोग? प्रश्न गुरूला पडायला हवे

होते. उत्तरं त्याला सापडायला हवी होती. आपण काय केवळ दारूतले मित्र! त्याला दारूत बुडवून फॅन्टसीत नेणारे.

गुरूला प्रश्न पडतील आणि उत्तरंही सापडतील! मग कदाचित सुफल होईल गुरूची आणि त्याच्या बायकोची कहाणी. आपण फक्त वाट पाहायची उत्सुकतेनं आणि प्रार्थना करायची गुरूसाठी आणि त्याच्या उज्ज्वल भविष्यासाठी!

* * *

(*मिळून साऱ्याजणी*, दिवाळी २००७)

मडकं गेलं वाहून

"पंधरा वर्षं एकत्र राहिल्यानंतरही मनाप्रमाणे संसार न झाल्याची रुखरुख वाटणं वाईटच ना ताई?" सुजाता हातातलं विणकाम न थांबवता म्हणाली.

नरेबाई हसल्या फक्त. मग वाचत असलेल्या पुस्तकाचं पान दुमडून पुस्तक बंद करत त्या म्हणाल्या, "पंधरा वर्षं कशाला सुजाता. अगदी अर्धी हाडं मसणात जायची वेळ आली तरी रुखरुख लागते मनाला. आणखी कोणी मिळालं असतं मनासारखं तर मन रमलं असतं संसारात असंही वाटतं कधी कधी. मुलाबाळांनी भरल्या घरातही जीव नाही रमत."

"पण का होतं असं? का नाही मानता येत समाधान पदरात पडलेल्या डावातच?" सुजातानं विचारलं.

"स्वभाव माणसाचा, दुसरं काय?"

"तुम्हाला वाटतं असं कधी?"

नरेबाई हसल्या पुन्हा. मग म्हणाल्या, "सुजाता आपापल्या सोईची असलेली गाडी एकदा ठरवली की मग तिच्यातच चढायचं. असतील त्या प्रवाशांबरोबर प्रवास करायचा. जास्त विचार करत नाही बसायचं."

"पण गाडी ठरवणं आपल्याच हातात असतं ना, ताई?" प्राजक्ता पटकन म्हणाली.

"नेहमीच नसतं प्राजक्ता," नरेबाई त्यांच्या वयाला साजेशा पोक्त सुरात म्हणाल्या, "तुला सांगू का, मला स्लो ट्रेननं प्रवास करायला नाही आवडत अजिबात. फास्ट ट्रेनच आवडते. फास्ट ट्रेन पकडली की थोडं उशिरा निघून वेळेत पोचता येतं. पण नाही मिळत चढायला तिच्यात आणि मिळालं तरी जागा मिळतेच असं नाही. पण आपल्या ह्या लेडिज स्पेशलमध्ये चढताही सहज येतं आणि जागाही मिळते बसायला. फक्त लवकर निघावं लागतं एवढंच."

"पण प्रवासी निवडण्याचं तर स्वातंत्र्य असतं ना आपल्याला? आपल्याला हवे ते म्हणजे आपल्या स्वभावाशी मिळत्या जुळत्या स्वभावाचे प्रवासी निवडता

येतात ताई,'' प्राजक्तानं पुन्हा आपला मुद्दा मांडला.

''नेहमीच नाही,'' नरेबाई तिला समजावत म्हणाल्या, ''आता हेच बघ. ह्या समोरासमोरच्या दोन सीटवर बसणाऱ्या आपणच झालो ना एकमेकींच्या मैत्रिणी? मला खरं तर ती शेजारच्या फर्स्ट क्लासच्या डब्यात चढणारी उंच आणि गोरीशी मुलगी खूप आवडते. तिच्याशी ओळखही करून घ्यावीशी वाटते. रोज पाहते मी तिला. गाडीची वाट पाहत उभी असते वसईला. पण नाही होता आलं तिची मैत्रीण. ती फर्स्ट क्लासची प्रवासी आहे आणि आपण सेकन्ड क्लासचे. इथंच यावं लागतं. आणि आता तर ह्याच डब्यात असलेल्या इतर बायकांच्या कंपनीतही फिट होत नाही आपण. आपण झालो एकमेकींच्या मैत्रिणी. त्यामुळे आता गाडीत चढल्याबरोबर इथंच पावलं वळतात. अगदी सहज होऊन जातं ते!''

''पण रेल्वेचा प्रवास आणि संसार यात फरक असतो, ताई.'' सुजाता म्हणाली.

''असेलही कदाचित. मी आपलं एक उदाहरण दिलं तुला. पण सुजाता आज अचानक कसं काय वाटायला लागलं तुला?'' नरेबाईंनी विचारलं.

''अचानक नाही हो ताई. मनात येत असतंच सारखं, आज बोलावंसं वाटलं एवढंच,'' सुजाता हसून म्हणाली.

''पण तुझं तर छान चाललंय की सुजाता! प्रशांतचं तर कौतुक करत असतेस नेहमी आणि पोरांचंही,'' वाचत असलेली पोथी बंद करून किणीबाई म्हणाल्या.

सुजाता हसली फक्त.

''काहींना सुखही सलतं ना, तसं झालंय सुजाताचं.'' रागिणीनंही प्रथमच तोंड उघडलं. ''आमच्यासारखे दिवस काढले असतेस तर नसती बोललीस असं काही, सुजाता.''

''प्रत्येकाचे प्रश्न वेगळे असतात रागिणी,'' प्राजक्ता म्हणाली.

''तुला काय कळतंय ग? अजून हळदही उतरली नाही तुझी.'' रागिणी वैतागली प्राजक्तावर.

''असं काही नाही ग रागिणी. एकदा का हळद लागली अंगाला की असे प्रश्न पडायला लागतात.'' सुजातानं प्राजक्ताची बाजू घेतली.

''आज काय झालंय तुम्हा पोरींना? चला बंद करा हे आता. रोजच्या सारखी गाणी म्हणा बघू.'' किणीबाईंनी हुकूम सोडला.

''बरोबर आहे तुझं शारदा,'' नरेबाई म्हणाल्या. ''सकाळी, सकाळी अशा विषयावर बोललात तर दिवसभर मन लागणार नाही कामात. घरातून बाहेर पडलं

की घरातले प्रश्न घरीच ठेवायचे. हे क्षण दोन क्षण मिळतात तेच तर असतात आपले. ते जगून घ्यायचे इथं. चला सुरू करा तुमची अंताक्षरी.''

''आज कंटाळा आलाय गाणी म्हणायचा,'' प्राजक्ता म्हणाली.

''गाणी म्हणायचा कसला ग कंटाळा? छान आवाज आहे तुझा प्राजक्ता. बरं वाटतं ऐकायला. हो की नाही रागिणी?'' नरेबाईंनी विचारलं.

''स्वत:लाच रिझवायचं दुसरं काय?'' रागिणी म्हणाली.

''असं नाही काही रागिणी. अगं आपण आपले आनंद स्वत:च शोधायचे असतात. घरी मिळतो का एवढा वेळ अशा गप्पा मारायला, गाणी म्हणायला, हसायला, थट्टा-मस्करी करायला? म्हणून म्हणते मी गाडीतला हा वेळ आपण फक्त आपलाच आहे समजून, जे जे घरी करू शकत नाही ते ते करायचं इथं,'' किणीबाई म्हणाल्या.

''पण का?'' सुजाता म्हणाली, ''आपल्याला जे जे करावंस वाटतं ते ते घरी का नाही करू शकत आपण? घरी पोहोचल्याबरोबर मुलांची शाळा, त्यांचा अभ्यास, स्वयंपाक, घर, दळणकांडण, दुसऱ्या दिवशीचा डबा आणि वैताग नुसता! किती वेळा वाटतं, घरी गेल्याबरोबर आपण काय काय गंमत केली गाडीत किंवा ऑफिसमध्ये काय काय घडलं ते सांगावं प्रशांतला. पण माझं हे बाहेरचं जग त्याला इतकं अनोळखी असतं की विचारू नका. त्याला कल्पनाही नसते कोण नरेबाई आणि कोण प्राजक्ता किंवा रागिणी किंवा आणखी कोणी आणि जाणूनही नसतं घ्यायचं त्याला काही,'' सुजाता वैतागत म्हणाली.

''प्रशांतच्या जगाविषयी जाणून घेतेस तू कधी सुजाता?'' किणीबाईंनी पटकन विचारलं.

''त्याला रस नसतो काही शेअर करण्यात माझ्याबरोबर.''

''कशावरून?'' किणीबाईंनी पुन्हा विचारलं.

''मी विचारलं त्याच्या मित्रांविषयी तर म्हणतो, 'तुला माहीत नाही कोणीच. उगाच काय सांगायचं आणि पुरुषांचं जग वेगळं असतं बायकांपेक्षा. नुसत्या साड्या, दागिने आणि रेसिपीज्‌शिवाय बाहेरच्या जगात काय चाललंय ते माहीत तरी असतं का तुम्हाला? आमचे विषय वेगळे. गप्पा, हास्यविनोद सारखं तुमच्या कळण्यापलीकडे आहे.'' तुम्ही सांगा किणीबाई एकदा बायको मूर्ख आहे हे गृहीत धरलं की मग काय बोलणार आणि काय सांगणार?''

प्राजक्ता हसली.

''का ग, तू हसलीस?'' नरेबाईंनी विचारलं.

''आपली बायको मूर्ख आहे, बावळट आहे, ही जाणीवच त्यांना हवीशी

वाटते ताई. ते पुन्हा पुन्हा सिद्ध करून दाखवलं ना की स्वत:वरच खूश होतात ते. अरे हिला साधा मोबाईलही ऑपरेट करता नाही येत ह्याचंही काय कौतुक असतं त्यांना.''

''कौतुक?'' रागिणीनं विचारलं.

''हो कौतुकच की. बायकोच्या गाढवपणाचं कौतुक, तिच्या वेंधळेपणाचं कौतुक! त्यामुळे त्यांचा पुरुषार्थ सिद्ध होतो ना! अशा पावली कम बाईबरोबर मी आयुष्य काढतोय किंवा मला आयुष्य काढायचं आहे असं म्हणून स्वत:चीच पाठ थोपटून घ्यायलाही आवडतं त्यांना.''

''तुझा नवरा करतो का असं?'' किणीबाईंनी विचारलं.

''एक संधी सोडत नाही अवधूत माझा मूर्खपणा किंवा वेंधळेपणा दाखवण्याची,'' प्राजक्ता म्हणाली.

''ठीक आहे ग. द्यायची त्यांना तशी संधी अधूनमधून. त्यांचा आनंद त्याच्यातच असेल तर द्यायचा आपण हाही आनंद. तुला सांगू का प्राजक्ता आपण नेहमी दात्याच्या भूमिकेत राहायचं. देत राहायचं कायम.''

''त्यांना कुठं कळतं पण ते? गृहीतच धरतात ते आपल्याला आयुष्यभर.'' प्राजक्ता म्हणाली.

''इतकं कडवट होऊ नये प्राजक्ता. पंधरा वर्षं संसार केल्यावर आज बोलतेय सुजाता अशी. तुझ्या लग्नाला अजून पंधरा महिनेही झाले नाहीत,'' किणीबाई तिला थोपटत म्हणाल्या.

''नवरा कळायला अजून किती दिवस हवेत?'' प्राजक्तानं विचारलं.

''कधी कधी अख्खं आयुष्य जातं पण नाही कळत नीट,'' नरेबाई सुस्कारल्या.

''त्यांनाही आपण नसूच ना कळत आयुष्यभर ताई?'' रागिणीनं विचारलं. तशा हसल्या नरेबाई, मग म्हणाल्या, ''नाही कुठं म्हणते मी. असेलही तसंच आणि आपल्याला त्यांच्याबद्दल जे वाटतं तेच त्यांनाही वाटत असेल आपल्याबद्दल. अगदी सुजाता म्हणते तसं संसार मनासारखा न झाल्याची सल त्यांच्याही मनात असेल की!''

''काही सल नसते त्यांच्या मनात. तसं वाटलंच काही तर बेधडक बोलून दाखवतात ते दिवसातून दहा वेळा आपल्याला. आपल्याला मात्र नाही बोलून दाखवता येत काही,'' सुजाता म्हणाली.

''का नाही बोलता येत सुजाता? आपणही बोलायचं वाटलं तर सरळ.'' रागिणी म्हणाली.

''तू बोलू शकशील?''

"संधीच नाही मिळाली अजून. नाहीतर बोलले असते."

"ते नाहीच देत संधी आपल्याला रागिणी," प्राजक्ता हसत म्हणाली.

"असं नाही, प्राजक्ता. संधी मिळालेली मला, पण त्या वेळी काहीच बोलता आलं नाही. लग्नाच्या दुसऱ्या दिवशी वाऱ्यावर सोडल्यावर काय बोलणार? धक्क्यातून सावरेपर्यंत वेळ निघून गेली होती."

"अग पण रागिणी, एकत्र राहता ना तुम्ही?" किणीबाईंनी विचारलं, "आणि वाऱ्यावर सोडलं म्हणजे काय?"

"एकत्र रहाणं आणि संसार करण्यामध्ये फरक आहे किणीबाई. जगापुढे एकत्र राहतो असं दाखवतो आम्ही. पण घरातल्या घरात विभागणी केव्हाच झालीय. माझ्या आयुष्यात तू पडायचं नाही. मी तुझ्या आयुष्यात ढवळाढवळ करणार नाही. असं राहायचं तर राहा इथं, नाहीतर दार उघडं आहे तुला, हे शब्द लग्नाच्या दुसऱ्या दिवशी ऐकलेत मी."

"काय म्हणतेस?" नरेबाई आश्चर्यानं म्हणाल्या. "कधी बोलली नाहीस तू."

"अशा गोष्टी कशा सांगणार ताई?"

"पण का म्हणाले ते असं?" किणीबाईंनी विचारलं.

"त्यांचं प्रेम होतं, म्हणजे अजूनही आहे ते. ऑफिसातलीच आहे मुलगी. घरच्यांना पसंत नव्हतं. जबरदस्तीनं लग्नं लावलं त्यांचं माझ्याशी. आत्महत्या वगैरे करण्याची धमकी देऊन. त्यांना वाटलं लग्नानंतर विसरतील हे त्या मुलीला. पण खरं प्रेम होतं त्यांचं. तिला नाही विसरले, पण माझ्या जिवाशी मात्र खेळ खेळला सगळ्यांनी."

"सोडून द्यायचं अशा माणसाला रागिणी," प्राजक्ता संतापून म्हणाली.

"इतकं सोपं नसतं ते, प्राजक्ता आणि पाठीवर दोन बहिणी असल्या लग्नाच्या म्हणजे नाहीच निर्णय घेता येत आपल्याला असा तडकाफडकी. आईबाबांनी कर्ज काढून लग्न लावून दिलं होतं माझं. अशा परिस्थितीत त्यांच्याकडे जायचं म्हणजे संपलंच. परत गेले असते तर किती अफवा उठल्या असत्या, सांग ना. बहिणींची लग्न कशी झाली असती? मग राहिले तशीच. खरं सांगू? तसा काही त्रास नाही मला तिथं. घरातलं एखादं माणूस असावं तशीच वागवतात ते मला. लोकांसमोर जमेल तसं नाटक करतो आम्ही. फक्त नवरा, मुलं-बाळं ह्याचं सुख नाही मिळणार मला."

"पाहिलंस सुजाता! हे असं काही ऐकलं की आपलं बरं चाललंय असं वाटायला लागतं ना?" किणीबाईंनी विचारलं.

सुजातानं मान हलवली. सगळ्याच हेलावल्या, गप्प झाल्या थोड्या वेळासाठी.

जोगेश्वरी आलं तशी सुजाता उठली. "प्राजक्ता उतरायचं नाही? अंधेरी येईल आता."

प्राजक्ता उठली जडपणे. बारीक आवाजात सगळ्यांना 'बाय बाय' केलं आणि उतरणाऱ्या बायकांना ढकलत ढकलत ती आणि सुजाता अंधेरीला उतरल्या. प्लॅटफॉर्मवर उतरल्याबरोबर एकमेकींना घाईघाईत बाय करून दोघी आपापली बस पकडण्यासाठी दोन दिशांना गेल्या.

सीप्झकडे जाणारी बस पकडून प्राजक्ता ऑफिसला पोचली तरी मनातून गाडीतल्या गप्पांचा विषय जात नव्हता. तिला वाटलं कशासाठी असा तक्रारीचा सूर लावला आपण? ह्याआधी अवधूतविषयी असं काही बोललो नव्हतो आपण. कदाचित इतरांनी काढला विषय म्हणून आपणही तोंड उघडलं. पण एवढंच होतं का कारण? की गेल्या काही दिवसांत, विशेषत: लग्नानंतरचे नवे नवलाईचे दोन-तीन महिने संपल्यावर, आपल्याला जाग आली. लग्न आणि नवरा यांविषयी पाहिलेल्या भाबड्या स्वप्नातून? काहीच कळत नाही. नरेबाई म्हणाल्या तसं आता ह्या संसाराच्या गाडीत चढलो आहोतच आणि स्वीकारलं आहे अवधूत आणि त्याच्या माणसांना सहप्रवासी म्हणून तर आता उगीच तक्रार करत कशासाठी स्वत:चं मन दुखवायचं?

प्राजक्तानं स्वत:लाच समजावलं आणि कामात लक्ष घालायला सुरुवात केली. पण लक्ष लागेना कामात. बाहेर आभाळ भरून आलं होतं आणि आत प्राजक्ताच्या मनावर मळभ दाटून आलं होतं. अनुराधाची बडबड सुरू झाली तरी मन थाऱ्यावर येईना. अगदी साठेमॅडमच्या वाढदिवसाचे गुलाबजाम खाल्ले तरी तोंडाला अकारण आलेली कडवट चव जाईना.

काय झालंय आज आपल्याला? असं उदास नाही वाटलं कधीच. उगाचच विषय काढला आज सुजातानं. नको ते विषय काढले की मनात गाडलेल्या कुठल्या कुठल्या गोष्टी बाहेर यायला लागतात.

प्राजक्ता खुर्चीवरून उठली आणि खिडकीपाशी गेली. बंद काचांमधून बाहेर पाहू लागली. पाऊस पडत होता रिपरिप. खूप वेळ उभी राहिली तशी पाऊस पाहत. मग पुन्हा आली टेबलाजवळ. प्यूननं दोन लेटर ठेवली होती तिथं. ती टाईप करताना हळूहळू मनाची पाटी कोरी होत गेली तिच्या.

लंचच्या वेळी पावसाचा जोर वाढल्याचं लक्षात आलं तिच्या. कॅन्टिनच्या खिडक्यांवर पाऊस आदळत होता. ऑफिसमध्ये बसल्यावर बाहेरच्या जगाशी संपर्कच तुटून जातो. एअरकंडिशन्ड खोल्यांच्या धुरकट खिडक्यांमधून आवाज पाझरत नाही आतमध्ये आणि भर उन्हातही मळभ आल्यासारखं वाटत राहतं.

जेवण झाल्यावर प्राजक्ता पुन्हा त्या बंद खोल्यांत आली आणि आपल्या कामात व्यस्त झाली.

साडेतीनच्या सुमारास शेजारच्या टेबलावरच्या अंजलीचा मोबाईल वाजला. अंजली बोलली थोडावेळ आणि मग जोरात ओरडून म्हणाली, ''गाड्या बंद झाल्यात पावसामुळे.''

''थोडा पाऊस पडला की गाड्या बंद व्हायलाच पाहिजेत मुंबईत,'' जगदाळेसर म्हणाले.

''थोडा नाही सर, प्रचंड पाऊस कोसळतोय. पाण्याचे लोट वाहाताहेत रस्त्यांवरून, ट्रॅक्सवरून. पावणेतीनपासून गाड्या थांबल्यात. हलत नाहीत अजिबात.'' अंजली म्हणाली.

''काही काळजी करू नका बाई. थोडा कमी झाला पाऊस की सुरू होतील पुन्हा,'' पिसाळ म्हणाले,

प्राजक्तानं खिडकीबाहेर पाहिलं. पावसाचा आवाज येत नसल्यानं किती जोरात पडतोय ते लक्षात येत नव्हतं. पण पाऊस न थांबता कोसळत होता हे मात्र दिसत होतं. ती उठून हळूच खिडकीजवळ गेली, वाकून खाली पाहिलं. लालतांबड्या पाण्यातून वाट काढत लोक चालताना दिसले तिला. तिच्यामागे अनुराधा आणि अंजलीही येऊन उभ्या राहिल्या. मग साठेबाईंकडे गेल्या.

''बाई पिल्लेसरांशी बोला ना तुम्ही. पाऊस बघा कसा कोसळतोय. थोडं लवकर जाण्याची परवानगी मागा ना,'' प्राजक्ता म्हणाली.

''अगं दोन तास आहेत अजून. दहा मिनिटाचं ठीक आहे प्राजक्ता. मगाशी म्हणाले सर, काहीतरी निमित्त हवं असतं सगळ्यांना लवकर जाण्यासाठी. आता पुन्हा जाऊन कसं विचारणार मी?'' साठेबाईंनी प्राजक्तालाच विचारलं.

''पण मला विरारला जायचं आहे.''

''सगळ्यांनाच जायचं आहे प्राजक्ता. जा कामाला लागा आता.''

प्राजक्ता पुन्हा टेबलाजवळ आली. तिनं अवधूतला मोबाईल लावण्याचा प्रयत्न केला. पण नेटवर्क जॅम झालं होतं. तिनं अंजलीला तिच्या फोनवरून लावायला सांगितला. पण नाहीच लागला. आता प्रत्येकजण आपापल्या मोबाईलवरून फोन लावण्याचा प्रयत्न करत होता. पण कोणालाच नेटवर्क मिळत नव्हतं.

प्राजक्ताचं सगळं लक्ष बाहेर लागलं होतं. आभाळ फाटल्यासारखा पडत होता पाऊस. त्याचा जोर अजिबात कमी होत नव्हता. तिनं खिडकीतून वाकून पाहिलं. पाण्याचे लोट वाहत होते उताराच्या दिशेनं. तशा पाण्यातून वाट काढत लोक निघाले होते त्यांच्या घराच्या दिशेनं.

आता मात्र प्राजक्ताचा धीर संपला. ती सरळ साठेबाईंकडे गेली आणि म्हणाली, ''मॅडम, प्लीज, मी जाते आता. पाच वाजले आता. तुम्ही सरांना सांगा, एक तास लवकर गेले तरी फरक पडेल. एकदा का स्टेशनवर पोचले की काही चिंता नाही. घरी पोचेन कशीतरी.''

''प्राजक्ता तुझे मिस्टर कुठे जवळपासच आहेत ना? त्यांना बोलावून घे आणि मग जा.'' साठेबाई म्हणाल्या.

''त्यांना कधीचा फोन लावतेय. पण नाही लागत. बाहेर पडले की नेटवर्क मिळेल. त्यांना स्टेशनवरच बोलावेन मी. दिवसाउजेडी पोचले तर काही भीती नाही.''

''अगं पण ट्रेनही बंद झाल्यात. चालू नाही झाल्या तर इथेच ...?''

''चालू होतील बाई थोडा पाऊस थांबला की. प्लीज माझ्या एकटीसाठी तरी परवानगी काढा.''

शेवटी साठेबाईंनी परवानगी काढली आणि तिला नीट जा म्हणून सांगितलं.

प्राजक्ता बाहेर आली तेव्हा रस्त्यावर घोट्यापर्यंत पाणी होतं. ते उडवत लोक मजेत चालले होते. थोडं पुढे गेल्यावर बसस्टॉप होता. तिथे एकदा पोचलं की झालं. नेहमीची बस मिळाली की आरामात जाऊ आपण, असा विचार करून प्राजक्ता पाण्यातून चालत निघाली.

पुढे गेल्यावर मात्र पाणी गुडघ्यापर्यंत वाढलं. हातात छत्री घेऊन, पर्स आणि पिशवी सांभाळत त्या पाण्यातून वाट काढत जाणं कठीण व्हायला लागलं तिला. लोक रस्त्याच्या मधून चालले होते. वाहनं पाण्यात अडकून पडली होती. कार्स आणि बसेस् जिथल्या तिथे उभ्या होत्या.

आता मात्र प्राजक्ताला बाहेर पडण्याचा आणि तोही एकट्यानं बाहेर पडण्याचा पश्चात्ताप व्हायला लागला. साठेबाईंचं का नाही ऐकलं आपण, प्राजक्ताला प्रश्न पडला आता. पण त्या प्रश्नाचं उत्तर तिला माहीत होतं. समजा, ऑफिसमध्ये राहाण्याची वेळ आली असती तर अवधूत वैतागला असता तिच्यावर. वेळेत निघायचं आणि वेळेत पोचायचं घरी असा आदेशच होता त्याचा. ऑफिसमधल्या लोकांबरोबर विनाकारण मैत्री वाढवलेली आवडत नव्हती त्याला. खरं तर तिचं नोकरी करणंच पसंत नव्हतं त्याला. तिच्या हट्टामुळे चालू राहिली ही नोकरी! पण लग्न झाल्यापासून मात्र ऑफिसची गेट टुगेदर्स, पिकनिक्स् सारं बंद झालं होतं. अवधूतच्या म्हणण्याप्रमाणे अशा पिकनिक्स् आणि पार्ट्यांमध्ये बायकांचा फायदा घेतात पुरुष आणि मागून घाणेरड्या कॉमेंटस्ही करतात. आणखी काय काय विचित्रं मतं होती त्याची. प्राजक्तानंही सगळं बंद केलं. उगीचच त्याच्या दहा

प्रश्नांची उत्तरं देण्यापेक्षा असं जाणं येणं बंद करणं योग्य वाटलं तिला.

प्राजक्तानं आजूबाजूला पाहिलं. एकही रिक्षा दिसत नव्हती. ज्या होत्या त्या पाण्यात अडकलेल्या होत्या. खरं तर हा रस्ता रोजचा रस्ता होता तिचा. कितीही पाऊस पडला तरी पाणी नाही साठायचं कधी. आज त्याच रस्त्याला गुडघाभर पाणी आलं होतं. एवढा पाऊस पडलाय आणि ऑफिसात आपल्याला कळलंही नाही.

रस्ता नेहमीचा असला तरी भय वाटत होतं तिला. पाण्याखाली काय असेल ते कळत नव्हतं. मध्येच पाय खड्ड्यात वगैरे गेला तर?

पुढे आली ती थोडी. तिथे पाणी कंबरेपर्यंत आलं होतं. प्राजक्ता घाबरली क्षणभर. पण तेवढ्या पाण्यात तरुण पोरं साखळी करून उभी होती. त्यांच्या मदतीनं ती पुढे गेली हळूहळू. ती बसस्टॉपजवळ आली. तिथे पाणी थोडं कमी होतं. बस उभी होती. पण पुढे हलत नव्हती. अंधेरी स्टेशनपर्यंत चालत जाण्याशिवाय पर्याय नव्हता. तेवढ्यात कोणीतरी म्हणालं तिला की, बाई परत जा, खूप पाणी आहे स्टेशनपर्यंत. पण आता मागे फिरून पुन्हा तेवढ्या पाण्यातून जाण्याची कल्पनाच करवत नव्हती तिला. आताच दमून गेली होती ती.

प्राजक्ता थोडा वेळ तशीच उभी राहिली तिथे. मग तिला वाटलं, समजा आपण स्टेशनवर पोचलो आणि गाड्या सुरू झाल्या नाहीत तर? तर एकट्यानं कसं काय उभं राहायचं प्लॅटफॉर्मवर एवढ्या गर्दीत. अशा परिस्थितीत अवधूत सोबत असावा असं तीव्रतेनं वाटलं तिला. तिनं पर्समधून मोबाईल काढला आणि त्याचा नंबर लावला. पुन्हा नेटवर्क जॅम असल्याचं उत्तर. पण ह्यावेळी मात्र ती पुन्हा पुन्हा नंबर लावत राहिली. जणू हा फोन लागण्यावरच तिचे सारे निर्णय अवलंबून होते. अवधूतशी संपर्क करण्याशिवाय कोणताही मार्ग दिसत नव्हता तिला ह्या क्षणी.

शेवटी एकदाची रिंग वाजली, 'हॅलो' म्हणून अवधूतचा आवाज ऐकला आणि जिवात जीव आला तिच्या.

"हॅलोऽऽ प्राजक्ता बोलतेय."

"हं, बोल."

"कुठं आहात तुम्ही?"

"ऑफिसमध्येच. का? तू कुठं आहेस?"

"मी बाहेर पडलेय ऑफिसमधून."

"मूर्ख आहेस की काय प्राजक्ता. एवढा पाऊस कोसळतोय आणि बाहेर पडलीस वेड्यासारखी?"

"संध्याकाळ व्हायला आली. म्हटलं बाहेर नाही पडलो तर उगीच अडकून पडू. स्टेशनवर पोचलो तर उशिरा का होईना गाडी मिळेल असं वाटलं मला."

"असं वाटलं मला." तिला वेडावत अवधूत म्हणाला आणि मग चिडक्या सुरात म्हणाला, "गाड्या बंद झाल्यात आणि आज तरी सुरू होणार नाहीत. ऑफिसमध्ये कोणी सांगितलं नाही का?"

"सांगितलं पण मला वाटलं, होतील चालू."

"होतील चालू म्हणे. मूर्ख, थोडी अक्कल वापरता नाही येत तुम्हा बायकांना? आमच्याकडेही तोच गोंधळ. सगळ्या बायका पडल्यात बाहेर."

"पण मला..."

"काही बोलू नकोस. आता आहेस कुठे?"

"... पोचलेय मी हळूहळू."

"एकटी आहेस की कोणी आहे ऑफिसमधलं."

"नाही. मी एकटीच आले परवानगी घेऊन. बाकीचे काय करतात माहीत नाही."

"एका अर्थी आलीस ते बरं झालं. रात्रभर सगळ्या पुरुषांबरोबर राहण्यापेक्षा."

ह्याच्यावर काय बोलावं ते कळेना प्राजक्ताला.

"बरं आजूबाजूला कोण आहेत का लोक?" अवधूतनं पुन्हा विचारलं.

"आहेत बरेच लोक."

"जास्त जवळ जाऊ नकोस कोणाच्या पाण्यातून चालताना. सगळी उनाड पोरं उतरली आहेत. पाण्यात बायकांना आधार देण्याच्या नावानं चान्स मारताहेत सगळी. तेवढाच स्पर्श हवा असतो त्यांना."

"अवधूत, काय बडबडतो आहेस तू भलत्या वेळी?"

"तुला कळत नाही काही. म्हणून सांगावं लागतं. वेंधळी आहेस अगदी. जरा बायकांची कंपनी बघ. पुरुषांबरोबर नको जाऊस."

"तू येणार आहेस ना स्टेशनवर?"

"मी कसा येऊ एवढ्या पावसात?"

"मग मी येऊ का तुझ्या ऑफिसात? स्टेशनपर्यंत जाण्यापेक्षा ते जवळ पडेल मला."

"बावळट आहेस का? इथे रमीचा डाव चाललाय आमचा. तुला सांगितलं ना, बायका गेल्यात सगळ्या म्हणून. फक्त पुरुष आहोत आम्ही. अजिबात येऊ नकोस इथे."

"मग मी परत जाते ऑफिसला."

"नको."

"आमच्या ऑफिसमध्ये फक्त पुरुष नाहीत. अंजली, साठेबाई, अनुराधाही आहेत."

"तरीही नको जाऊस आता. अर्ध्या रस्त्यात तर पोचली आहेस आता."

"छीऽऽ तुमच्या ह्या स्वभावामुळे खरं तर बाहेर पडले मी. आता कशी पोचू एकटी स्टेशनवर आणि पोचल्यावर गाड्या नाही सुरू झाल्या तर काय करू सांगा?" ती रडवेली झाली अगदी.

"मूर्खपणा केला आहेस ना? आता तूच निस्तर आणि स्टेशनवर पोहोच पहिल्यांदा. वाटेत थांबू नकोस. स्टेशनवर पोचलीस की काही भीती नाही. गर्दी असेल तिथे. गर्दीत जास्त सुरक्षित राहशील. चल, मी ठेवतो फोन. आमचा डाव अर्धवट राहिलाय."

ती काही बोलण्याआधीच फोन कट केला अवधूतनं आणि एवढा वेळ धरून ठेवलेले अश्रू वाहायला लागले प्राजक्ताच्या डोळ्यांतून. बसस्टॉपजवळ उभा असलेला एक माणूस पाहत होता तिच्याकडे. तिला तसं रडताना पाहून त्यानं विचारलं, "कुठे जायचं आहे तुम्हाला?"

प्राजक्ता काहीच बोलली नाही. तशीच उभी राहिली सुन्नपणे. काय करावं कळत नव्हतं तिला. चालत गेली असती तर फक्त वीस-पंचवीस मिनिटांचा रस्ता होता स्टेशनपर्यंत. फक्त पाण्यातून जायला वेळ जास्त लागला असता आणि एवढ्या पाण्यातून कसं जायचं हा प्रश्न होता तिच्यापुढे.

"स्टेशनवर जाणार असलात, तर मीही तिकडेच चाललोय. येणार असाल तर चला." त्या माणसानं पुन्हा विचारलं आणि तो निघाला. प्राजक्तानं घड्याळात पाहिलं. सहा वाजून गेले होते. रस्त्यावरून बरेच लोक चालले होते. एवढ्या लोकांत काय करेल तो आपल्याला आणि तसा बरा वाटत होता आणि आता इथे आणखी थांबण्यात अर्थही नव्हता. ती पाण्यातून वाट काढत काहीही न बोलता त्या माणसामागोमाग चालायला लागली.

पुढे गेल्यावर पाण्याचा जोर वाढला. पाणी तिच्याकडे झेपावत होतं आणि ते कापून पुढे जाताना खूपच त्रास व्हायला लागला. एक-दोन वेळा तोल जाऊन पडणारच होती ती पाण्यात. मग कसलाही विचार न करता तिनं हात धरला त्या माणसाचा. नकळत खूप आधार वाटला तिला. एखाद्या लहान मुलीनं बापाचा हात पकडावा तसा पकडला होता तिनं त्याचा हात आणि तो माणूसही प्राजक्ताला आपलीच जबाबदारी असल्यासारखा व्यवस्थित घेऊन चालला होता. स्टेशन जवळ आलं तसं पाणी थोडं कमी झालं पण तरीही सोडला नाही तिनं तो हात.

स्टेशनवर पोचल्यावर ती थँक्स म्हणाली त्याला. तेव्हा फक्त हसला. मग म्हणाला, ''जरा बायकांच्या गर्दीत उभ्या राहा. मग काही प्रॉब्लेम नाही.''

ती हो म्हणाली आणि तो गेला. त्या अफाट गर्दीत दिसेनासा झाला.

संध्याकाळचे सात वाजून गेले होते. तीन वाजल्यापासून गाड्या बंद होत्या. तेव्हापासून प्लॅटफॉर्मवर येणारी माणसं घोळक्या घोळक्यांनी उभी होती. ती बायकांच्या गर्दीत जाऊन उभी राहिली. प्लॅटफॉर्म आणि तिथले जिने तुडुंब भरलेले होते माणसांनी. ब्रीजवर कॉलेजच्या मुली, ऑफिसमधून सुटलेल्या बायका, शिक्षिका उभ्या होत्या. कोणाला काही सुचत नव्हतं. ज्यांच्याकडे मोबाईल होते त्या फोन लावून घरी संपर्क करण्याचा प्रयत्न करत होत्या. पण नेटवर्क जॅम झालं होतं. एखादीचा चुकून लागलाच तर अडकल्याची बातमी दिली जात होती. ज्यांना जोडीला मैत्रिणी होत्या त्या मध्येच चालत जायचा निर्णय घेऊन बाहेर पडत होत्या. कोणी जवळच्या नातेवाईकांकडे निघाल्या होत्या.

प्राजक्तासोबत कोणीच नव्हतं. तिनं पुन्हा मोबाईल काढला पर्समधून. घरी कळवू या म्हणून घरचा नंबर लावला, पण लागेना. ती तशीच उभी राहिली. तेवढ्यात एक पंधरा-सोळा वर्षांची मुलगी जवळ आली तिच्या. पाठीवर सॅक होती. कॉलेजमधून आलेली दिसत होती. ती हळूच म्हणाली, ''एक फोन करायचा आहे मला घरी. जरा मोबाईल द्याल का तुमचा?''

''नेटवर्क जॅम आहे,'' प्राजक्ता म्हणाली.

''हो माहीत आहे मला. एका दोघींकडून मोबाईल मागून मगाशी करायचा प्रयत्न केला मी. पण नाही लागत. पण पुन्हा एकदा प्रयत्न करून पाहाते, प्लीज.'' तिनं अजीजीनं म्हटलं.

प्राजक्तानं मोबाईल दिला तिला. आपल्याला नाही झाला मोबाईलचा उपयोग, अगदी नंबर लागूनही. आता ह्या पोरीला तरी लागू देत. प्राजक्तानं मनात म्हटलं.

दोन-तीन वेळा प्रयत्न केल्यावर लागला त्या मुलीचा फोन. ती बोलायला लागली तशी रडवेली झाली. बहुतेक आईचा आवाज ऐकला असणार तिनं. 'काय करू मी' म्हणून विचारत होती आईला. मग खूप वेळ ऐकत होती आई जे सांगत होती ते. मग मोबाईल बंद करून प्राजक्ताच्या हातात देत तिनं विचारलं, ''तुम्हाला ह्या भागातली माहिती आहे काही?''

प्राजक्ता म्हणाली, ''विशेष नाही.''

''माझ्या आईची मैत्रीण राहते पार्ल्याला शान टॉकीजजवळ. पण कसं जायचं माहीत नाही मला.''

''पत्ता माहीत आहे नीट?'' प्राजक्तानं विचारलं.

"पत्ता माहीत आहे, पण मी ट्रेननं गेले आहे तिच्याकडे एक-दोनदा. रस्ता माहीत नाही मला आणि आता अंधारही खूप झालाय आणि रिक्षाही बंद आहेत. पाण्यातून चालतच जायला लागेल. पण एकटी कशी जाणार मी? आईनं फोन केलाय मावशीला पण मला एकटीला भीती वाटतेय. आई म्हणाली, कोणी सोबत येतं का पाहा म्हणून. पण कोणाला नेणार सोबत? तुम्ही याल माझ्याबरोबर?" तिनं अचानक विचारलं.

प्राजक्ता पाहत राहिली तिच्याकडे. काय उत्तर द्यावं कळेना तिला.

"इथे तुमचं कोणी आहे का ओळखीचं आजूबाजूला?"

"नाही," प्राजक्ता म्हणाली.

"मग, काय करणार तुम्ही रात्री?" तिनं विचारलं.

खरंच काय करणार होती ती? ह्याचा विचारच केला नव्हता प्राजक्तानं. खरं तर अवधूतच होता सगळ्यात जवळ आणि जवळचाही. पण त्यानं येऊ नको सांगितलं होतं.

"खरं तर वीणा मावशीकडे जाण्याचं मला सुचलंच नाही मघापासून. तुम्हाला सांगू का, चार वाजल्यापासून प्लॅटफॉर्मवर आहे मी. मैत्रिणीही गेल्या निघून. मला वाटलं गाड्या सुरू होतील म्हणून थांबले मी. पण मावशी इथे आहे हे आठवलंच नाही. आता आईनं सांगितलंय जायला पण रात्रीच्या वेळी कशी जाऊ? कोणाला नेऊ? कोणावर विश्वास ठेवू?"

"माझ्यावर विश्वास आहे?" प्राजक्तानं विचारलं.

"अं हो, आहे. चला ना प्लीज. तुम्हाला जागा मिळेल राहण्यासाठी. आपल्या दोघींचीही सोय होईल."

प्राजक्तानं तुडुंब भरलेल्या प्लॅटफॉर्मवरून नजर फिरवली. मग ब्रीजवर पाहिलं. इथे ह्या गर्दीत रात्र काढण्यापेक्षा ह्या छोट्याशा मुलीवर भरवसा ठेवून जायला काहीच हरकत नव्हती. तीही घाबरली आहे आणि आपणही. अगदी दाखवत नसलो तरी! तेवढीच सोबत होईल एकमेकींना. पण अवधूतला कळलं तर? पुन्हा चिडेल आपल्या बावळटपणावर.

तिला वाटलं त्याला फोन करून सांगावं, पण सांगितलं तर तो नको जाऊस म्हणेल, मग इच्छा असून जाता येणार नाही. त्यापेक्षा पोचल्यावर फोन करू त्याला. पूर्वेकडच्या बाजूनं ती खाली उतरली. त्या मुलीसोबत शान टॉकीजकडे जायचा रस्ता विचारला एकाला, तर तो म्हणाला, "त्याबाजूनं पाणी वाढलंय खूप. जाऊ नका तिकडून."

ती मुलगी केविलवाणी झाली. तेवढ्यात मागून दोन बायका म्हणाल्या,

"वेस्टवरून जाऊ या. तिकडे एवढा जोर नसेल पाण्याचा. तुम्हाला कुठं जायचंय?"

"शान टॉकीजजवळ," ती मुलगी म्हणाली.

"मग पार्ल्याच्या फ्लाय ओव्हरवरून जा. शान टॉकीजला लागूनच आहे. चला आमच्याबरोबर."

दोघींच्या जोडीला आणखी दोघी आल्यानं प्राजक्ताच्याही जिवात जीव आला. तिनं त्या मुलीला खुणेनंच चल म्हणून सांगितलं.

ब्रीज क्रॉस करून त्या अंधेरी पश्चिमेला आल्या. पाणी गुडघ्यापर्यंत आलेलं होतं. पण अनेक माणसं, पोरं एकमेकांना आधार देत चालत होती. त्यांच्या जोडीनं एकमेकींचा हात धरून त्या चालायला लागल्या.

"नाव काय तुझं?" प्राजक्तानं विचारलं.

"अंकिता. आणि तुमचं?"

"प्राजक्ता."

"तुम्ही कुठून आला?"

"ऑफिसमधून. सीप्झला ऑफीस आहे आमचं."

"थँक्स. तुम्ही यायचं कबूल केलंत म्हणून."

प्राजक्ता हसली, "तुला पण थँक्स मला आणलंस म्हणून."

शॉपर्स स्टॉपपर्यंत पोचल्या त्या तेव्हा साडेआठ झाले होते. आजूबाजूंच्या घरातली वीज गेली होती. रस्त्यावर अंधार होता पूर्ण. पण कोणीही गैरफायदा घेत नव्हतं. उलट मदतीचा हात पुढे करत होते. एका ठिकाणी तर गरम गरम चहाची व्यवस्था केली होती रस्त्यालगतच्या बिल्डिंगमधल्या लोकांनी.

पार्ल्याच्या फ्लायओव्हरजवळ आल्या आणि अडकल्या दोघीजणी. तिथे पाणी कमरेच्या वर गेलं होतं. फ्लायओव्हरवर पोचण्यासाठी तो पाण्याचा पूर ओलांडून जायचं म्हणजे परीक्षाच होती. फ्लायओव्हरवरून पाण्याचे लोट येत होते खाली आणि त्या पाण्यात पोरं उभी होती भलामोठा दोरखंड घेऊन लांबलचक साखळी केली होती त्यांनी. एकेकाला ह्या बाजूनं फ्लायओव्हरवर सोडत होती ती पोरं. त्या पोरांचा आधार घ्यायला अंकिता तयार होत नव्हती सुरुवातीला. पण प्राजक्तानं समजावलं तिला. प्राजक्तानं तिला एका हातानं घट्ट धरलं. दोघी एकमेकींचा हात धरून दुसऱ्या हातानं त्या मुलांचा आधार घेत निघाल्या. अंकिता मध्ये किंचाळली जोरात, तेव्हा पोरं ओरडली, "घाबरू नका काही होत नाही."

फ्लायओव्हरवर पाणी कमी असलं तरी पुन्हा दुसऱ्या बाजूला म्हणजे पार्ल्याच्या पूर्वेला, शान टॉकीजजवळ उतरताना तीच परिस्थिती होती. पुन्हा त्याच दिव्यातून जावं लागलं त्यांना. कमरेएवढ्या पाण्यातून बाहेर आल्यावर मग पुन्हा गुडघ्यापर्यंतच्या

पाण्यात चालत चालत पुढे आल्या त्या. तिथे एका मुलाला बिल्डिंगचं नाव सांगून पत्ता विचारला त्यांनी. त्या मुलानं समोरच्या सोसायटीत जायला सांगितलं. सगळीकडे अंधार पसरलेला होता. त्यात त्या सोसायटीच्या कंपाऊंडमध्येही कमरेपर्यंत पाणी होतं. त्या पाण्यातून वाट काढत त्या जिन्याजवळ गेल्या. तळमजल्यावरच्या पायऱ्या दिसत नव्हत्या तशा अंधारात. अंदाजे पायऱ्या चढून त्या दुसऱ्या मजल्यावर आल्या. प्राजक्तानं मोबाईलची लाईट चालू ठेवली होती. खरं तर तेवढ्या काळोखात एकमेकींचा चेहराही दिसत नव्हता त्यांना. पण एकमेकींचा हात धरून आणि हातानं चाचपडत त्या पोहोचल्या होत्या. तिथे अंकितानं आधी सवयीनं बेल दाबली. मग दार ठोठावलं.

प्राजक्ताच्या छातीत उगीचच धडधडायला लागलं. समजा, त्यांनी फक्त अंकिताला घेतलं घरात आणि आपल्याला परत पाठवलं तर? काय करायचं?

दार उघडलं गेलं. आतून मेणबत्तीचा प्रकाश बाहेर आला. अंकिताच्या आईच्या मैत्रिणीनं त्यांना आत घेतलं.

"कधीपासून वाट पाहतेय," असं म्हणत त्यांनी दार बंद केलं. अंकिता एकदम बिलगली त्यांना, रडायलाच लागली. तशा हसल्या त्या मग तिला थोपटत म्हणाल्या, "अग हो..हो.. आता आलीस ना इथे. अजिबात रडायचं नाही. मला काळजी वाटत होती. वसूचा फोन आला सात वाजता, तू येणार आहेस म्हणून सांगितलं तिनं. दहा वाजले तरी पत्ता नव्हता तुझा. म्हटलं काय झालं? पोर गेली कुठं? दोनदा फोन येऊन गेला वसूचा. तीही काळजीत आहे, आधी फोन कर तिला."

"करते मावशी. पण आधी ओळख करून देते तुझी, ह्या प्राजक्ता ताई."

प्राजक्तानं आणि त्यांनी नमस्कार केला एकमेकींना.

"मावशी ह्यांनी मोबाईल दिला त्यांचा. नाहीतर फोन नसताच करता आला आईला आणि तिच्याशी बोलले नसते ना तर तुझ्याकडे येण्याचं सुचलंच नसतं मला."

"हो का?" त्यांनी कौतुकानं म्हटलं.

"हो आणि मुख्य म्हणजे माझ्याबरोबर यायला तयार झाल्या त्या. मला ओळखत नसताना माझ्या रिक्वेस्टवरून आल्या. एवढ्या पावसात, एवढ्या रात्री एकटीनं यायचं डेरिंगच नसतं झालं मला."

"बरं बरं. आपण बोलू अंकिता सावकाश. आधी फोन कर आईला आणि कपडेही बदलून घ्या पटकन."

घरात वीज नव्हती पण गॅसवर पाणी गरम करून ठेवलं होतं त्यांनी. दोघींच्या हातात दोन टॉवेल आणि गाऊन ठेवले त्यांनी. अंकिता आईला फोन

करायला गेली म्हणून मग प्राजक्ता शिरली बाथरूममध्ये.

गरम गरम पाण्यात अंघोळ करून झाल्यावर बरं वाटलं प्राजक्ताला. मुख्य म्हणजे पाच तास ओल्या कपड्यांत राहिल्यावर आता त्या कोरड्या गाऊनमध्ये अगदी छान वाटत होतं.

अंकिताची मावशी स्वयंपाकखोलीत जेवण गरम करत होती आणि अंकिता बाथरूममध्ये अंघोळीला गेली होती. प्राजक्ता एकटीच बसली होती हॉलमध्ये. तिला एकदम अवधूतची आठवण झाली. पर्समधून मोबाईल काढला तिनं आणि नंबर फिरवला.

अवधूतला फोन करून पाच तास झाले होते. ह्या दरम्यान त्याचा एकदाही फोन आला नव्हता. ती कुठे आहे, कशी आहे ह्याची चौकशीही करावीशी वाटली नव्हती त्याला. प्राजक्ताला राग आला त्याचा. पण मग स्वत:ची समजूत काढली तिनं. कदाचित त्यानं प्रयत्न केलाही असेल खूप वेळा पण नेटवर्क जॅम असल्यामुळे नसेल झाला संपर्क. आताही कुठे लागत होता फोन? सारखं 'थोड्या वेळानं पुन्हा प्रयत्न करा' असंच उत्तर येत होतं.

अंकिताच्या मावशीनं तिला नंबर फिरवताना पाहिलं. मग तीच म्हणाली, ''मोबाईलवरून लागत नसेल तर लॅण्डलाईनवरून कर ना. कदाचित लागेल.''

प्राजक्तानं नंबर लावला लॅण्डलाईनवरून आणि खरंच लागला लगेच.

''हॅलो,'' अवधूतचा आवाज ऐकूनच धडधडायला लागलं प्राजक्ताला.

''हॅलो, प्राजक्ता बोलतेय.''

''हं बोल.''

तिला वाटलं होतं अवधूत आपला आवाज ऐकल्याबरोबर म्हणेल कुठं आहेस तू, कशी आहेस. कधीचा फोन लावतोय मी वगैरे वगैरे. पण असं काहीच नाही म्हणाला तो.

''हॅलोऽऽ, मी पार्ल्याला आहे आता अवधूत.''

''पार्ल्याला? तिथे कशी पोचलीस तू. तुला अंधेरी स्टेशनवर जा म्हणून सांगितलं होतं ना मी?''

''अरेऽऽ ऐकून तर घे माझं.''

''कोणाकडे आहेस? पार्ल्याला म्हणजे कुठे आहेस?''

''देशमुख म्हणून आहेत. अंधेरी स्टेशनवर एक मुलगी भेटली होती. तिच्या मावशी आहेत ह्या. तिला सोबत हवी होती कोणाची तरी. मला विचारलं तिनं. विचार केला एकटं इथे उभं राहण्यापेक्षा जावं तिच्याबरोबर म्हणून मग आम्ही दोघी आलो इथे.''

"प्राजक्ता, काय मूर्ख बाई आहेस तू! कोणत्याही अनोळखी लोकांकडे कसलाही विचार न करता कशी काय गेलीस तू? थोडा कॉमन सेन्स नाही का वापरता येत?"

"तो वापरला म्हणून आले मी इथे." प्राजक्ता चिडली होती खरं तर पण लोकांच्या घरात तमाशा नको होता तिला म्हणून दबक्या आवाजात म्हणाली ती.

"मला शिकवतेस तू?" तो चिडला दुसऱ्या बाजूनं.

"मग काय करायला हवं होतं मी? प्लॅटफॉर्मवरच राहायला हवं होतं?"

"ते पत्करलं असतं एक वेळ. कमीत कमी कसली भीती नव्हती की टेन्शन नव्हतं एवढ्या गर्दीत. इथे कोण कोण आहे?"

"त्यानं काय फरक पडतो अवधूत?" तिनं पुन्हा शांतपणे विचारलं.

"फरक पडतो. खूप फरक पडतो. मी जवळ नसताना तू कोणाकडेही राहायला जातेस. मला कळायला नको कुठे, कोणत्या नरकात गेली आहेस ते?"

"तुझ्या जिभेला काही हाड आहे का अवधूत. काय बडबडतो आहेस तू? रात्रभर ओल्या कपड्यांत प्लॅटफॉर्मवर उभं राहाण्यापेक्षा कोणाच्या तरी घरी आसरा मिळालाय मला हे महत्त्वाचं नाही वाटत तुला? मी सांगितलं होतं तुला मला घ्यायला ये किंवा मी येते तुझ्या ऑफिसात म्हणून. आलास? एवढी बायकोची काळजी वाटत होती तर यायचं होतं ना रमीचा डाव अर्धवट टाकून? स्वत: आपली जबाबदारी पार पाडायची नाही आणि वर चिडायचं. खरं तर मी रागवायला हवं होतं तुझ्यावर."

"तू माझ्यावर रागवायचा प्रश्नच कुठं येतो. चूक तू केलीस, मी नाही."

"हो ना चूक माझीच झाली. म्हणून नाही रागवत तुझ्यावर. कशासाठी रागवायचं. तू म्हणालास चूक केलीस तर तूच निस्तर. आता निस्तरतेय माझी चूक. म्हणून तर आले माझा मी निर्णय घेऊन इथे. अंकिताला सोबत हवी होती आणि मलाही आसरा हवा होताच. रात्रभर पावसाच्या आणि माणसांच्या पुरात सापडून गटांगळ्या खाण्यापेक्षा हे बरं म्हणून आले मी अंकिताच्या मावशीच्या घरी!"

"फार बोलायला लागलीस तू प्राजक्ता. म्हणे पुरात सापडले होते मी माणसांच्या! नोकरी कर म्हणून मी सांगितलं होतं तुला? लग्नानंतर नोकरी सोड, घरात राहा, घर सांभाळ म्हणून दहा वेळा सांगितलं तुला. पण नाही ऐकलंस. नवऱ्यावर विश्वास नाही ना! तुला दोन वेळचं खायला घालण्याएवढा पगार मिळवतो मी. हट्टीपणा करायचा नेहमीच. स्वत:चे निर्णय घेण्याएवढी समर्थ आहेस ना? मग माझ्याकडून कशासाठी अपेक्षा करतेस स्टेशनवर येण्याची?"

मोठमोठ्या आवाजात बोलत होता अवधूत पलीकडून. प्राजक्ताला वाटलं हा असाच बोलत राहिला तर एवढा वेळ आवरून ठेवलेले अश्रू बाहेर येतील पुरासारखे. आणखी वाद घालायची इच्छा नव्हती तिची.

"ठीक आहे, नाही करत अपेक्षा कसलीच आणि आता यापुढेही नाही ठेवणार तुझ्याकडून कसलीच अपेक्षा." तिनं रिसिव्हर खाली ठेवला पटकन तो उलट काही बोलण्याआधीच आणि मग बसून राहिली सुन्नपणे.

अंकिताची मावशी स्वयंपाकघरातून ये-जा करत होती. कदाचित तिनं ऐकलं असावं त्यांचं बोलणं. कदाचित नसेलही. पण कानकोंडं झालं तिला थोडा वेळ. त्यांनी ऐकलं असेल तर काय वाटेल त्यांना?

वीज नव्हती म्हणून बरं झालं असं वाटलं प्राजक्ताला. कमीत कमी तिला तिच्या चेहऱ्यावरचे भाव लपवता आले आणि पापण्यांच्या काठावर आलेले अश्रू पुन्हा परतवता तरी आले.

"जेवून घ्या आता गरम गरम," अंकिताच्या मावशीनं ताट मांडत सांगितलं.

वाफाळलेला भात, त्यावर गरम गरम वरण, तुपाची धार, भाजी, लोणचं, पापड! किती दिवसांनी असं आयतं ताट समोर आलं होतं तिच्या. खरं तर तुटून पडावसं वाटत होतं त्या ताटावर. पण तोंडाची चवच गेली होती तिच्या.

दोन घास कसेतरी ढकलले तिनं पोटात. मग ती म्हणाली, "थॅंक्स! अंकितामुळे आज मलाही अगदी माहेरपण उपभोगायला मिळालं."

अंकिताची मावशी हसली फक्त आणि थोपटलं तिला अगदी हळुवारपणे. जणू काही तिला कळलं होतं सगळं.

प्राजक्ताला भरून आलं. पुन्हा रडू कोसळेल की काय असंही वाटलं, पण आवरलं तिनं स्वत:ला.

त्या दोघींची अंथरुणं घालून दिली त्यांनी हॉलमध्ये आणि त्याही बसल्या गप्पा मारत तिथेच.

त्यांचे यजमान म्हणजे मिस्टर देशमुख ऑफिसमध्येच राहिले होते मुक्कामाला. त्यांचा मोठा मुलगा बंगलोरला होता आणि धाकटा त्या दोघी येण्याआधीच झोपला होता.

अंकिताची मावशी म्हणाली, "आज सगळंच बंद झालं या पावसामुळे. वीजही नाही, टी.व्ही. चालू असला की जाग राहते घरात माणसांची. सगळीकडे फक्त भयाण शांतता आणि केवळ कोसळणाऱ्या पावसाचा आवाज. असा पाऊस कधीच नाही पडला मुंबईत. ढगफुटीच असणार बघा ही. माझ्या ऐकण्यात तर प्रथमच घडलंय असं. गाड्या बंद पडल्यात दुपारपासून म्हणजे बघा. एका अर्थी

तुम्ही इथं आलात ते बरं झालं. मलाही सोबत झाली तुमची. रात्री एकटीला झोपच नसती लागली. तुम्ही राहा आता इथे. गाड्या सुरू झाल्या की मग जा.''

मग प्राजक्ता म्हणाली, ''खरं सांगू? आधी अंकितानं विचारलं तेव्हा द्विधाच झाले होते मी. असं कसं जायचं कोणाकडे ओळखदेख नसताना. तिनं खूप विनवण्या केल्या म्हणून तयार झाले मी. आता इथे आल्यावर वाटलं बरं झालं अंकिताचं ऐकलं ते. रात्रभर प्लॅटफॉर्मवर कशी उभी राहिली असते ह्या कल्पनेनंही थरकाप होतो जिवाचा.''

''झोपा आता. दमला असाल पाण्यात चालून चालून आणि सकाळीही निवांत उठा, काळजी करू नका कसलीच आणि विचारही, कळलं ना?'' अंकिताची मावशी प्राजक्ताकडे पाहून म्हणाली.

प्राजक्ता हसून हो म्हणाली खरी पण एवढी थकली असली तरी प्राजक्ताला झोप येईना. अवधूतच्या आज दिवसभरच्या वागण्या-बोलण्यानं झोपच उडाली होती तिची. अशा परिस्थितीत नवरा म्हणून जबाबदारीनं वागायला हवं होतं त्यानं. आपल्यासाठी सगळं सोडून धावत यायला हवं होतं त्यानं. ते राहिलं बाजूला, आपल्यालाच ओरडत राहिला तो अशा परिस्थितीत. नवरा असला तरी माणूस असं कसं काय बोलू शकतो?

अवधूतचा हा विचित्र, संशयी, किरकिरा स्वभाव लग्नानंतर लागलीच लक्षात नाही आला तिच्या. नव्या नवलाईच्या त्या दिवसांत कदाचित वागतही असेल तो तसं, पण ध्यानात नाही आलं तसं. किंचित कटकट्या वाटला होता. पण त्रास होण्याइतपत नव्हता आणि लग्नाच्या ह्या डावात मिळालेलं हे माणूस परिपूर्ण असणार नाहीच. प्रत्येक गोष्ट मनासारखी मिळतही नाही हे कळण्याइतपत समज होती तिच्यात. खरं तर लग्नानंतर लगेच नोकरी सोड म्हणून मागे लागला होता तिच्या. तेव्हा वाटलं होतं, आपली धावपळ होते ते पाहावत नाही त्याला. खूप बरंही वाटलं तेव्हा, पण नोकरी सोडायची नव्हतीच तिला. तिनं समजावलं त्याला, करेन की नोकरी सगळं सांभाळून. पुढे मुलं झाली की पाहू आणि ह्या दिवसांत मुंबई-विरारसारख्या ठिकाणी राहायचं तर दोन पगार हवेतच वगैरे सांगितलं त्याला, तेव्हा गप्प बसला तो.

थोडा मूडी असला तरी ठीक आहे, कळेल हळूहळू त्याचा स्वभाव आपल्याला आणि आपला त्याला असं म्हणत लग्नानंतर प्रत्येक दिवस आनंदात काढत होती ती. जमेल तेवढं नजरेआडही केलं तिनं त्याचं वागणं. उगीच बारीकसारीक गोष्टींवरून वाद घालत बसायचा तो अगदी त्याच्या आईवडीलभावंडांशीही. त्यामुळे केवळ आपल्याशी नाही तर सर्वांशीच असा वागतो तो म्हणून स्वीकारलं त्याला.

पण, कधीकधी इतका बोलायचा की त्यावर काय बोलावं समजेनासंच व्हायचं तिला. बसमधून, ट्रेनमधून जाताना, गर्दीतून चालताना वेढून घ्यायचा तो तिला. कोणाचा धक्का लागू नये आपल्या नाजूक बायकोला ह्याची काळजी घ्यायचा तेव्हा वाटायचं, किती जपतोय हा आपल्याला! उशीर झालाच कधी तर अस्वस्थ व्हायचा, घर डोक्यावर घ्यायचा तेव्हा वाटायचं, किती काळजी वाटते ह्याला आपली! पण हळूहळू लक्षात आलं, हे सारं प्रेमापोटी किंवा काळजीपोटी नव्हतं. आपली बायको केवळ आपल्या मालकीची आहे, ती दुसरीकडे कुठे जाऊ नये, तिला दुसऱ्या कोणत्याही पुरुषाचा स्पर्श होऊ नये, तिनं कोणा पुरुषाशी अकारण बोलू नये असंही वाटायचं त्याला. अनेकदा अप्रत्यक्षपणे सुचवायचाही तो. हळूहळू सारं त्रासदायक व्हायला लागलं.

आपल्या जगण्यावरच बंधन आलं आहे आता असं वाटायला लागलं होतं प्राजक्ताला. कुठे बाहेर पडली तर अवधूतचे डोळे लागलेले आहेत आपल्यावर असा भास व्हायचा सारखा. मित्र जाऊ देत पण मैत्रिणीही कोण असाव्यात तिच्या हेही ठरवायला लागला तो. तेव्हा नोकरी सोडून घरी बसावंसंही वाटलं होतं तिला. पण नोकरी सोडून घरी राहिलो तर हा माणूस त्याच्या ह्या घरात बंद करून कुलूप लावायलाही कमी करणार नाही हे माहीत होतं तिला. नोकरीमुळे बाहेर पडता येतं, मोकळा श्वास घेता येतो म्हणून नोकरी न सोडण्याचा निर्णय हळूहळू पक्का होत गेला. पण असा वागला तरी प्रेम आहे त्याचं आपल्यावर. शेवटी कसाही असला तरी नवरा आहे हक्काचा. त्याचाच आधार असणार आहे आपल्याला ही भावना होती मनात एवढे दिवस.

पण आज ह्या पुरात सहज सोडून दिलं त्यानं आपल्याला. एवढ्या जवळ होता तो आपल्या. अशा प्रसंगात खरं तर वेड्यासारखं धावत यायला हवं होतं त्यानं. पण नाही आला, जणू प्राजक्ता कोणी तरी अनोळखी व्यक्ती आहे. इतक्या सहज सोडून दिलं आपल्याला ह्या पावसात. निराधार केलं ह्या माणसानं आपल्याला. कशासाठी आपलं म्हणायचं ह्याला? केवळ देवाब्राह्मणांच्या साक्षीनं काळे मणी बांधले आपल्या गळ्यात म्हणून, की त्याच्या नावानं हातात चुडे भरले अन् कपाळावर कुंकू लावलं म्हणून?

आज ह्या पावसानं, ह्या अनपेक्षित पुरानं सारं चित्र स्पष्ट करून टाकलं तिच्या पुढच्या आयुष्याचं. आता एका अनोळखी, आपला न वाटणाऱ्या माणसाबरोबर संसार करत राहायचा आणि तोही ही सल कायम मनात ठेवून.

प्राजक्ता तळमळत होती खूप वेळ अंथरुणावर. कधीतरी पहाटे डोळा लागला तिचा तेव्हा पाऊस पडतच होता न थांबता.

आज गाडीत नेहमीची गर्दी नव्हती. बसायला सहज जागा मिळाली, पण योगायोगानं त्यांच्या ग्रुपमधल्या होत्या सगळ्या एक किणीबाई सोडून! सगळ्याच थकून गेल्यासारख्या बसल्या होत्या. ह्या पावसानंतर कायमचं वसतीला आलेलं मनावरचं मळभ ओढून प्राजक्ताही बसली होती निमूट.

डब्यात विचित्र शांतता पसरली होती. सगळ्याच बायका कुजबुजल्यासारख्या सांगत होत्या कहाण्या, आपापल्या अनुभवाच्या.

शेवटी नरेबाईंनी सुरुवात केली, "काय गं सुजाता, कशी पोचलीस घरी?"

"मी निघाले हो ऑफिसमधून. आपल्याकडे कितीही पाऊस पडला तरी एवढं पाणी नाही तुंबत. म्हणजे माटुंगा, माहिमला पाणी साठलं तरी अंधेरी किंवा वांद्र्याहून विरारपर्यंत चालूच असतात गाड्या. अशा पूर्णपणे गाड्या बंद झाल्याचं ऐकीवातच नाही आपल्या. म्हणून निघाले मी, मग प्रशांतचा फोन आला, तो म्हणाला, ऑफिसातच थांब, म्हणून. पण मी पोचले होते तेवढ्या पावसात स्टेशनला."

"तो सांताक्रूजला आहे ना ग कामाला?" रागिणीनं विचारलं.

"हो."

"मग काय केलंस तू?" प्राजक्तानं विचारलं.

"काय करणार? तो म्हणाला मला अंधेरीवरून चालत ये पार्ल्याला. तोही चालत आला मग पार्ल्यापर्यंत. पार्ल्याला काका राहातात आमचे एक. त्यांच्याकडे गेलो मग दोघेही. दुसरा दिवसही तिथेच राहिलो, संध्याकाळी गाड्या सुरू झाल्यावर मग घरी गेलो.

"आणि पोरांचं काय केलं मग?" रागिणीनं पुन्हा विचारलं.

"पाळणाघरातच राहिली ती. फोन केला होता आम्ही त्यांना. त्या म्हणाल्या काही काळजी करू नका म्हणून. तुम्ही काय केलंत ताई?" तिनं नरेबाईंना विचारलं.

"आम्ही राहिलो ऑफिसातच. तरुण पोरी खूप आहेत ग आमच्याकडे. आम्ही वयस्कर बायका राहिल्यामुळे त्याही राहिल्या निर्धास्तपणे. आमचं कॅन्टिनही चांगलं आहे. छान सोय केली आमची जेवणाची, नाश्ताही छान दिला. मी तुम्हा सर्वांना फोन लावायचा प्रयत्न करत होते, पण नव्हतेच लागत," नरेबाई म्हणाल्या.

"नेटवर्क जाम झालं होतं त्या दिवशी. प्रशांत किती वेळ मला फोन लावत होता. नाही लागला तेव्हा पी.सी.ओ.वरून लावला बिचाऱ्यानं."

"बरं झालं तुमचा संपर्क झाला ते. नाहीतर एकटीला राहावं लागलं असतं स्टेशनवर," प्राजक्ता म्हणाली.

"पण प्रशांतनं ठरवलेलं अंधेरीला चालत यायचं म्हणून. समजा नसता लागला फोन तर ऑफिसात येणार होता बिचारा," सुजाता म्हणाली.

"रागिणी, तू काय केलंस ग? ऑफिसमध्ये राहिलीस का?"

"आमच्या इथे नव्हता एवढा तुफान पाऊस. गाड्या बंद पडल्या होत्या एवढं कळलं मला. पण तरी तसं टेन्शन नव्हतं. ह्यांचा फोन आला घ्यायला येतो म्हणून. ते आले माझ्या ऑफिसात आणि मग तिथून आम्ही तिघं चालत राहिलो."

"तिघं?"

"त्यांची ती मैत्रिणही होती. त्यांच्याच ऑफिसात आहे ती."

"हो का?"

"हं. मग रात्री एका हॉटेलात खोली घेतली आम्ही. ग्रँटरोडला कुठंतरी. तिथेच राहिलो. मग गाड्या सुरू झाल्यावर घरी गेलो," रागिणी म्हणाली.

"आणि प्राजक्ताबाई, तुमचं काय? काही बोलत नाहीस तू आज?" नरेबाईंनी विचारलं.

"तिचं काय? अवधूत जवळच तर होता. काय केलंत ग? हॉटेलात राहिलात का?" सुजातानं म्हटलं.

"दुसरा हनिमून का पावसाच्या निमित्तानं?" रागिणीनं विचारलं.

"तसं काही नाही हं रागिणी. अंधेरीला वाईट होती परिस्थिती अगदी. नेटवर्क जॅम झाल्यानं काहीच कॉन्टॅक्ट नाही झाला आमचा. तो ऑफिसातच राहिला होता. मला वाटलं होतं नेटवर्क मिळालं की बोलावू त्याला स्टेशनवर म्हणून मी आले आपली स्टेशनवर."

"मग काय केलंस?" सुजातानं विचारलं.

"एक मुलगी होती कॉलेजची. तिच्या मावशीकडे गेलो आम्ही. छान व्यवस्था झाली अगदी दोन दिवस," प्राजक्ता उसन्या उत्साहात म्हणाली.

"आणि किणीबाईंचं कळलं का काही?" रागिणीनं विचारलं.

"त्या त्यांच्या नातेवाइकांकडे गेल्या होत्या. पण फार थकून गेल्यात त्या. कालच परतल्यात, म्हणून नाही आल्या आज." सुजातानं सांगितलं.

"चला, आपण सगळ्या सुखरूप घरी पोचलो हे महत्त्वाचं. मला काळजी वाटत होती सगळ्यांचीच. कोण कुठं अडकेल आणि काय होईल ह्याचा नेम नसतो ग अशा परिस्थितीत." नरेबाई म्हणाल्या.

स्वेटरचे चुकलेले टाके उसवून पुन्हा उलट सुलट टाके घालत सुजाता म्हणाली, "पण खरं सांगू का ताई, अशा प्रसंगात माणसंही कळतात. किती मदत करत होते लोक एकमेकांना अगदी सगळं विसरून!"

"खरं आहे सुजाता, इतर माणसं मदतीला येतातच अशा प्रसंगात. आपलं माणूसही कळतं ग बाई," रागिणी म्हणाली.

"हो बाई, प्रशांत तशा पावसात चालत आला माझ्यासाठी. तो भेटला तेव्हा मिठीच मारली मी त्याला. तो भेटेपर्यंत जिवात जीव नव्हता अगदी. पण भेटल्यावर मात्र सगळं सोपवलं त्याच्यावर आणि निर्धास्त झाले अगदी."

"मी आणि कैलास अगदी अनोळखी माणसांसारखेच राहतो घरात, पण आमच्या ह्या अशा नात्यातही आपलेपणाचा धागा गुंफला जातोच ग. त्याला जबाबदारीची जाणीवही आहेच म्हणून तर तिच्याबरोबर मला किंवा माझ्याबरोबर तिलाही सांभाळलं त्यानं," रागिणी कृतज्ञतेनं म्हणाली.

आपण काय बोलावं ह्यावर? प्राजक्ताला काहीच कळेना. दोन दिवसांनी परत आला अवधूत, तेव्हाची त्याची धूसफूस आठवली तिला. ती आधीच पोचली होती घरी. तिनं त्या रात्री केलेल्या फोननंतर त्यानं साधा फोनही केला नव्हता. तिनंही नाही केला रागानं. घरी आल्यावरही एका शब्दानं नाही विचारलं त्यानं काहीच. फक्त चिडला, पुन्हा पुन्हा तेच बडबडत राहिला. सगळं निमूट ऐकलं आपण, काहीही न बोलता. अगदी त्यालाही नाही विचारलं काहीच.

"प्राजक्ता, गप्प का ग आज. मघापासून पाहतेय, जास्त बोलत नाहीस," नरेबाईंनी काळजीनं विचारलं.

"काही नाही ताई. तुमचं ऐकतेय सगळं."

"अवधूत सुखरूप आहे ना?"

"हो. तो ऑफिसमध्येच होता ना, त्यामुळे काहीच प्रॉब्लेम नव्हता," प्राजक्ता म्हणाली.

"असा पाऊस कधी नाही पडला ना मुंबईत?" रागिणीनं विचारलं.

"छे ग. असा पाऊस माझ्या तरी आठवणीत नाही. दर वर्षी एखाद दुसऱ्यांदा, थोडा वेळ गाड्या बंद होण्याएवढा पडतो. पण असा सगळं उद्ध्वस्त करणारा पाऊस नाही पडला कधी." नरेबाई म्हणाल्या.

""मी घरी पोचले तर अशी बिलगली मला रिया! दोन दिवस आईबापाशिवाय पाळणाघरात राहिली होती ना. प्रथमच अगदी केविलवाणी झाली होती," सुजाता म्हणाली.

"साहजिकच आहे ग," नरेबाई.

"मला काल काय म्हणते माहीत आहे?"

"काय म्हणाली?" प्राजक्तानं उगाच उत्सुकता दाखवत विचारलं.

"म्हणते, आई हा पाऊस अगदी वाईट आहे. मी आता कधीच बोलवणार

नाही त्याला, 'येरे येरे पावसा म्हणून,' मी विचारलं, 'का ग?' तर म्हणते 'मग काय?' तो बुडवतो मुंबईला पाण्यात आणि माझ्या आईपप्पांनाही अडकून ठेवतो. नकोच मला हा पाऊस.''

''पोरंही काय विचार करतात ना?'' रागिणी कौतुकानं म्हणाली.

''करतात तर. अग, अशाच घटना शिकवतात आपल्याला बरंच काही. काही घटना तर मनात इतक्या रुतून राहतात की विचारू नकोस. कायमचा ओरखडा उमटवून टाकतात मनावर,'' नरेबाई म्हणाल्या.

''पण त्या दिवशी अगदी 'सर आली धावून मडकं गेलं वाहून' अशीच अवस्था झाली होती.''

प्राजक्ता हसली आणि म्हणाली, ''अगदी खरं, मडकंच वाहून गेलं नाही का अनेकांचं?''

मग क्षणभर गप्प झाल्या सगळ्याच. मग नरेबाई म्हणाल्या, ''आता फार झालं हं पावसाचं. दुसरं काहीतरी बोला ग.''

मग सुरू झाले दुसरे विषय. टी.व्ही.वरच्या मालिका, गाणी वगैरे. पण पुन्हा पुन्हा विषय पावसावरच वळायला लागला. न्यूज चॅनलवर पाहिलेली दृश्यं, लोकांवर ओढावलेले प्रसंग, त्या पावसात वाहून गेलेलं सर्वस्व, आयुष्यभर बेगमी करून साठवलेलं धान्य, सजवलेलं घर, सारं वाहून जाताना पाहणारे सुन्न लोक इत्यादी इत्यादी.

सारं ऐकत होती प्राजक्ता, पण तिच्या मनावर मात्र एकच बातमी ठळक होऊन 'ब्रेकिंग न्यूज' म्हणून सारखी सारखी उमटत राहिली. प्रेम प्रेम म्हणून जपू पाहिलेलं नातं एका मोठ्या आलेल्या सरीनं कायमचं उद्ध्वस्त केलं.

प्राजक्तानं डोळे मिटून घेतले. तिला वाटलं डोळे उघडे ठेवले तर पुन्हा एकदा आकांतानं कोसळेल तो पाऊस आपल्या डोळ्यांतून आणि आपण वाहत जाऊ त्यात दिशाहीन. म्हणून भरून आलेला पाऊस तसाच लपवला तिनं पापण्यांआड. आता पुन्हा ढगफुटी होऊ द्यायची नव्हती तिला.

***

(*कथाश्री*, दिवाळी २००७)

दुःखोत्सव

दृश्य पहिले

वेळ - दुपारची, स्थळ - मनालीचं सासरचं घर.

फोनची रिंग वाजते. मनाली स्वयंपाकघरातून दिवाणखान्यात धावत येते. दुसरी रिंग वाजण्याआधी तिला रिसिव्हर उचलायचा असतो. पहिल्या रिंगमुळे किंचित चाळवलेला तिचा नवरा म्हणजे समीर, दुसऱ्या रिंगमुळे हमखास उठणार ह्याची खात्री असते तिला! त्याची झोपमोड होईल की काय ह्याची चिंता तिच्या चेहऱ्यावर स्पष्ट दिसते.

रिसिव्हर उचलताना एका कुशीवरून दुसऱ्या कुशीवर वळणाऱ्या समीरकडे हळूच पाहात ती हलक्या आवाजात 'हॅलोऽऽ' म्हणते. पलीकडून तिच्या धाकट्या दिराचा म्हणजे विनयचा आवाज येतो. तिचा आवाज ओळखूनही तो तिला समीरकडे फोन द्यायला सांगतो. समीर झोपल्याचं सांगूनही तो ऐकत नाही. मनालीला राग येतो. तिच्या चेहऱ्यावर तो दिसतोही. शेवटी नाइलाजानं ती समीरला उठवते आणि रिसिव्हर त्याच्या हातात देते.

समीर फोनवर बोलतोय. मनाली त्याच्याकडे एकटक पाहते आहे. असं पाहण्यापलीकडे आपल्याला काहीच करता येत नाही ह्याचं राहून राहून वाईट वाटतंय तिला. समीरच्या चेहऱ्यावरचे भाव क्षणाक्षणाला बदलत राहतात. त्याच्या त्या बोलक्या चेहऱ्याकडे तिला पाहत राहावंसं वाटतं. समीरचा चेहरा मध्येच आश्चर्यचकित होतोय, मध्येच चिंताग्रस्त होतो. त्याचा तो चेहरा ओठानं टिपून घ्यावासा वाटतोय मनालीला. पण स्वयंपाकघरात तिची मोठी जाऊ मनीषा काम करते आहे. ती केव्हाही बाहेर येण्याची शक्यता असल्यानं मनालीला आपली इच्छा आवरावी लागते. पण अशा तऱ्हेनं आणखी काही दिवस इच्छा आवरावी लागली तर आपलं कठीण होणार हे आता तिला जाणवायला लागलं आहे. खरं तर दोनच दिवसांपूर्वी ऑफिसमधून घरी येताना समीरला मुद्दाम स्टेशनवर भेटून,

त्याच्या सोबत टॅक्सीत बसल्यावर, त्याच्या खांद्यावर डोकं ठेवून तिनं हे त्याला सांगितलेलंही असतं आणि समीरनंही, 'अण्णा म्हणजे त्याचे वडील बरे झाले की पुन्हा आपल्या घरी जायचं आहेच, फक्त थोडी कळ काढ,' असं म्हणून तिला समजावलेलंही असतं.

पण मनालीला आता वाटतं, अण्णा बरे होणार नाहीत आणि पुन्हा त्यांच्या स्वत:च्या घरी जाणं त्यांना शक्य होणार नाही. गेले पंचवीस दिवस तीन-चार हॉस्पिटलं बदलूनही अण्णांची तब्येत जैसे थे होती. त्यामुळे मनालीचा संयम आता सुटत चालला आहे.

मनालीला ह्या घराविषयी विशेष ओढ दिसत नाही. तशी ती कोणत्याही सुनेला नसतेच. पण मनालीला ओढ नसण्याचं कारण वेगळं आहे. तिला वाटतं, ह्या घरातले कायदेकानून माणसांच्या भावनांपलीकडचे आहेत. गेले पंचवीस दिवस ह्या घराच्या तीन खोल्यांत दहा माणसं एकत्र राहताहेत आपापल्या मुलांसकट! दिवसा मनाली आणि मनीषासाठी स्वयंपाकघर. सासू व नणंद म्हणजे अनघासाठी बेडरूम आणि पुरुष व मुलांसाठी हॉल! रात्र झाल्यावर बेडरूममध्ये मुलांसकट बायका आणि हॉलमध्ये पुरुष! आपल्या नवऱ्याकडे चोरूनही पाहायची चोरी असलेल्या ह्या घरात म्हणूनच मनालीचा जीव घुसमटतो आहे.

गेल्या वर्षी लग्न होऊन मनाली ह्या घरात आल्यानंतरही सासूबाईंनी घराची अशीच वाटणी केली होती. सुरुवातीचे काही दिवस समीर काही बोलला नाही. पण लग्न झालेल्या मुलाला हॉलमध्ये झोपवून तळमळत ठेवला तर तोही आईविरुद्ध बंड करून उठतोच. लग्नानंतर हनिमूनहून परत आल्यावर आठदहा दिवस चाललेल्या ह्या खेळानंतर एक दिवस चिडून समीरनं आईला सांगून आपला बिछाना स्वयंपाकघरात घातला आणि थोड्याच दिवसांत कर्ज काढून दोन खोल्यांच्या घरात आपला संसारही हलवला. आपल्या घरात गेल्यानंतर समीरच्या सहवासात काढलेला क्षणन्क्षण लग्नानंतरचे सहा महिने फुकट गेल्याची जाणीव करून देत होता. खऱ्या अर्थानं लग्नाचं सुख भोगत होती मनाली आणि तेवढ्यात अण्णा आजारी असल्याची बातमी थडकली. हॉस्पिटलमध्ये ॲडमिट केल्यानंतर तिथे रात्री झोपणं, दिवसा थांबणं, डबा करणं, डबा पोहोचवणं इत्यादी गोष्टींसाठी जादा मॅनपॉवरची गरज असल्यानं सर्व मुलांनी म्हणजे अगदी मुलीसकट सर्वांनीच एकत्र येऊन राहण्याचा सासूबाईंनी आदेश दिला आणि पुन्हा एकदा बायका आणि पुरुषांची रीतसर विभागणी झाली. अशा परिस्थितीत केवळ ऑफिसला जाताना किंवा येताना मिळणाऱ्या समीरच्या सहवासावर समाधान मानणं मनालीला कठीण जाणं साहजिक आहे. त्यामुळे जेव्हा संधी मिळेल तेव्हा तेव्हा समीरला

डोळ्यांनी पिऊन घेण्यापलीकडे मनाली काहीच करू शकत नसली तरी तिचा संयम आता सुटू लागला आहे हे तिच्या चेहऱ्यावरून स्पष्ट दिसतंय.

मनाली त्याच्याकडे पाहत असतानाच समीर रिसिव्हर खाली ठेवतो आणि मनालीकडे वळून अण्णा सिरिअस असल्याचं सांगतो.

समीर आत तयारीला जातो. मनीषा तोवर बाहेर आलेली. ती डोळ्यानंच मनालीला काय म्हणून विचारते. मनाली अण्णा सिरिअस असल्याचं सांगते. मनीषाचा चेहरा किंचित कावराबावरा होतो. त्याच वेळी समीर बाहेर येतो. मनीषा त्याच्याकडे पाहते. काय झालं म्हणून पुन्हा विचारते. समीर फक्त 'मी जाऊन पाहतो,' म्हणतो आणि बाहेर पडतो.

घरात आता फक्त मनीषा आणि मनाली आहेत. सासू, अनघा हॉस्पिटलमध्येच आहेत. मनीषाचा नवरा आणि अनघाचा नवराही तिथेच आहेत. घरात मनीषाची आणि अनघाची मुलं खेळताहेत. मनाली त्यांना थांबवत नाही. मनीषा कोचावर कोसळल्यासारखी बसते. मनालीला वाटतं, आपण वाट पाहत होतो तो क्षण आलाय. ती अचानक म्हणते, ''आपण आमटी भात आताच करून ठेवू.''

मनीषाच्या चेहऱ्यावर प्रचंड मोठं प्रश्नचिन्ह उमटतं.

मनाली हळूच म्हणते, ''समजा, तसं काही झालं तर? नंतर काहीच करता येणार नाही. आत्ताच आटोपून घेऊ या.''

मनीषाला हसू येतं. त्याही परिस्थितीत आपण थोरली असल्याची जाणीव ठेवून उपहासाच्या सुरात ती म्हणते, ''तसं काही झालं तर जेवणार कोण? आणि तसं काही झालं तर त्या घरात शिजलेलं अन्न नाही खात माणसं...''

मनीषाचा अनुभवी सूर लागत जाताना आणि मनाली निमूट ऐकत असताना पहिलं दृश्य संपतं.

दृश्य दुसरे

वेळ – संध्याकाळी पाच, स्थळ – मनालीचं सासरचं घर.

दारावरची बेल वाजते. मनाली पेपर वाचण्यात गुंग असल्यानं तिला बेल ऐकू येत नाही. मनीषा स्वयंपाकघरातून मोठ्यानं मनालीला दार उघडण्यास सांगते. मनाली दार उघडण्यापूर्वीच बाहेरचा रडण्याचा आवाज दारातून पाझरत आत शिरतो. मनाली गोंधळते. शेवटी मनीषा बाहेर येते. मनालीकडे रागाचा एक कटाक्ष टाकून दार उघडते. दारात विनय, अनघा आणि सासूबाई भरल्या डोळ्यांनी आणि भरल्या आवाजानं उभे असलेले दिसतात. मनीषाच्या चेहऱ्यावरचे भाव झटकन बदलतात. मनालीवरच्या रागाची जागा आता सासूविषयीच्या करुणेनं

घेतली आहे. अनघा जोराचा हंबरडा फोडते आणि आत शिरून मनीषाला मिठी मारते. सासूबाईंच्या हाताला धरून विनय त्यांना आत आणतो. मनालीही त्यांचा हात धरून त्यांना कोचावर बसवते. रडणं आता टिपेला पोचलेलं. शेजाऱ्यांची दारं धाडधाड उघडली जातात आणि काही कळायच्या आधीच ते आपलाही सूर त्यांच्या सुरात मिसळतात.

मनीषा त्यांच्या रडण्याच्या आवाजात स्वतःचं रडणं मिसळते पण मनालीला काही करून रडू येत नाही. ती अस्वस्थ! अण्णा गेल्यावर आपली प्रतिक्रिया नेमकी काय असायला हवी हे तिला समजत नाही. ह्या आधी असा प्रसंग कधी न आल्यानं असेल पण ह्या क्षणी ती प्रचंड गोंधळलेली. अशा वेळी समीर समोर असता तर बरं झालं असतं असं तिला प्रामाणिकपणे वाटतंय. कमीत कमी त्याचे वडील गेल्याचं दुःख त्याला बिलगून वाटून घेता आलं असतं. तसं झालं असतं तर ह्या कल्पनेनंही तिच्या अंगावर रोमांच उभे राहतात. पण मग आता ह्या क्षणी असा विचार मनात आल्यानं ती थोडी संकोचते. आपल्या मनातलं कोणाला कळलं तर नसेल ना ह्या शंकेनं ती आजूबाजूला पाहते. पण सारीच रडण्यात मग्न असल्याचं पाहून सुटकेचा निःश्वास टाकते.

हळूहळू मनाली स्वतःला सावरून रडणाऱ्या बायकांचं निरीक्षण करण्यात गुंतलेली. त्यांच्याकडे पाहून तिला वाटतं, असं रडण्यासाठी वेदनाही जबरदस्त असायला हवी. अण्णांच्या जाण्यानं आपल्याला तसं विशेष दुःख झालं नाही ह्याची तिला नव्यानंच जाणीव होते. दुःख जेवढं जास्त तेवढे अश्रू जास्त. पण मनालीच्या काळजात वेदनेची कळ उमटत नाही. तिची अवस्था अडलेल्या बाळंतिणीसारखी झाली आहे. जोर लाव म्हणून ती स्वतःला बजावते. पण दुःखाचा जोर कमी पडतो. कसं बरं दुःख होईल आपल्याला, ह्याचा विचार करत असतानाच मनालीचं सासूबाईंकडे लक्ष जातं. ठसठशीत कुंकू, अंबाड्यावर माळलेलं पिवळंधमक शेवंतीचं फूल आणि अलीकडेच जुनं मोडून नवीन केलेलं पिवळंधम्मक मंगळसूत्र पाहून मनालीला वाईट वाटतं सासूबाईंचं. आता थोड्याच वेळात अनुभवी आयाबाया हे सारं ओरबाडून टाकणार ह्या कल्पनेनं तिला भरून येतं. आपलं सौभाग्य अभिमानानं मिरवणाऱ्या, नियमित हळदीकुंकू करणाऱ्या ह्या बाईला आता ह्या सगळ्याचा त्याग करावा लागणार ह्या विचारानं मनालीच्या वेदना वाढायला लागतात. दुःखाच्या कळा वाढल्यानं मनाली मनातल्या मनात कण्हू लागते आणि मग हळूहळू धडका मारत अश्रू बाहेर यायला लागतात तिच्या डोळ्यांतून. मनाली सासूबाईंच्या गळ्यात पडून जोराचा हंबरडा फोडते, पण आता सासूबाईंच्या दुःखाचा आवेग ओसरला आहे. त्या मनालीला हवी तशी साथ

देऊ शकत नाहीत. त्या मनालीला थोपटतात आणि मग दूर सारतात. मग मनीषा, अनघा आणि मनालीला जवळ बोलावून हॉलमधल्या खुर्च्या, टीपॉय वगैरे गॅलरीत हलवायला सांगतात. प्रेतासाठी येणाऱ्या लोकांना आता ह्या छोट्याशा घरात कसं सामावून घ्यायचं ह्याची चर्चा सुरू होते. क्षणभरासाठी सारीच अश्रूंना विश्रांती देतात.

सासूबाई मग घरात असतील तेवढ्या सतरंज्या, चटया आणायला सांगतात. सतरंज्या अंथरल्या जातात. सारे घर लावण्याच्या गडबडीत असताना नातेवाइकांची पहिली टोळी आत शिरते. घरातली मंडळी अचानक झालेल्या हल्ल्यानं हबकून जातात. मग भानावर येऊन रडणाऱ्या नातेवाइकांना बिलगतात. गळामिठ्या मारल्या जातात. रडण्याचा ओघ अव्याहत चालू राहतो. सगळेच कधी दबलेल्या, कधी तार स्वरात, कधी गलबलल्या स्वरात तर कधी कंटाळत रडत असताना दुसरं दृश्य संपतं.

दृश्य तिसरे,

वेळ – संध्याकाळचे सहा, स्थळ – मनालीचं सासरचं घर.

हॉस्पिटलमधून प्रेत घरात आणलेलं आहे. प्रेताबरोबर समीर, माधव म्हणजे मनीषाचा नवरा म्हणजेच समीरचा मोठा भाऊ आत येतात. अनघाचा नवरा सुभाषही त्यांच्याबरोबर आहे. हॉलच्या मध्यभागी एका चटईवर प्रेत ठेवलं जातं. ते तसं ठेवल्यावर प्रथम तुळशीचं पान आणलं जातं. ते ओठांवर ठेवलं जातं. मग हळद आणि तेल आणण्याचा हुकूम केला जातो. ह्या दरम्यान प्रेताच्या अंगावर कोसळत रडण्याची शर्यत सुरू होते. घरातल्या माणसांना क्षणभर विसरलं जातं. सासूबाई आणि अनघाला थोडी जागा करून दिली जाते. आता त्या प्रेताच्या अगदी जवळ बसलेल्या आहेत आणि त्यांच्या भोवतीनं सासूबाईंच्या बहिणी, त्यांची मुलं आणि इतर नातेवाईकही जागा पकडून बसताना दिसतात.

मनाली हे सारं हॉलच्या दारात उभी राहून पाहते आहे. त्यांच्या त्या रडण्याच्या स्पर्धेत आपण मागे पडणार हे माहीत असल्यानं ती मुद्दामहून दूर उभी आहे. पण तेवढ्यात अनघा त्या दोघींना डोळ्यांनी जवळ बोलावते आणि मग डोळ्यांनीच प्रेताजवळ बसायला सांगते.

मनाली प्रेताच्या पायाजवळ बसते. तिची नजर समोर बसलेल्या समीरवर जाते. तो रडत असतो. मनालीला भडभडून येतं. त्याच्या त्या जत्रेत हरवलेल्या पोरासारख्या चेहऱ्याकडे पाहून तिला वाटतं, सुश्मिता सेनसारखं 'मेरा बच्चा' म्हणत त्याला जवळ घ्यावं आणि थोपटावं. पण आता मनालीला तिथून उठणं

शक्य नसतं आणि मुख्य म्हणजे एवढ्या लोकांत प्रत्यक्षात असं करणंही आपल्या संस्कृतीत बसत नाही आणि ज्या घरात पुरुष आणि बायकांची नेहमीच विभागणी होते त्या घरात तर ते शक्यच नसतं. ती फक्त मनातल्या मनात त्याला जवळ घेऊन थोपटते. त्याच्याकडे चोरट्या नजरेनं पाहत राहते. त्याचा ताबा पूर्णपणे त्याच्या मावशा, मामा, माम्या, काका, आत्या वगैरेंनी घेतलेला आहे. तो रडायचा थांबलाच चुकून, तर अण्णांच्या आठवणी काढून काढून त्याला रडवताहेत.

हळूहळू पुन्हा रडण्याचा जोर कमी होतो. बाहेर तिरडी बांधण्याची जोरदार तयारी सुरू झालीय. आतमध्ये बायकांनी घराचा ताबा घेतलाय. मनीषा आणि मनाली सुना असल्यानं त्यांना बाहेरच्या आणि घरातल्या सूचनांची अंमलबजावणी करायची आहे. अनुभवी लोकांच्या आज्ञांचं पालन करण्यासाठी दोघीही तयार होतात. प्रेताच्या तोंडात घालण्यासाठी सोन्याचा मणी, प्रेतावर घालण्यासाठी नवं वस्त्रं, सासूला नेसवण्यासाठी नवी साडी, हिरव्या बांगड्या, वेणी वगैरे आणण्याची आज्ञा केली जाते. समीर खिशातून पैसे काढून काही अनुभवी हातांत ठेवतो. बाहेरून जे काही आणायचं ते आणायला सांगतो. हिरव्या बांगड्या आणि वेणी किंवा नवी साडी आणायची नाही म्हणून मनाली मनीषाच्या कानाशी पुटपुटते. मनालीचे शब्द अनघाच्या कानावर पडतात. ती मनाली व मनीषाला डोळ्यानं खूण करून स्वयंपाकघरात बोलावते. तिघीही उठतात आणि आत जातात. सगळं रिवाजाप्रमाणे व्हायला हवं असा दम भरते अनघा दोघींना. पण मनाली व मनीषा प्रथमच एकमुखानं म्हणतात की नवरा गेल्यावर बाईला असं नटवून ओरबाडायचं म्हणजे क्रूरपणा आहे. अनघा पुन्हा म्हणते, ‘त्याला इलाज नाही. तशी पद्धत आहे.’ मनाली म्हणते, ‘अशा पद्धती आपण बायकांनीच बदलायला हव्यात. स्वत:च्या आईला अशा परिस्थितीतून जाताना तुम्हाला पाहवेल का?’ अनघाला काही सुचत नाही. ती तिन्ही भावांना तिच्या बाजूनं उभं राहण्यासाठी बोलावते. पण तिघंही मनीषा व मनालीच्या बाजूनं उभे राहतात. एक विरुद्ध पाच अशा लढतीमध्ये शेवटी अनघाला हार मानावी लागते. आलेल्या अनुभवी आयाबायांना हे कळल्यावर त्यांचा मूडच जातो. सासूबाईंच्या बहिणी अनघाला म्हणतात, ‘धाकटीला अक्कल नाही काही पण मोठीला तरी अक्कल हवी की नाही? हल्लीचे सगळे नवरे बायकांच्या अधीन झालेत दुसरं काय?’ वगैरे वगैरे. एकूणच सासूबाईंना ओरबाडायला न मिळाल्याने आलेल्या बायकांचा उत्साह संपतो.

सासऱ्यांची बॉडी पोस्टमार्टम करून आणल्यानं अंघोळीचा कार्यक्रमही शास्त्र म्हणून दोन थेंब अंगावर टाकून उरकला जातो. प्रेत बाहेर नेण्यात आल्यानं आता बाहेरच्या पुरुषांमध्ये सगळ्या बायकाही मिसळतात. मनाली दूर उभी. प्रेताला

करकचून तिरडीवर बांधताना पाहते आहे. मेलेल्या माणसाच्या तोंडात पाणी सोडण्यासाठी सर्वांचीच धडपड सुरू होते. हार चढवले जातात. प्रत्येक गोष्ट वेळेत झाल्यानं आता स्मशानात जाऊन साधारण किती वाजेपर्यंत घरी पोचता येईल ह्याचे अंदाज घड्याळात पाहून मांडले जातात. प्रेत उचलल्यावर शेवटचे हंबरडे फोडण्याचा कार्यक्रम पार पाडला जातो आणि पुन्हा एकदा पुरुष आणि बायका अशी वाटणी होते. पुरुष प्रेतासोबत स्मशानात जातात आणि बायका गुलालभरल्या रस्त्यावर थोडा वेळ डोळे लावून घरात परतताना तिसरं दृश्य संपतं.

दृश्य चौथे,

वेळ – रात्रीचे साडेआठ-नऊ, स्थळ – मनालीचं सासरचं घर

बायकांच्या अंघोळीचा कार्यक्रम सुरू आहे. रडून रडून थकलेल्या बायका आता मलूल होऊन बसल्यात. मनाली देखील थकून गेलीय. नुसत्या रडण्यानं किती थकवा येतो ह्याची जाणीव तिला होते आहे. मनालीला प्रचंड भूकही लागलीय. पण काही खाण्याची सोय नसल्यानं आणि अशा परिस्थितीत खाण्याचा विचारही करायचा नसतो असं दुपारीच मनीषानं सांगितलेलं असल्यानं ती स्वत:वर संयम ठेवण्याचा प्रयत्न करतेय.

पुरुष स्मशानातून परतलेत. त्यांच्याही अंघोळीचा कार्यक्रम उरकला जातोय. दरम्यानच्या काळात कुठून कुठून आलेल्या नातेवाइकांना, तसंच मित्रमंडळींना आपल्या घराची, कुटुंबाची, मुलाबाळांची, जेवण्याची, झोपण्याची वगैरे आठवण होते. मग हळूहळू 'आईची काळजी घ्या' वगैरे म्हणत, रडत रडत नाक पुसत, रडणारं घर मागे टाकून सगळेजण आपापल्या घराकडे निघतात.

इकडे मनाली, मनीषा, अनघा आणि सासूबाई भकास चेहऱ्यानं आपापला कोपरा पकडून बसलेल्या असतानाच शेजारहून गरम गरम चहा येतो. दातेकाकूंविषयी मनालीला अचानक प्रेम वाटायला लागतं. प्रथेप्रमाणे प्रथम पुरुषांना चहा दिला जातो. सासूबाई घ्यायला तयार नसतात. पण मनीषा आणि मनाली आग्रह करून करून त्यांना प्यायला लावतात. मग मनालीही चहा घेते. चढलेलं डोकं उतरवण्यासाठी चहा हवा असतोच सर्वांना. पण चहाला अमृततुल्य का म्हणतात ह्याचा साक्षात्कार मनालीला ह्या घडीला होतो आहे.

थोड्या वेळानं शेजारच्या मानेकाकू गरम गरम पिठलं आणि भात घेऊन येतात. मनालीला आता जास्तच भरून येतं. शेजार चांगला असणं किती गरजेचं असतं ह्याची कल्पना तिला येते. आपल्या नव्या घरी आपण आता शेजारधर्म

पाळायचा, संबंध वाढवायचे ह्याची खूणगाठ ती मनाशी बांधते.

मुलांना जेवण दिलं जातं. मग पुन्हा प्रथेप्रमाणे पुरुषांना जेवण्याचा आग्रह केला जातो. कोणीही तयार होत नाही. मानेकाकू दम भरतात. दोन घास खायलाच हवेत असा हट्ट धरतात. तेव्हा हट्टी मानेकाकूंचं मनालीला फारच कौतुक वाटतं.

मनाली आणि मनीषाची आई अनघासाठी आणि सासूबाईंसाठी ताटं घेऊन येतात. पण ह्यावेळी सासूबाई हट्टाला पेटतात. नाही म्हणून पलंगावर झोपतात. पण, त्या अनघा, मनीषा किंवा मनालीला तुम्ही खाऊन घ्या असं न म्हणाल्यानं त्या तिघींनाही आपली भूक मारावी लागते.

शेवटी मनीषा, मनालीचे आईवडीलही निघतात. जाताना उद्या आम्ही जेवण आणू असं आश्वासनही देतात.

घर रिकामं झाल्यावर प्रथेप्रमाणे पुरुषांच्या गाद्या हॉलमध्ये व बायकांच्या बेडरूममध्ये टाकल्या जातात.

उपाशी पोटी झोप येत नसतानाही झोपेची आराधना करण्यात मनीषा, अनघा व मनाली गुंतलेले असतानाच दृश्य संपतं.

दृश्य पाचवे

वेळ – दुपारचे बारा, स्थळ – मनालीचं सासरचं घर

मनालीची आई डबे घेऊन आलेली. मनीषा आईची वाट पाहते आहे. बाहेर लोक भेटायला आलेत. स्वयंपाकघरात मनीषा आणि मनालीची कुजबूज चालू आहे. एवढ्यात मनीषाची आईही येते.

मनीषाची आई आणि मनालीची आई ताटं तयार करतात. मनीषा व मनाली त्यांना मदत करताहेत. अनघा आत येऊन उभी. बाहेरच्या लोकांसमोर पुरुष कसे जेवणार हा प्रश्न चेहऱ्यावर पांघरलेला. मनालीची आई सोपा उपाय सांगते. एकेकाला आत पाठवून देण्याचं काम अनघावर सोपवते. प्रथम विनयला आत पाठवलं जातं. स्वयंपाकघरातल्या स्टुलावर बसून विनय जेवतोय. मनीषा, मनाली आणि त्या दोघींच्या आया विनयला आग्रह करकरून जेवू घालताहेत.

त्याचं जेवण झाल्यावर तो बाहेर जातो. मग अनघाचा नवरा आत येतो. त्यालाही आग्रह केला जातो. मग माधव आत येतो त्यालाही आग्रह केला जातो.

समीर आत आल्याबरोबर मनाली उगाचच मोहरून उठते. ती आणि तिची आई समीरला जास्तच आग्रह करतात. मनालीला तर राहून राहून त्याच्या कपाळाचा मुका घेऊन एक घास त्याला भरवावासा वाटतो. समीर गेल्यावर जगण्यातला सारा रसच जातो मनालीचा. मग सासूबाईंना आग्रहानं दोन घास खायला लावले

जातात.

मनाली आणि मनीषा जेवल्यानंतर त्यांच्या आया पुन्हा संध्याकाळी येण्याचं आश्वासन देऊन निघून जातात.

दिवसभर लोकांची ये जा चालू आहे. हॉलमध्ये प्रथेप्रमाणे पुरुष आणि बेडरूममध्ये बायका बसलेल्या. दोन्हीकडे अण्णा आजारी पडल्यापासून ते त्यांचा मृत्यू होईपर्यंतची कथा घोळवली जातेय. जवळ जवळ महिनाभराचा काळ ह्या कथेत असल्यामुळे आल्यागेल्या माणसांशी काय बोलावं हा प्रश्न अजिबात पडत नाही. ह्या दीर्घकथेमध्ये अण्णांचं पात्र हे मध्यवर्ती असल्यानं आलेले लोक अण्णांविषयीच्या आपल्याकडच्या आठवणी सांगून कथेमध्ये स्वत:ची ॲडिशन्स टाकताहेत.

वेळ भरकन निघून जातो. रात्र होते. मनीषा व मनालीची आई पुन्हा डबे घेऊन येतात. रंगलेल्या कथानकातून एकेक पात्र निसटून जावं तसं हॉलमधून विनय, अनघाचा नवरा, माधव आणि समीर एक एक करून स्वयंपाकघरात येतात. मग पुन्हा नव्यानं प्रकट होऊन हॉलमध्ये चाललेल्या कथेत नव्यानं सामील होतात.

दु:खाचा भार हळूहळू कमी होत चालल्यानं 'उद्यापासून आम्ही वरणभात करू,' असं अनघा मनीषाच्या व मनालीच्या आईला सांगतानाच दृश्य संपतं.

दृश्य सहावे,

वेळ – अण्णा गेल्यानंतर दहा दिवसांनी, सकाळचे नऊ, स्थळ – वाळकेश्वर.

दसपिंडासाठी नाशिक बरं की वाळकेश्वर ह्या वादानंतर जवळचं व सोयीचं म्हणून वाळकेश्वर निवडलेलं. दिवस नेमका सर्वपितृअमावास्येचा! घाटापर्यंत जाणारा रस्ता केसांच्या ढिगांनी गच्च भरलेला. रस्त्याच्या दोन्ही बाजूंना आपलं डोकं न्हाव्याच्या हातात देऊन भक्तिभावानं बसलेले लोक आपल्या डोक्यावरचा भार पितरांना समर्पित करताहेत.

घाटावर कुंडाजवळ मंत्रघोष! एक एक कोपरा अडवून बरीचशी कुटुंबं आपल्या पितरांना पिंडदान करताहेत. त्यांच्यातच थोडी जागा करून मनालीचं कुटुंब स्थिरस्थावर होतं. मनीषा तत्परतेनं भटजी मागतील ते सामान त्यांच्या समोर ठेवते. भटजी तयारीला लागतात. जवस वगैरे घालून पीठ मळलं जातं. त्याचे गोळे करून म्हणजेच पिंड पाडून त्यावर गुलाल, अबीर, टाकला जातो. कुंडाच्या शेवाळं साठलेल्या काळ्याभोर पाण्यात त्यांचं व अस्थींचं विसर्जन करण्यापूर्वी विनय आणि माधव न्हाव्यासमोर बसतात. मनाली भिरभिरत्या नजरेनं

पाहतेय. समीर मनालीनं केलेली विनंती आवर्जून लक्षात ठेवून केस व मिशी दोन्ही उतरवत नाही. फक्त गेले दहा दिवस वाढवलेली दाढी उतरवतो. पुरुष केस उतरवत असताना अनघा अकारण रडायला लागते. मग मनीषाही कोरडे डोळे पुसते.

भटजींना आणखी एका ठिकाणी जायचं असल्यानं ते न्हाव्यावर वैतागतात. लवकर आटोपायला सांगतात.

सोबत आलेल्या जवळच्या नातेवाईकांना, विशेषतः पुरुष मंडळींना मस्टर मिळेल का ह्याची चिंता वाटतेय.

कार्यक्रम आटोपतो. घरी परतताना समीर मनालीला दुसऱ्या दिवशीपासून ऑफिसला जाण्याची परवानगी देतो. मनाली खूश होते. समीरचा तिथेच मुका घ्यावा असं तिला वाटतं. पण ती आवरते स्वत:ला. तिच्या चेहऱ्यावरचं हसू पाहून समीरही सुखावतो.

खरं तर गेले दहा दिवस चाललेल्या ह्या दुखवट्याचा आता सगळ्यांनाच कंटाळा आलाय. धड जेवता येत नव्हतं की झोपता येत नव्हतं. आपलं स्वत:चं आयुष्य जगता येत नव्हतं. स्वत:च्या घरात चोरट्यासारखं वावरायला लागत होतं.

सुरुवातीला भेटायला येणाऱ्या माणसांनी घर गजबजून जात असलं तरी ही माणसं कधी मुक्यानं, तर कधी तालासुरात रडून घरावरचं दु:खाचं सावट अधिकच गडद करत होती. जरा कुठे संवादाचा सूर बदलला किंवा इतर विषयांवर बोलायचं ठरवलं तरी आलेली माणसं दु:खाच्या महासागरात अगदी नाकातोंडात पाणी जाईपर्यंत पुन्हा पुन्हा बुडवत होती.

आता प्रत्येकालाच आपल्या जुन्या जगात परतायची आस लागली होती. त्यामुळेच समीरनं परवानगी दिल्याबरोबर मनालीच्या डोळ्यांत उमटलेली चमक समीरलाही सुखावते. तिचा आनंद, समीर डोळ्यांनी पीत असतानाच दृश्य संपतं.

दृश्य सातवे

वेळ – अकरावा दिवस, सकाळपासून संध्याकाळपर्यंत.

स्थळ – प्रथम रिक्षा, पुढे ट्रेन आणि मनालीचं ऑफिस आणि पुन्हा रिक्षा.

मनाली आणि समीर रिक्षात बसलेले आहेत. खरं तर बसलेले म्हणण्यापेक्षा एकमेकांवर पूर्ण रेललेले आहेत. दोघंही एकमेकांचा स्पर्श शोषून घेण्यात मग्न.

रिक्षा स्टेशनवर थांबते. नाइलाजानं एकमेकांच्या हातात घट्ट गुंफलेले हात सोडवले जातात. मनाली समीरला पुन्हा संध्याकाळी स्टेशनवर तिला घेण्यासाठी येण्याची गळ घालते. समीर हसून मान्य करतो.

आता मनाली तिच्या नेहमीच्या लोकलमध्ये. फक्त बोरीवली ऐवजी गोरेगांवला चढलेली. ती त्यांच्या नेहमीच्या जागी जाताच तिला जागा दिली जाते. मैत्रिणींचा चिवचिवाट सुरू होतो. पण आज विषय मात्र अण्णांचाच असल्यानं मनालीला किंचित उदास स्वरात पुन्हा तीच कथा घोळवावी लागते. मनातून वैतागलेली असली तरी तीही कथा तन्मयतेनं सांगते.

खरं तर ही कथा सांगण्यापेक्षा मनालीला रस असतो ते गेले दहा दिवस ह्या मैत्रिणींना कसं 'मिस' केलं ते सांगण्यात! तिला सुरेखाच्या डब्यातली अळूवडीही खायची असते. जमलं तर स्टेशनवर उतरल्यानंतर मॅकडोनल्डची सॉफ्टी खायची असते. पण ह्यातलं काहीच करता येत नाही. चेहऱ्यावर दुःखाची चादर पांघरून तिला बसावं लागतं.

दुःखाची चादर ओढून ती ऑफिसात येते. तिथेही पुन्हा तीच कथा घोळवली जाते. पण त्यानंतर मात्र सगळं विसरून मनाली कामात मन रमवतेय. आता हळूहळू दुःखाचं सावट कमी झालंय. चेहऱ्यावरचे मुखवटे गळून पडलेत आणि मग नेहमीचे हास्यविनोद सुरू झालेत. आता मनाली खूप रिलॅक्स दिसतेय.

संध्याकाळी परतीच्या प्रवासातही हा मूड कायम आहे. गाडीत लटकून चढताना आणि उतरतानाही ह्याच मूडमध्ये आहे ती. प्लॅटफॉर्मवर उतरल्यावर मनालीच्या पायातली गती वाढलेली. समीर स्टेशनच्या प्रवेशद्वाराशी उभा आहे. त्याच्या जवळ गेल्याबरोबर मनाली आपला हात त्याच्या हातात गुंफते. समीर हात घट्ट हातात घेतो. साऱ्या शरीरात दाटून आलेलं प्रेम चेहऱ्यावर उतरतं. दोघं पुन्हा रिक्षात बसलेले. एकमेकांचा स्पर्श शोषून घेतानाच मनालीची बडबड सुरू होते. रिक्षातून उतरेपर्यंत चिवचिवणारी मनाली दुःखाच्या घरात शिरताच गप्प होते. मळभ ओढून मनाली व समीर आत शिरताच दृश्य संपतं.

दृश्य आठवे

वेळ – संध्याकाळची, साधारण पाच साडेपाच.

स्थळ – मनालीचं सासरचं घर.

तेरावं आटोपलेलं. आलेले नातेवाईक भरपूर रडून आणि नंतर भरपेट जेवून परतलेले. जाताना गोडाचे चार पदार्थ सोबत बांधून घेऊन गेलेले.

होमाचा धूर अजूनही घरात दाटून राहिलेला. गोमूत्र शिंपडून पवित्र झालेल्या घरात भरून राहिलेली दुर्गंधी फिनेल घातलेल्या पाण्यानं घालवण्याचा प्रयत्न मनीषानं नुकताच केलेला आहे.

एवढे दिवस येणाऱ्या जाणाऱ्या माणसांनी भरलेलं घर आता उगीचच रिकामं रिकामं

वाटतंय. खूप दिवसांनी सासूबाई हॉलमध्ये आलेल्या. आपल्या मुलांसोबत बसल्यात. एकूण कार्य व्यवस्थित पार पडल्याचं समाधान त्यांच्या चेहऱ्यावर दिसतंय.

तेरा दिवस येऊन गेलेल्या लोकांचा, त्यांनी केलेल्या मदतीचा जमाखर्च मांडला जातोय.

आतल्या खोलीत मनालीची आवराआवर चालू. अनघा अजून एक दिवस राहणार असली तरी समीरनं आपण निघणार असल्याचं आईला सांगितलं आहे. दुसऱ्या दिवशीपासून ऑफिसला जाणार असल्यानं सासूबाईंनी त्याला परवानगी दिल्यानं मनाली खूश आहे. जवळ जवळ दीड महिन्यांनी समीर अख्खा मिळणार ह्या कल्पनेनं मनाली सकाळपासूनच मोहरलेली. त्यामुळेच तेराव्याच्या कार्यक्रमात तिनं उत्साहानं भाग घेतलेला.

समीर अस्वस्थ झालेला. आईला एकटीला सोडून जाताना डोळे भरून आलेले.

मनाली बॅगा घेऊन बाहेर येते. सासूबाईंना नमस्कार करते. आज प्रथमच कोणत्याही प्रयत्नाशिवाय तिचे डोळे भरून आलेले.

एका दु:खोत्सवाची सांगता झाल्याचे भाव सर्वांच्या चेहऱ्यावर असले तरी मन भरून आलं आहे. प्रत्येकजण आपापल्या जगण्याकडे परतणार आहेच. पण सासूबाईंना मात्र एकटेपणाची वेदना घेऊन पुढचं आयुष्य काढावं लागणार ह्याचं तिला राहून राहून वाईट वाटतंय. घरी जाण्याचा आनंद आणि सासूला एकटं सोडून जाताना मनात दाटून आलेलं अपराधीपण अशा संमिश्र भावनांचा कल्लोळ मनात दाटलेला असतानाच मनाली घराबाहेर पडते. मनाली व समीर रिक्षात बसतात. रिक्षा नजरेच्या टप्प्याआड जाईपर्यंत घराच्या दाराशी उभ्या असलेल्या सासूबाई व रिक्षात बसलेल्या मनालीचे हात हलत असतानाच दृश्य संपतं.

दृश्य नववे

वेळ – रात्रीचे साडेसात-आठ.

स्थळ – मनालीचं स्वत:चं घर.

दार उघडल्याबरोबर गेला दीड महिना घरावर पसरलेली धूळ नाकात शिरते. मनाली व समीर बॅगा आत ठेवतात. दार बंद करून समीर मनालीला जवळ घेतो पण मनाली त्याला दूर सारते. 'प्रथम घर साफ करू या' म्हणते. मग दोघंही साफसफाई करण्यात गुंततात. थोड्या वेळानं खाली जाऊन समीर जवळच्या हॉटेलमधून जेवण आणतो. मनाली इच्छा नसल्यासारखी तुकडे तोडते. तेव्हा समीर अस्वस्थ होतो. काय झालं म्हणून तिला विचारतो. तशी ती हसते आणि

काहीच नाही म्हणत दोन घास जबरदस्तीनं खाते. मग झोपायला जाईपर्यंत मनाली अकारण हसत राहते. पण तिच्या हसण्यात उत्साह नसतो.

मनाली मूड आणण्याचा खूप प्रयत्न करतेय. पण तिच्या डोळ्यांत ओढ दिसत नाही. समीर जवळ असूनही तिला त्याला शोषावंसं वाटत नाही. तिच्या शरीरात त्याच्या स्पर्शानं काही केल्या झंकार उमटत नाहीत. मनालीला वाटतं आपला हिमनग झालाय.

समीर तिला पुन्हा एकदा काय झालं विचारतो. पण तिला सांगता येत नाही. ती फक्त त्याच्या खांद्यावर मान टेकून पडते.

मनालीला वाटतं, आपल्या गळ्यात खूप दिवसांपासून एक हुंदका अडकून राहिलेला आहे. त्याचा भला मोठा टाहो झाला नाही तर ह्या अस्वस्थतेतून आपण मुक्त होणार नाही. मनालीची घुसमट वाढत चालली आहे. गळ्यात अडकलेला हुंदका बाहेर येण्याची प्रतीक्षा मनाली आणि समीर दोघंही करत असतानाच दृश्य संपतं.

***

(*मैत्रीण*, दिवाळी २००७)

महिषासुरमर्दिनी

ही नव्वदावी! अजून ऑर्डरच्या साठ आणि दहाबारा घरात! म्हणजे अजून सत्तर-बहात्तर करायच्यायत.

सतीला वाटलं आपल्याला दहा हात असते तर किती बरं झालं असतं! त्या समोरच्या देवळातली ती देवी नुसती दहा हात पसरून उभी असते काही न करता! खरंच काय गरज आहे तिला एवढ्या हातांची? गरज आहे ती आपल्याला. तिच्या त्या दहा हातांत नको त्या गोष्टी असतात नेहमी. तलवार काय, भाला काय, त्रिशूळ काय! सगळी नुसती हत्यारं आणि सोबत एक मुंडकं, रक्तबंबाळ, धडाशिवाय! आपल्याला तिच्या त्या हत्यारांची काही गरज नाही. आपलं हत्यार एकच, हे लाटणं! दहाही हातांत लाटणी धरून धडाधड पोळ्या लाटल्या असत्या आपण!

दहाही हातांत लाटणी धरलेली सती तिच्या डोळ्यांसमोर उभी राहिली. तिच्याकडे पाहताना मग पुन्हा विचार बदलला तिचा. दहाही हातांत बरी नव्हती वाटत लाटणी. त्यापेक्षा नऊ हातांत लाटणी आणि एका हातात मुंडकं बरं वाटेल. आणि हो, त्या देवीच्या पायाखाली असतो ना तसा पुरुषही हवाच.

सतीच्या डोळ्यांसमोरचं चित्र पुन्हा बदललं. पायाखाली आपल्या आयुष्याची भीक मागत गयावया करणारा पुरुष आणि नऊ हातांनी लाटणी फिरवत भराभर पोळ्या करतानाच दहाव्या हातात धरलेल्या मुंडक्यातून गळणारं रक्त पीत लालभडक जिभेनं त्याला वेडावणारी सती! हे चित्र खूप आवडलं तिला. फक्त पायाखाली घेतलेल्या पुरुषाला चेहरा लावायचं राहिलं होतं.

कोणाचा बरं चेहरा लावावा तिथं? कधीतरी म्हणजे विश्रामला बरं नसेल तेव्हा वीस पोळ्यांचा रतीब घेण्यासाठी आल्यानंतर आपल्या छातीकडे पाहत हातातल्या पोळ्या घेताघेता हातावरून बोटं फिरवणाऱ्या साईधाम सोसायटीमधल्या कामतचा की मानव स्टोअर्स मधल्या तेलकट तुपकट अधाशी डोळ्यांच्या दिलीपशेटचा? की विश्रामचाच लावायचा चेहरा?

सती दचकली क्षणभर. हळूच डोकावून तिनं बाहेरच्या खोलीत पाहिलं. विश्राम बिडी शिलगावून नऊ इंची ब्लॅक अ‍ॅण्ड व्हाईट टी.व्ही.वरच्या पडद्यावर नाचणाऱ्या बायकांना रंगीत करण्यात गुंतला होता.

चोरटा निःश्वास टाकला तिनं मनातल्या मनात. आपल्या मनातल्या गोष्टी ह्या फक्त आपल्यालाच समजणार, त्याच्यापर्यंत नाही पोहोचणार असं मनातल्या मनात समजावलं स्वतःला आणि पुन्हा रमली ती आपल्या स्वप्नरंजनात! ज्यांना ज्यांना म्हणून पायाखाली घ्यावंसं वाटायचं रोज त्या सगळ्यांनाच एक एक करून घेतलं पायाखाली आणि तुडवलं हवं तसं. मग हातांतल्या नऊ नऊ लाटण्यांनी कपाळमोक्ष केला त्यांचा आणि त्यांच्या रक्तात दहाव्या हातातलं मुंडकं पुन्हा पुन्हा बुडवून ती पीत राहिली रक्त! लहानपणी भय्याकडून गोळा घेतल्यावर त्यावरचा रंग शोषून संपल्यावर पांढरा होऊन जायचा तो बर्फाचा गोळा. तेव्हा भय्याला पुनः पुन्हा रंग टाकायला सांगायची ती अगदी बर्फाचा गोळा छोटा छोटा होऊन संपून जाईपर्यंत! आज भय्या नव्हता रंग टाकायला पण तिच्या पायाखाली रक्ताचा चिखलच पसरलेला होता.

सतीला असं स्वप्नरंजन करायला खूप आवडतं आणि त्याचा संबंध लहानपणीच्या आठवणींशी लावायला तर आणखीनच आवडतं. असं स्वप्नातल्या स्वप्नात हवं तसं बागडून घेतलं की वेळ भरकन निघून जातो आणि मुख्य म्हणजे शे-दीडशे पोळ्याही सहज लाटून होतात.

पोळ्या झाल्यानंतर त्या घरोघरी पोचवायचं काम विश्रामचं असायचं. तेवढं एकच काम तो बळजबरीनं का होईना पण करतो. नाहीतर दिवसभर विडीची राख आजूबाजूला पसरून बसून असतो फक्त.

मुंबईतल्या गिरण्या बंद झाल्यानंतर हाती आलेला थोडाफार पैसा उधळून घरात खुडुक बसलेल्या अनेक पुरुषांपैकी एक म्हणजे विश्राम आणि त्या दिवसापासून हातात लाटणं-पोळपाट आलेल्या अनेक बायकांपैकी एक सती!

पोळ्या करण्याचा हा व्यवसाय सतीला विशेष भावला नव्हताच. दिवसभर पोळ्या करून करून गिरणीतल्या भय्यासारखं अंगभर पीठ पांघरून बसणं नशिबी आलं होतं तिच्या! तिला हे असं स्वयंपाकघरात शिजत शिजत संपून जाणं कधीच पसंत नव्हतं. खरं तर बाजूच्या चाळीतल्या विजयासारखी सॅन्डविचची गाडी टाकायची होती तिला. त्रास कमी, कमाईही बरी आणि मुख्य म्हणजे घराबाहेर पडून रस्त्याच्या बाजूला उभं राहून व्यवसाय करायचा असल्यानं नीटनेटकी साडी नेसून, वेणीफणी करून, फुलंबिलं माळून छान प्रसन्न आणि सुगंधी होऊन सॅन्डविच विकण्याचा आनंदही मिळवता आला असता तिला! दिवसभर काटकुळ्या

चिपाड विश्रामचं तोंड पाहण्यापेक्षा गाडीवर येणाऱ्या तजेलदार, स्मार्ट, कधी कोवळ्या, तर कधी तयार चेहऱ्यासमोर उभं राहण्यातली मजाही चाखायची होती तिला. पण विश्राम मनावर घेत नव्हता काहीच. त्यामुळे त्या पोळ्या नशिबाला आल्या होत्या. गहू आणा, चाळा, निवडा, दळायला द्या आणि रोज पोळपाटावर हात चालवा, एवढ्यावरच संपून चाललं होतं आयुष्य!

शेवटची पोळी झाली तशी सती उठली. विश्रामला हाक दिली तिनं. ''कपडे करा आता, बारा वाजलेत. लोक वाट पाहत असतील.''

''हं.'' तिच्या हाकेला विश्रामचा एवढाच प्रतिसाद.

पटापट पोळ्या मोजून सतीनं कागदात गुंडाळल्या आणि पिशवीत भरल्या. पिशवीवर लिहिलेली नावं आणि पत्ते विश्रामला आता पाठ झालेले.

ती बाहेर आली तरी विश्राम तसाच लोळत बसला होता. आता मात्र त्याला पायाखाली तुडवून त्याचं लाटण्यानं डोकं फोडावंसं वाटलं सतीला तीव्रतेनं.

''आता उठणार का?''

''उठतोय ना,'' तो आळस देत म्हणाला, ''तू घरीच का नाही बोलवत सगळ्यांना पोळ्या घेण्यासाठी?'' त्याचा निरर्थक प्रश्न.

''का? आता तेवढंही होत नाही का तुमच्यानं?'' तिनं उपरोधानं विचारलं.

पण विश्रामनं दुर्लक्ष केलं तिच्या त्या सुराकडे. तिचा सूर असाच असतो हल्ली हे माहीत होतं त्याला. बिडीकाडीला जो काही पैसा मिळतो तो थांबवायचा नसेल तर वाद न घालणं योग्य, हे स्वत:ला केव्हाच बजावलं होतं त्यानं. पण तरी किंचित वैतागत तो म्हणालाच, ''न व्हायला काय झालं? बाकी कायबी सांग. पण हे सालं रोज दुसऱ्याच्या दारात जायचं! कंटाळा येतो. त्यांना पोळ्या हव्यात तर ते येतील ना आपल्या दारात.''

''आपण फुक्कट नाही वाटत पोळ्या आपल्या दाराशी ते यायला. मोजून पैसे घेतो त्यांच्याकडून.''

''हो ग, पण बरं नाही वाटलं तरी जावं लागतं रोज.''

''तुम्हाला काय धाड भरली आता? आज बरे आहात ना? मग जा. जेव्हा बरं नसेल तेव्हा काय करायचं ते पाहू आपण,'' सती शांतपणे लहान मुलाला समजावल्यासारखं म्हणाली. पण ती आपल्याला चिडवते आहे हे कळलं विश्रामला. खाडकन थोबाड फोडावंसंही वाटलं तिचं, पण त्यानं तसं काही केलं नाही. तोंडातल्या तोंडात एक शिवी हासडली तिला आणि स्वत:शीच काहीतरी पुटपुटत तो पिशव्या घेऊन बाहेर पडला.

विश्राम बाहेर पडल्याबरोबर सतीनं दरवाजा बंद केला. हात जरा मोकळे केले

आणि मग कॉटवर आडवी झाली. विश्रामनं बाजूला ठेवलेला टी.व्ही. चा रिमोट हातात घेऊन पायावर पाय टाकून ती विश्रामसारखीच बसली आणि समोरच्या मालिकेतल्या काळ्यापांढऱ्या भरजरी चेहऱ्याच्या बायका पाहायला लागली.

खरं तर सतीला असं पुरुषासारखं तंगड्या लांब करून कॉटवर लोळायला खूप आवडायचं. काहीही न करता मिळेल तिथं लोळत पडायचं आणि घरात असेल तर छताकडे, नाहीतर बाहेर अंगणात असेल तर आभाळाकडे पाहत स्वप्नलोकात गुंगून जायचं हा आवडता छंद होता तिचा. अगदी लहानपणापासूनचा. असं गुंगून जाण्यात काय मजा असते ते तिलाच ठाऊक होतं फक्त! कुठं कुठं फिरून यायची ती! कधी घोड्यावर बसून एखाद्या राजबिंड्या राजपुत्राबरोबर जायची, तर कधी राक्षसाच्या गुहेतली बंदिस्त राजकन्या होऊन रडत राहायची. कधी पोपट करायचा हा राक्षस तिचा. मग जादूची अंगठी घालून अदृश्य राजपुत्र पोहोचायचा तिच्या अंधाऱ्या खोलीत. त्यानं आणलेला गुलबकावलीच्या फुलाचा स्पर्श होताच ती फुलून यायची त्याच्यासाठी!

सारं बालपण आणि मग वयात आल्यावरचे काही दिवस ह्याच स्वप्नरंजनात गेल्यामुळे अभ्यासाच्या पुस्तकांकडे पाहायला वेळच नाही मिळाला सतीला. दहावी झाली जेमतेम, तीही दोनदा नापास झाल्यावर!

सती नंबर दोनची मुलगी मुरलीधर माने, किंवा म्हात्रे किंवा पाटील किंवा जाधव किंवा आणखी कोणत्याही आडनावाच्या माणसाची! सतीच्या बापाला शंकर ह्या देवाविषयी विलक्षण प्रेम! त्याला जर रांगेत पाच मुलगे झाले असते तर त्यांची आणि त्याच्या हातात असतं तर आजूबाजूच्या लोकांच्या मुलांचीही नावं त्यानं शंकराच्या विविध नावांवरून ठेवली असती. म्हणजे महादेव, गंगाधर, कैलासनाथ, सोमेश्वर, त्र्यंबक, उमापती वगैरे वगैरे. पण रांगेत पाच पोरीच झाल्या. मग शंकराच्या बायकोला वेठीला धरलं त्यानं. मग पार्वती पासून सुरू झालेली यादी सती, गिरिजा, उमा आणि गौरीवर येऊन संपली. सहावी मुलगी झाली असती तर तिच्यासाठी दुर्गा हे नावही राखून ठेवलं होतं त्यानं. पण दुर्गेविषयी विशेष प्रेम नव्हतं त्याला. मुलींनी कसं हरितालिकेसारखी व्रतवैकल्यं करत महादेवाची पूजा करून त्याला प्रसन्न करण्यात आयुष्य घालवावं ह्या मताचा तो होता. उगीच पुरुषांच्या मुंडक्यांशी खेळत त्यांना पायाखाली तुडवणं वगैरे मान्य नव्हतं त्याला. त्यामुळे दुर्गेचा पर्याय शेवटचाच होता. योगायोगानं सहावा मुलगा झाला आणि दुर्गा नावच अडगळीत गेलं.

सतीचा बाप म्हणजे कट्टर शैवपंथी! पंथ स्वीकारला नव्हता तरीही. त्यानं लग्न केलं नसतं तर कदाचित अंगाला राख लावून स्मशानातच बसला असता

तो. पण लग्न झालं आणि गोसाव्यासारखं फिरण्याचं त्याचं स्वप्न भंगलं. अर्थात तो हरला नाहीच. आपण स्वत: गोसावी नाही झालो तरी पोरींसाठी नवरे शोधले ते सारे गोसावीच! कफल्लक! कसा बसा संसार ओढत बिड्या फुंकत बसणारे!

सतीला तर विश्राम एवढासुद्धा आवडला नव्हता. पण त्याला पसंत पडली सती. आपल्याकडे मुलानं पसंत केलं मुलीला म्हणजे भाग्यच उजळतं तिचं! पुन्हा ती दहावी पास, दोनदा फेल झाल्यावर. तिला कोणता लाटसाहेब मिळणार आणखी. सगळ्यांनी आग्रह केला तिला. गिरणीत मुकादम होता आणि मुख्य म्हणजे चाळीत जागा होती प्रशस्त. तीन बाय तीनची मोरी आणि चार बाय चारची स्वयंपाक खोली असलेली! तेवढ्या भांडवलावर सतीनं होकार दिला. पण लग्नानंतर सहा वर्षांत गिरणी बंद पडली कायमची. जरा कुठे ठीकठाक मार्गाला लागलं होतं आयुष्य आणि मुख्य म्हणजे लग्नाआधीचं स्वप्नरंजन सोडून वास्तवात जगायला लागली होती ती, तर हातात हे पोळपाट-लाटणं आलं कायमचं आणि त्याबरोबरच जुनं स्वप्नरंजनही!

वयाच्या पस्तिसाव्या वर्षी घरी बसला विश्राम. आख्खं नसलं तरी निम्मं आयुष्य होतंच की पुढं. पण विश्रामला वाटलं, आपल्या आयुष्याचा 'द एन्ड'च सुरू झाला. नोकरी गेली म्हणजे त्याच्या 'गम'मध्ये पान खात, विड्या ओढत आणि दारू पीत आयुष्य काढायचं, 'ये क्या हुआ, कैसे हुआ' वगैरे म्हणत! मग काय, विश्राम विसरून गेला त्याला दोन मुलं आहेत; त्यांना वाढवायचं असतं, शाळेत पाठवायचं असतं, पुस्तकं आणायची असतात, वर्षाकाठी दोन जोड्या कपड्याच्या द्यायच्या असतात, जमलंच तर एखादं खेळणं, बिस्किट, चॉकलेट नाही तर गोळ्या, चहा-बटर तरी खायला घालायचं असतं.

सती 'एक' आळशी, तर हा 'सात आळशी'! सारा भार ह्या आळशी सतीच्या खांद्यावर टाकून विश्रामनं आपला मुक्काम आठ बाय सातच्या पुढच्या खोलीत कॉटवर हलवला आणि हातात रिमोट घेऊन आपल्या 'द एन्ड' ची वाट पाहायला लागला.

आता सतीनं घराचा भार उचलला असला तरी ह्या माणसाशी लग्न करून आपल्या वाट्याला काय काय आलं, लग्न केल्यानं बाईला नेमकं काय काय मिळतं ह्याचा हिशेब करून थकून गेलेल्या तिला आता रोजच्या पोळ्यांचा हिशेब ठेवतानाच नाकी नऊ येत होते.

तर एकूण ही आळशी सती अशा तऱ्हेनं परिस्थितीला शरण जाऊन संसारधर्म पाळण्यात व्यस्त झाली आणि दोन पोरांसकट मिळालेल्या बेकार नवऱ्याच्या संसाराचा गाडा निरर्थकपणे पुढे ढकलू लागली अगदी सिसिफसप्रमाणे!

तर सतीच्या मनात कधीपासून सॅन्डविचची गाडी टाकायचं होतं. पण विश्राम थोडाही रस दाखवत नव्हता. त्यानं पानविडीसोबत दारूही सुरू केलेली. आधीच विड्या फुंकून फुंकून छातीचं धुरांड झालं होतं त्याच्या. आता लिव्हरही खराब झालं. त्यात पोट फुगण्याचा आजारही होताच त्याला. पोटाचा ढोल झाला की बेंबाट बाहेर यायचं आख्खं मंदिराच्या कळसासारखं वर! मग हॉस्पिटलच्या वाऱ्या. कधी जे.जे. तर कधी नायर. तो बरा होईपर्यंत ठेवायची सती त्याला. तो तिथे असला की सतीचे दिवस बरे जायचे. डबा पोहोचवण्याचं एक काम असायचं फक्त. पण त्या निमित्ताने नातेवाईक भेटायचे. बहिणी यायच्या. जरा वेगळं वातावरण. घरापासूनही थोडी सुटका!

ह्या दिवसांत विश्राम जरा जास्तच लाडात यायचा. घरी आल्यावर तर सुरुवातीचे काही दिवस अगदी स्वत:चं हगणं मुतणंही काढून घ्यायचा तिच्याकडून. तीही करायची. नवऱ्याचं करावंच लागतं प्रत्येक बायकोला. कुंकवाचा धनी असतो ना तो! नटायचं थटायचं असेल तर जिवंत ठेवायला लागतंच त्याला. तो आयुष्यभर बिछान्यावर पडला असला तरी! सतीही त्यासाठीच करायची. त्याग, सेवा, प्रेम वगैरे काही नसायचं त्याच्यात. अशा फिल्मी शब्दांवर विश्वास नव्हता तिचा. करताना तर उपकाराची भाषाच असायची तोंडात तिच्या. कधी कधी तर स्पष्टपणे किळस, तिरस्कार इत्यादी दाखवून करायची सगळं. विश्रामही निर्बुद्ध, निर्लज्जासारखा करून घ्यायचा.

सतीची मुलं व्यवस्थित शाळेत जातात आता. खरं तर विश्रामची गिरणीतली नोकरी राहिली असती किंवा ती गेल्यावर त्यानं हातपाय हलवून दुसरी शोधली असती तर आणि दारू व विड्यांवर पैसे उधळले नसते तर छानसं चौकोनी कुटुंब असतं त्यांचं! पण शेवटी 'सती' नाव असल्यावर कुठला कुबेर पडणार होता पदरात? राख फासून रानोमाळ फिरणारा गोसावीच लिहिला गेला सटवीकडून! कधी कधी सती चिडायची बापावर. असली भिक्कार नावं ठेवली त्यानं सगळ्या मुलींची म्हणून. आपल्या मुलांची नावं ठेवताना मात्र दहादा विचार केला होता तिनं. मुलाचं नाव अनिल अंबानी ठेवायचं होतं तिला. पण नाव आडनावासकट ठेवता येत नाही म्हणून मुलाचं नाव 'अनिल' ठेवलं आणि मुलीचं 'ऐश्वर्या'. रूप आणि ऐश्वर्य दोन्हींचं संगम असलेलं.

एकूण काय तर आला दिवस कंटाळत रेटणाऱ्या सतीच्या आयुष्याचा पटही त्या टी.व्ही.सारखाच पूर्ण 'ब्लॅक अॅन्ड व्हाईट' झालेला. त्यात आवाजाची खरखर होती. अस्पष्ट, धूसर चित्रही होतंच. काहीतरी दिसतंय म्हणून ती जसा टी.व्ही. पाहत होती, पडद्यावर दिसणाऱ्या मुंग्यांतून माणसांचे चेहरे शोधत होती आणि

खरखरीतून जेवढं कानावर पडत होतं ते ऐकण्याचा प्रयत्न करत होती; तसंच अगदी स्वत:च्या आयुष्यातल्या काळ्यापांढऱ्या क्षणांत रमण्याचा प्रयत्न करत होती. अस्पष्ट, धूसर भविष्य आणि सदानकदा खरखरणारा वर्तमान डोळ्यांआड करत मुंग्या येऊन सुन्न पडलेल्या आयुष्यात काहीतरी घडेल ह्या एका आशेवर ती आला दिवस ढकलत होती.

सतीच्या आयुष्यात काय घडलं तर तिचं आयुष्य रंगीत होऊ शकेल? एखादा राजकुमार आला तर होईल ते रंगीत? छे, आता राजकुमाराची स्वप्नं पाहण्याचे दिवस गेले होते. लहानपणापासून अशी स्वप्नं पाहिल्यावर शेवटी घोड्यावर बसून कोण आलं तर हा खंगलेला, लुकडा, ढेपाळलेला विश्राम. त्यामुळे आता राजकुमाराचं स्वप्न पाहण्यात काही तथ्य नाही, आणि समजा विश्रामशिवाय कोणी आलंच आयुष्यात तरी तिच्यावर तो फिदा होईल अशी परिस्थिती नव्हतीच. विश्रामनं आपलं 'चूसचूसके चिपाड' बनवून टाकलंय हे ती स्वत:लाच नाही तर विश्रामलाही हज्जारदा ऐकवायची. त्यामुळे हे स्वप्न बादच.

मग काय केलं तर येईल सतीच्या आयुष्यात फुलपाखरांचा थवा?

सती विचार करत राहिली. पण ह्या अशा कोंदट खोलीत काही विचारही करता येत नाही. आयुष्य रंगीत करण्याची स्वप्नं पाहण्यासाठी आजूबाजूचं वातावरणही रंगीत आणि सुगंधी हवं.

सती मग फक्त चॅनल बदलत राहिली टीव्हीचे. प्रत्येक चॅनलवर बायका कटकारस्थानात गुंतलेल्या, आपल्याच सख्याच्या विरोधात! एकाच पुरुषाला जिंकण्यासाठी प्रत्येकीचा आटापिटा चाललेला. तो आजारी असेल तर त्याची सेवा करून आणि ठणठणीत असेल तर सौंदर्याचं भडक प्रदर्शन करून त्याला वश करण्याचा प्रयत्न चालला होता त्यांचा. कोणत्यातरी एका चॅनलवर तो हॉस्पिटलच्या बेडवर. अनेक बँडेजनं चेहरा झाकलेला. कोणत्यातरी देवाला वेठीला धरून सगळ्या बायका एका सुरात प्रार्थना करत होत्या त्याच्यासाठी! त्याच्या आयुष्याच्या दिव्याची ज्योत फडफडत होती किती वेळ, अगदी कंटाळा येईपर्यंत! ती आता विझते की मग अशी परिस्थिती. सतीला वाटलं, ती विझली एकदाची की सुटला तो आणि त्याच्याबरोबर आपणही. तिनं श्वास रोखून धरला. दिव्याची ज्योत फडफडत राहिली, प्रार्थनेचा आवाज टिपेला पोचला आणि ढॅणऽऽढॅणऽऽढॅण आवाज येत फडफडणारी ज्योत न विझताच वाकडी होत पडद्यावर स्थिर झाली.

एपिसोड संपला होता. आता तो मरणार की जिवंत रहाणार हे उद्या कळेल. अर्थात तो मरणार नाहीच. सर्व देवांना वेठीला धरल्यानंतर तो मेला तर देवांचं आणि निर्मात्याचंही काही खरं नाही. समजा ह्या देवांना न जुमानता मेला तो तर

काय बिघडलं? त्याच्या बायकोची सुटका तरी होईल कायमची, त्या निकामी, खाटेला खिळलेल्या नवऱ्यापासून! असा नवरा असण्यापेक्षा मेला तर काय मज्जा असते हे कोण सांगणार ह्या बायकांना? विश्राम मेला तर माझ्यासारखी सुखी कोण नसेल जगात. माझं हे रंग उडालेलं आयुष्य पुन्हा रंगीत होईल.

सतीला अचानक उत्तर सापडलं. खरं तर हा आयुष्य रंगीत करण्याचा उपाय अनेकदा सापडलाय तिला पण त्याची अंमलबजावणी होत नव्हती. सती कधीही देवळात जात नव्हती तरीही, सती प्रार्थना म्हणत नव्हती तरीही, सती घंटानाद करत आरती म्हणत नव्हती तरीही विश्रामच्या आयुष्याची ज्योत तेवते आहे आणि तिच्या आयुष्याचं तेल खाते आहे.

आपलं आयुष्य खरोखरच रंगीत करायचं असेल तर प्रथम हा ब्लॅक अॅण्ड व्हाईट टीव्ही आणि ह्याबरोबरच ब्लॅक अॅण्ड व्हाईट, सदानकदा खरखरणारा, खोकणारा, बेंबाट फुगणारा, खंगलेला नवराही आपल्या आयुष्यातून जायला हवा. टीव्हीसाठी असते तशी अशा नवऱ्यांसाठी एक्स्चेंज ऑफर का असत नाही? जुना टीव्ही देऊन ह्यावेळी नवा टीव्ही घ्यायचा आणि त्याचबरोबर जुना नवरा देऊन नवीन नवराही!

सतीला ही कल्पना भन्नाट आवडली. तिला वाटलं, सगळ्यांना सांगायला हवं हे. पण कुणाला सांगणार? बहिणींना सांगता नाही येणार. अनेक व्रतवैकल्यं करून नवऱ्याच्या आयुष्याच्या ज्योती तेवत ठेवण्याचा प्रयत्न करतात त्या. त्यांना नाही आवडणार ही कल्पना. मग पोरांना? छे! ह्या एक्स्चेंज ऑफरमध्ये ते स्पेअर पार्टही परत करणार ना आपण? आधीच सांगितलं तर बिचारी रडतील. मग कोणाला सांगायचं?

सतीला आता खूप गंमत वाटायला लागली. ह्या नवीन आयडियाच्या कल्पनेनं. विश्रामला एक्स्चेंज ऑफरमध्ये देऊन नवा नवरा घ्यायचा. तिनं बसल्या बसल्या कॉटवरच उडी मारली आणि मग विचार केला, समजा नवीन नवरा जुना झाला काही दिवसांनी तर त्याचीही पिक्चर ट्यूब खराब होणार हळूहळू, आवाजाची खरखर वाढणार, किरकिर वाढणार, आजारी पडणार, मग त्याच्या दुरुस्तीसाठी पुन्हा खर्च करावा लागणार. मग काय करायचं त्याचं? पुन्हा चार पाच वर्षांनी एक्स्चेंज ऑफरमध्ये त्यालाही काढायचं? चालेल आपल्याला. मग पुन्हा नवीन नवरा, पुन्हा एक्स्चेंज ऑफर, पुन्हा नवा नवरा, पुन्हा....

सती आता स्वत:शीच खिदळायला लागली. थोड्या वेळाकरता का होईना त्या कोंदट खोलीत सतीनं अक्षरश: धिंगाणा घातला; हसली काय, नाचली काय नव्या नवऱ्याच्या हातात हात घालून हुंदडली काय! सकाळपासून पोळ्या लाटून

लाटून दमलेल्या हातांना आणि शिणलेल्या शरीराला तिनं छान मोकळं केलं.

दाराची कडी वाजली तशी ती पुन्हा शहाणी कुटुंबवत्सल गृहिणी झाली.

विश्राम धापा टाकत उभा होता दारात. चार घरांत पोळ्या देऊन आला तर ही अवस्था होते ह्याची. ह्याच्या आयुष्याची वात ही अशी रोज फडफडते आणि पुन्हा सरळ होते. दुसऱ्या एपिसोडपर्यंत तशीच राहते ताठ. विझायचं नावच घेत नाही. तरी बरं; आपण एकही उपवास करत नाही. अगदी वटसावित्रीचाही नाही.

सती थोडी विचारात पडली. समजा उपवास केला असता किंवा केलं असतं एखादं व्रत तर विश्रामची ही रोज फडफडणारी ज्योत तेवत राहिली असती शांतपणे? रोज फुलवात करून आरती केली असती देवाची तर नोकरी लागली असती त्याला? कधीतरी जीवदानीला किंवा हाजीमलंगच्या दर्ग्यावर, किंवा शिर्डीच्या साईबाबाला जाऊन यायला हवं होतं का? अगदीच नाही तर सिद्धिविनायकाच्या दर्शनासाठी रांगेत तरी उभं राहायला हवं होतं का? काय काय करतात बायका नवऱ्यांसाठी, सुखी संसारासाठी! आपण काहीच नाही केलं म्हणून तर नाही ना हा झाला असा? आजारी, कुचकामी वगैरे?

"काय बघतेस अशी? जेवण तयार आहे का? भूक लागलीय," विश्राम करवादला.

"पोळ्या झाल्यात की मघाशीच," भानावर येत सती म्हणाली.

"आणि त्या खाऊ कशाबरोबर?"

सतीनं एकदम जीभ चावली. भाजी राहिलीच करायची त्या एक्स्चेंज ऑफरच्या नादात.

"तुला फक्त चपात्या करायला येतात. भाजी करायला रोज विसरतेस." विश्रामला संधी मिळाली राग काढायला.

"पोळ्या करून दमून जाते मी. भाजी करायचं त्राण नाही राहात अंगात. थोडी विश्रांती नको काय घ्यायला? एवढा काय उशीर नाय झालाय. आता पाच मिन्टांत करते. दम खा जरा."

पुन्हा गॅसजवळ! तीच ती कंटाळवाणी भाजी करण्यासाठी उभी राहिली सती.

विश्राम बकाबका जेवला. ताटातच हात धुऊन तेच ओले हात त्यानं तोंडावरून फिरवले. मग बनियनच्या बाहीनं तोंड पुसलं आणि दोन्ही हात पट्ट्यापट्ट्याच्या चड्डीच्या दोन्ही बाजूला पुसले. ताट बाजूला करून तिथंच बसून त्यानं टी.व्ही. लावला. मुंग्यांची माणसं नाचत होती त्या चॅनलवर. गाण्यांचा कर्कश, चरचरीत, खरखरीत आवाज साऱ्या घरभर घुमला.

विश्रामनं विडी शिलगावली तशी भडकली सती.

"त्या विड्यांवर जाळा माझे घाम गाळून कमावलेले पैसे. नुसते बसून आहात त्या टी.व्ही. समोर. काय सुचत कसं नाय तुमाला कामाचं बघायचं."

"एऽऽ तुझी कटकट सुरू नको करू आता."

"मग काय करू? मीच करायचा संसार? पोरं काय माझी एकटीची आहेत? त्यांचा कपडालत्ता, पुस्तकं, हौस-मौज काय मी एकटीनं करू? खर्च वाढत चाललाय. पोळ्यांवर किती मिळणार पैसा?"

"एऽऽ जास्त बोलायचा नाय. फिक्समध्ये दोन लाख आहेत आपले." विश्राम अभिमानानं बोलला.

"ते काय जन्माला पुरणार आहेत? दोन हजार मिळतात महिन्याला त्यातून. त्याच्यात भागतंय काय? शंभरची नोट मोडली तर संपते एका फटक्यात. गहूच बघा किती महाग झालाय. भाज्या तीस रुपये किलो झाल्यात. परवडतंय काय आपल्याला? रोजचं जेवण पण नाय मिळणार थोड्या दिवसांनी."

"मी वाढवली काय महागाई?"

"मग काय मी वाढवली? सॅन्डविचची गाडी टाकू या सांगते कधीपासून तर ते पण नाय. दोघं उभं राहू गाडीवर?"

"दिवसभर उन्हात उभा राहू मी?"

"दिवसभर कशाला? शाळेच्या वेळात जायचं शाळेसमोर मधल्या सुटीत आणि संध्याकाळी इथं कोपऱ्यावर रहायचं उभं."

"तुला जमणार हाये का सॅन्डविच करायला?"

"जमवेन मी."

"मग बघू." विश्रामनं आश्वासन दिलं.

"मग नाही. आता विचार करा," सती वैतागून म्हणाली, 'नाहीतर एक्स्चेंज ऑफरमध्ये देऊन टाकेन तुम्हाला,' हे मात्र मनातल्या मनात म्हणाली आणि हसली खुदकन.

"हसायला काय झालं?"

"काय नाय बा," म्हणत ती उठली आणि आपलं ताट वाढून घेतलं.

गेली सहा वर्षं हाच संवाद पाठ केल्यासारखे म्हणतात विश्राम आणि सती. फक्त आवाजाचे चढउतार बदलतात. कधी अगदी हाणामारीवर येऊन म्हटले जातात, तर कधी अगदी कंटाळत एक काम उरकल्यासारखे! त्यांच्या पोरांनाही सवय झाली होती त्याची. सुटीला कुठं बाहेर गेली तर सुटका व्हायची त्यांची. आताही परीक्षा झाल्याबरोबर मावशीकडे गेली होती दोघंही. मावशांची घरंही दोन खोल्यांचीच होती पण ऐसपैस बिल्डिंगमध्ये होती, गार्डन बिर्डन असलेली आणि

मुख्य म्हणजे संडास घरांतच होते त्यांच्या. त्यांच्या ह्या खुराड्यापेक्षा तिथं आवडायचं त्यांना नीटनेटक्या रंगीत टी.व्ही. असलेल्या घरात.

सतीलाही बहिणींकडे रहायला जावंसं वाटायचं पोरांसोबत. अगदी कुठे नाही तर आईकडे तरी. पण नाही जमायचं. कुठे गेलं तर विश्रामला बरोबर न्यावं लागायचं. त्याचाच कंटाळा यायचा तिला. नवरा मिरवण्यासारखा असला तर ठीक, नाहीतर काय उपयोग त्याला काखोटीला मारून फिरण्याचा!

तिनं तोंड धुतलं. चूळ भरली. ताट मोरीत टाकलं आणि बाहेर येऊन विश्रामच्या शेजारीच आडवी झाली ती. विश्राम कसली कसली घाणेरडे हावभाव करत नाचणारी माणसं आणि बाया पाहत होता. तिकडे दुर्लक्ष करून ती थोडी लाडात येत म्हणाली,

"आपण सॅन्डविचची गाडी टाकली ना की रंगीत टी.व्ही. घेऊ या."

विश्राम काहीच बोलला नाही. त्यानं फक्त तिच्या छातीवर हात टाकला. मग चॅनेल बदलून इंग्रजी सिनेमा लावला. ती वैतागली.

"ते बदला आधी. मला एकता कपूरची सीरिअल बघायची आहे."

विश्राम दम लागल्यासारखा कुजबुजला, "बघ ना, चांगलं वाटतंय."

"काय हाय यात चांगलं? मला नाय आवडत ते वेडे चाळे."

खरं तर असलं काही पाहायला सतीला आवडत नव्हतं असं नाही. पण आवडून उपयोग काय? विश्रामबरोबर ते प्रत्यक्षात करण्याचा प्रचंड कंटाळा येतो तिला. त्याच्या धुराड्यासारख्या तोंडात तोंड घालायचं म्हणजे खरखट्यात तोंड घातल्यासारखं वाटायचं तिला. असला आंबूस वास यायचा तोंडाला की उलटी यायची. जेवल्यावर तर जास्तच. त्यापेक्षा एकता कपूरची सीरियल परवडायची. अगदी काय नसेल तर बातम्या पण चालायच्या, पण हे नकोच.

सतीनं विश्रामला दूर लोटलं तरी तो चढलाच तिच्यावर. ती वैतागली तसा हसायला लागला खदाखदा.

चूसचूसके तिचं चिपाड बनवणाऱ्या ह्या नवऱ्याला आता खरंच विकून टाकायची वेळ आली आहे असं वाटलं सतीला. फुकटात गेला तरी चालेल. नाही मिळाली एक्चेंज ऑफर तरी ह्याला घालवायचाच आता आयुष्यातून असं जोरजोरात सांगत राहिली ती मनातल्या मनात स्वतःला.

दहा मिनिटांत शांत होऊन विश्राम कुशीवर वळला आणि घोरायलाही लागला. तेव्हा पुन्हा मनातल्या मनात सणसणीत लाथ घातली तिनं त्याला.

तसं पाहिलं तर सतीचं काहीच व्यवस्थित नव्हतं. ना मनासारखा संसार, ना

मनासारखं घर, ना मनासारखा नवरा, ना मनासारखा टी.व्ही.! कधीपासून वाट पाहत होती ती ह्या कंटाळवाण्या, एकसुरी आयुष्यात काहीतरी घडावं ह्याची. पण काहीच घडत नव्हतं. आणि आता काही घडेल अशी अपेक्षाही नव्हती. पण बऱ्याचदा अपेक्षा नसतानाच काय काय घडतं माणसाच्या आयुष्यात!

अचानक वादळ येतं, ढग फुटतात, अचानक पाऊस येतो. वाटतं छान अंगावर घ्यावा पाऊस आणि मनमोराचा पिसारा फुलवून नाचावं तर पूरच होतो त्या पावसाचा. नद्यानाले ओसंडून वाहतात घरादाराला, माणसांना कवेत घेऊन; कधी छान प्रवासाला निघतो आपण आपल्या गाडीनं किंवा गाडी भाड्यानं घेऊन शिर्डी वगैरे कोणकोणत्या देवांच्या भेटीसाठी छान गाण्याच्या भेंड्या वगैरे खेळत तर समोरून ट्रक येतो भरधाव. कसा कुणास ठाऊक त्याच्या ड्रायव्हरचा ताबा सुटतो आणि आपल्या गाडीवर आदळतो. जागच्या जागी चार ठार तीन जखमी अशी बातमीच होऊन जातो आपण. कधी बागडत असतो शाळा कॉलेजच्या आवारात आणि कोणीतरी माथेफिरू बंदूक घेऊन येतो. त्याला खूप राग आलेला असतो साऱ्या जगाचा किंवा अमेरिकेच्या अध्यक्षांचा; म्हणून पोरांच्या पोटात गोळ्या हाणतो अकारण. कधी चार घास खाऊन पडलो असतो निवांत आपल्या खोपटात तर भाऊबंदांच्या पोटात पोटशूळ उठतो आणि पेटवून देतात खोपटंच. जिवंत जाळताना होणाऱ्या वेदानांचा सार्वजनिक दुःखोत्सव कधी सुरू होतो कळतही नाही. खरंच काय काय अचानक होत असतं आपल्या आयुष्यात!

आता सतीचंच पाहा ना. पोळ्या लाटून निवांत बसली होती ती पाय ताणून कॉटवर आणि विश्राम कालच्यासारखाच आजही पोळ्या घेऊन गेला होता. आता सतीला रोजच तुडवावंसं वाटतं विश्रामला पायाखाली पण म्हणून काय खरंच कोणी तुडवेल का नवऱ्याला असं? इतक्या वेळा ॲडमिट केला त्याला लिव्हर खराब झालं म्हणून, तर कधी बेंबाट फुगलं म्हणून. तिथेच सोडून यावा त्याला बेवारशासारखं असंही वाटलं तिला. पण असं कोणी सोडतं का नवऱ्याला? कसाही असला तरी आधारच तो कुंकवाचा! केसांत माळायच्या फुलांसाठी, अंगावर लेऊन मिरवता येईल अशा काळ्या मण्यांसाठी, भरजरी रंगीबेरंगी साडीचोळीसाठी तरी हवाच की तो बायकोला. रोज स्वप्नं पाहायची सती, कधी विश्रामचं मुंडकं हातात घेऊन त्याचं रक्त चाटण्याचं, कधी त्याला पायाखाली तुडवण्याचं तर कधी त्याला एक्चेंज ऑफरमध्ये विकण्याचंही पण ह्याचा अर्थ विश्राम जावाच कायमचा आयुष्यातून असं कुठं वाटलं होतं तिला? ती आपली काल फडफडत वाकडी होऊन स्थिर झालेल्या ज्योतीचं पुढं काय झालं हे आजच्या एपिसोडमध्ये पाहत बसली होती निवांत; तर तिच्याच विश्रामची ज्योत

फडफडायला लागली बाहेर.

दारावर धपाधप हात मारत होतं कोणीतरी! वैतागत उठली ती पाहायला, तर शेजारच्या घरांतले दिलीप, बंड्या, रामण्णा आणि बऱ्याच पोरांची फौजच उभी होती समोर!

"काय रे, दार कशाला वाजवता एवढ्या जोरात?"

"काकी,...काकी," पोरं धापा टाकायला लागली.

"काय झालं?"

"काकांना उडवलं ट्रकनं."

"कायऽऽ?"

"हा...उडवला. रस्ता क्रॉस करत होते तर ट्रक आला समोरून. काय कळलंच नाय काय झाला एकदम. किंकाळी फोडली काकांनी म्हणून आम्ही पाहिलं तर..." रामण्णा म्हणाला.

सतीला क्षणभर काही सुचलंच नाही. विश्रामला गाडीनं कसं उडवलं हे पाहायची प्रचंड उत्सुकता मनात घेऊन ती धावत सुटली घर उघडं टाकूनच. तर रस्त्यावर ही गर्दी जमलेली आणि तेवढ्याच पोळ्या रस्ताभर पसरलेल्या शहीद झाल्यासारख्या.

म्हणजे पोळ्या पोचवायच्या आधीच....सतीचा जीव भरून आला संतापानं. एक काम धड करत नाही हा माणूस. सगळ्या कस्टमरची जेवणाची वेळ झाली असेल. वाट पाहत असतील सगळी आतुरतेनं त्या पोळ्यांची! पोरंबाळं, म्हातारे-म्हाताऱ्या, आणि विचारे गुरुजींकडे आलेले पंधरा पाहुणेही! आज जास्तीच्या पोळ्या केल्या होत्या तिनं. सकाळपासून फक्त पोळ्या करत होती ती. दोनशे अडीचशे पोळ्यांचे चारशे पाचशे रुपये गेले पाण्यात. नुसतं नुकसान, नुकसान करतो हा माणूस. पाचवीला पुजलाय माझ्या.

गर्दीतून वाट काढत पोरांनी सतीला विश्रामजवळ आणलं तेव्हा विश्रामचं सारं शरीर फडफडत होतं त्या ज्योतीसारखं. आकडी आल्यासारखा उडत होता विश्राम! कुणीतरी ओरडलं, "अरे रिक्षा थांबवा आणि हॉस्पिटलला न्या त्याला." सती विश्रामजवळ आली तेव्हा डोळ्यांत प्राण आणून पाहत होता विश्राम सतीकडे. रक्तबंबाळ चेहऱ्यावर पांढरे डोळे आणि तडफडणारं शरीर पाहून सतीला पटकन काल पाहिलेल्या मनातल्या दृश्याची आठवण झाली. पण आताही ती मनात म्हणाली, 'मी मनातल्या मनात सहज मुंडकं घेतलं होतं हातात, कोणाचा चेहरा आठवेना पटकन म्हणून विश्रामचा चेहरा लावला तिथं. पण म्हणून काय लगेच विश्रामचा चेहरा रक्तानं माखायला हवा का?'

विश्राम काहीतरी सांगतोय असं वाटलं तिला. सिनेमात शेवटी मरता मरता काहीतरी गुपित सांगायचं असतं ना बायकोला तसे हावभाव होते त्याचे. पण विश्रामकडे काय गुपित असणार? एखाद्या खजिन्याची चावी की विवाहबाह्य संबंधातून जन्माला आलेला एखादा मुलगा?

पण विश्रामला काहीच सांगता आलं नाही. काही बोलण्याआधीच फडफडत फडफडत एकदम वाकडा झाला तो आणि मग एकदम स्थिर त्या ज्योतीसारखा! म्हणजे आजचा एपिसोड संपला की काय? आता विश्राम जिवंत आहे की मेला हे कधी कळेल? उद्याच्या एपिसोडमध्ये? तोपर्यंत आपण काय करायचं? सतीला काहीच कळेना.

सगळी माणसं शांत झाली अचानक. त्या शांततेचा आवाज ऐकला आणि सती दचकली.

कोणीतरी पुटपुटलं, "गेला. काय उपयोग नाही आता हॉस्पिटलला नेलं तरी."

"पोलिसांना बोलवा आता पंचनामा करायला."

"त्या ट्रकचा नंबर घेतलाय का कोणी?"

"साल्याला मारला पाहिजे मरेपर्यंत."

अनेक आवाज मिसळायला लागले आता शांततेच्या आवाजात.

सतीला प्रश्न पडला, आता काय करायचं? विश्राम गेला म्हणजे कायमचा गेला. आता आपल्याला रडायला हवं, ओरडायला हवं. काहीतरी प्रतिक्रिया द्यायला हवी. तिनं रक्तानं माखलेला त्याचा चेहरा हातात घेतला आणि अगदी पोटातून हंबरडा फोडला.

एवढ्या गर्दीत उभ्या असलेल्या चाळीतल्या बायका लगबगीनं पुढे झाल्या. दिलीपच्या आईनं तिचं डोकं छातीशी घेतलं आणि थोपटायला सुरुवात केली. तशी सती आणखी धो धो रडायला लागली. मग म्हणाली, "कोणी माझ्या पोरांना बोलवा, आईला बोलवा, बहिणींना बोलवा हो, मी काय करू आता," वगैरे वगैरे.

तिला हाताला धरून उठवलं बायकांनी आणि घरात आणलं. टी.व्ही. चालू होता. एपिसोड संपत आला होता. काल मरायला टेकलेला हिरो नायिकेच्या डोळ्यांत डोळे घालून ती भरवत असलेल्या सफरचंदाच्या फोडी आनंदानं खात होता.

रामण्णाच्या आईनं टी.व्ही. बंद केला तरी सतीची नजर त्या टी.व्ही.च्या अंधाऱ्या पडद्यावर खिळून राहिली होती. ती मनातल्या मनात म्हणाली, 'ह्या

नायिकेनं प्रार्थना केल्या, देवाला वेठीला धरलं म्हणून तिची इच्छा पूर्ण केली देवानं. आपण देवळात नाही गेलो, कोणत्याही देवाच्या नावाचा जप नाही केला तरी आपली प्रार्थना ऐकली त्या देवानं!'

सती दचकली त्या विचारानं! आपलं आयुष्य विश्राम मेल्याशिवाय रंगीत होणार नाही हे खरं असलं तरी असा विचार कोणती बायको करेल का? सतीला वाटलं, किती वाईट आहोत आपण! आपल्या जिभेवर नसला तरी मनावर नक्कीच काळा डाग असणारच. त्याशिवाय का मनात आलेले विचार खरे झाले? पण असा विचार आपण गेले कित्येक वर्षं करतो आहोत मग एवढी वर्षं का लागली? काहीही असो पण हा नवरा विदाऊट एक्चेंज ऑफर गेला कायमचा आपल्या आयुष्यातून, थेट भंगारातच! आता त्याला भंगारात पोचवण्यासाठी चार माणसं बोलवायला लागतील.

तिनं पवारांच्या बंड्याकडे तिच्याकडे असलेली फोनची कळकट डायरी दिली. त्यातल्या पाच-सहाजणांकडे पी.सी.ओ. वरून फोन करायला सांगितले आणि मग आढ्याकडे पाहत बसून राहिली.

पोलीस आले. पंचनामा झाला. कुठल्यातरी चोवीस तास बातम्या दाखवणाऱ्या चॅनलची माणसंही आली. सगळी बाहेरच होती. सतीला पोलिसांशी काही कर्तव्य नसलं तरी चॅनलच्या माणसांशी बोलायचं होतं. पण बंड्याच्या बाबांनी सांगितलं परस्पर, "त्या बोलायच्या मन:स्थितीत नाहीत," म्हणून.

सतीला खूप राग आला त्यांचा. आयुष्यात पहिल्यांदाच टी.व्ही.वर येण्याची संधी मिळणार होती तिला तर तीही नाही घेऊ देत ही माणसं. स्वत: मात्र सारखे कॅमेऱ्यासमोर येऊन काय पण बोलताहेत. विश्राम कसा रस्ता क्रॉस करत होता, मग ट्रक कसा आला. मग तो आणि त्याच्या हातातल्या पोळ्या कशा उडाल्या याचा 'आँखो देखा हाल' तिखटमीठ लावून सांगत होते सगळे.

शेवटी चॅनलवाले बंड्याच्या बाबांना म्हणाले, "त्या काही बोलल्या नाहीत तरी चालेल, पण नवरा अचानक गेल्यावर आक्रोश करणारी त्याची बायको आणि मुलं दाखवणं गरजेचं आहे."

"मुलं आली नाहीत अजून. ती मावशीकडे गेलीत. मे महिन्याची सुटी आहे ना. येतील थोड्या वेळानं."

"ठीक आहे. तोपर्यंत बायकोशी बोलतो आम्ही."

बंड्याची आई लगबगीनं आत आली नवऱ्यानं खूण केल्याबरोबर आणि तिच्या कानाशी कुजबुजली, "त्यांना रडताना फोटो काढायचा आहे तुझा."

एवढा वेळ रडून रडून आता कुठे शांत झाली होती सती आणि ह्यापेक्षा

जास्त रडायचीही इच्छा नव्हती तिची. खरं तर, 'आता सुटले कायमची', असं सांगायचं होतं तिला आणि तिची एक्चेंज ऑफरची आयडियाही सांगायची होती. पण गप्प बसली ती.

चॅनलवाले कॅमेरा घेऊन आत आले आणि सतीच्या लक्षात आलं, सकाळपासून पोळ्या लाटताना नेसलेली आणि पोटावर पीठ लागलेली साडीच होती अंगावर अजून. किती कळकट आणि घामेजलेल्या दिसत असू आपण आणि रडताना तर नेहमीच वाईट दिसतो आपण. आता साऱ्या जगासमोर यायचं असं म्हणजे वाईटच. सतीचा मूडच गेला सगळा.

खरं तर सतीला कधीपासून त्या 'होम मिनिस्टर'च्या कार्यक्रमात जायचं होतं. फोन करायचंही ठरवलं होतं तिनं, पण आपल्या ह्या विद्रूप घराचं प्रदर्शन झालं असतं टी.व्ही.वरून म्हणून नाही केला तिनं फोन. विश्रामला ती म्हणालीही होती, "आपण सॅन्डविचची गाडी टाकू, मग घराला रंग काढू, नवीन पडदे लावू; त्यानंतर मी फोन करेन." फोन लागला तर मग जरीची साडी विकत घेऊ असंही ठरवलं होतं तिनं. पण राहूनच गेलं सारं. आता विश्रामही गेला. पण काही हरकत नाही. आपण काढू सॅन्डविचची गाडी. मग पाठवू पत्र! पण आता उद्यापासून विधवा होणार आपण. मग 'होम मिनिस्टर'मध्ये कशा काय जाणार? तिथं फक्त नवरा असलेल्या बायकांनाच प्रवेश. नवरा असला तरच नटायचं, हसायचं; नाहीतर नाही असा नियमच आहे आपल्याकडे! शीऽऽ सगळा पचका झाला. सतीला जोरात रडू आलं आणि ती ओरडली रडत रडत, "गेलं ग गेलं माझं सौभाग्य गेलं. आता मी कशी सजू, कशी हसू, कशी माळू फुलं केसांत, कशी नेसू जरीचं पातळ. माझ्या शंकरा रे, कसा रे गेलास मला सोडून, माझ्या राजा."

सतीचा आक्रोश आपोआप संगीतमय झाला. गाण्याच्या चालीत सतीनं सारा आक्रोश गुंफला आणि ती सुरेख रडत रडत गाऊ लागली आणि सुरेल गात गात रडू लागली.

चॅनलवाले एकदम खूशच झाले.

"इटस् डिफरन्ट," कोणीतरी म्हणालं.

"इटस् लाईक रुदालीज्," आणखी कोणीतरी म्हणालं.

"नो नो, रुदालीज् आर हायर्ड वुमेन. इन धिस केस वाईफ हरसेल्फ इज सिंगिंग ॲण्ड क्रायिंग. इटस् ओरिजिनल यारऽऽ."

पटापट अनेक ॲन्गलनं शूटींग सुरू केलं त्यांनी. तसा सतीला हुरूप आला. तिनं छाती बडवली, डोकं आपटलं, जमिनीवर लोळण घेतली.

"माय गॉड! सी, हाऊ मच शॉक्ड शी इज! समबडी हॅज टू स्टॉप हर."

कॅमेरामन शूटींग करत पुटपुटला.

चाळीतल्या सगळ्या बायका सतीच्या मागे बॅकग्राऊंडला उभ्या राहण्यासाठी धडपडत होत्या. त्याही मोठमोठ्यानं रडायला लागल्या. सतीला काही कळेना, शेट्यांची नीला का रडतेय उगीच? विश्रामकाका आवडत नाही म्हणून म्हणाली होती ती एकदा आणि आपणही न रागावता म्हणालो होतो, 'आवडण्यासारखा नाहीच तो म्हणून,' तर किती हसली होती, 'काय काकी, तुम्ही पण ना' म्हणून. मग आता का रडतेय ती?

कोणालाही आवडण्यासारखा नव्हताच विश्राम, तरी सगळ्यांना असे उमाळे का येताहेत? अगदी आपणही कशासाठी रडतो आहोत असे हंबरडे फोडत? हे अश्रू दुःखाचे आहेत की आनंदाचे? आपले अश्रू नेमके कसले आहेत माहीत नाही पण ह्या सर्वांचे अश्रू नक्कीच आनंदाचे असणार. 'रडा बायांनो, रडा. माझी सुटका झाली म्हणून, रडा.' सती मनातल्या मनात म्हणाली.

चॅनलवाले गेल्यावर हळूहळू शांत झाले सगळे. सती नुसतीच बसून राहिली. शेजारपाजारच्या बायकांची लगबग चालली होती घरात. दिलीपची आई ओट्याजवळ गेली. ओट्यावरच्या डब्यात, पातेल्यात काय आहे ते पाहिलं आणि सतीजवळ येऊन हळूच विचारलं, "जेवला नाहीत अजून?"

सतीनं नाही म्हणून मान हलवली. मग म्हणाली, "त्यांची वाट पाहत होते जेवणासाठी. ते चपात्या देऊन आले की जेवायला बसतो आम्ही रोज." मग पुन्हा रडायला लागली ती. "आता एकटीच कुठं जेवणार मी?"

खरं तर भूक उसळली होती पोटात. पण सती काहीच बोलली नाही. तो गेल्याच्या आनंदापुढे आज जेवणाचंही महत्त्व नव्हतं वाटत तिला.

मग कोणीतरी म्हणालं, 'पोरं आली.' सतीनं हंबरडा फोडला जोरात. दोन्ही हात पसरून त्यांना जवळ घेतलं. त्यांच्या मागून गिरिजा आणि तिचा नवरा आला. सतीनं पुन्हा हंबरडा फोडला. पार्वती आली, उमा आली, गौरी आली. सतीनं एकामागून एक फक्त हंबरडे फोडले.

मग सकाळी किती पोळ्या केल्या, तो जायला कंटाळत होता तरी त्याला कसं पाठवलं, रस्ता क्रॉस करताना कसा ट्रक आला, आणि त्याला उडवल्यामुळे सगळ्या पोळ्या रस्ताभर कशा विखरून पडल्या ह्याची कॅसेट रिवाइंड करून करून वाजवत राहिली ती दिवसभर आणि पुढचे तेरा दिवस.

विश्रामच्या प्रेताचा पंचनामा होऊन प्रेत घरी आणल्यानंतर पुढे साऱ्याच गोष्टी परंपरेनुसार साग्रसंगीत केल्या. म्हणजे त्याच्या अंगाला हळद लावून त्याला अंघोळ घातली, नवीन कपडे घातले, तिच्या हातात हिरवा चुडा भरला मग तो

फोडला, मंगळसूत्र ओरबाडून घेतलं, जोडवी काढली, कुंकू पुसलं. सगळ्या बायका एकदम अघोरी झाल्या.

नवऱ्याबरोबर मिळालेला हा सारा ऐवज असा त्याच्या मरणानंतर त्याला परत करण्याची ही प्रथा, का कुणास ठाऊक पण सतीला अजिबात आवडली नाही.

एक पैसा खर्च केला नाही ह्या माणसानं आपल्या बांगड्यांवर, पावडर-कुंकवावर, जोडव्यांवर की गजऱ्यावर. मंगळसूत्र तेवढं त्यानं केलं होतं. पण म्हणून काय तेही काढायचं. त्या काळ्या मण्यांच्या मंगळसूत्रासाठी तयार झाली ती लग्नाला ह्या अशा सुस्त मुर्दाड माणसाशी. कोणत्याही वेळी त्याचं अंगावर चढणं सहन केलं आणि आता तेच नाही घालता येणार आपल्याला. सतीला रडू आलं, मंगळसूत्राशिवाय, कुंकवाशिवाय, फुलांशिवाय राहण्याच्या कल्पनेनं. नवरा नकोच होता तिला, पण नवरा गेला तर काय काय गमवावं लागतं ह्याची कल्पना यायला लागली तिला हळूहळू आणि मग जगातल्या सगळ्या बायका कुचकामी नवऱ्यासाठीही का वटसावित्रीची पूजा करतात ह्याचाही साक्षात्कार झाला.

चारजणांच्या खांद्यावरून विश्राम गेला तेव्हा तिची पार रयाच गेली होती.

पोरं रडून रडून दमली आणि शेजारी जाऊन झोपली. आलेले सारे नातेवाईक तिला भेटून, थोपटून गेले आणि मग सुरू झाला तेरा दिवसांचा दुखवटा! भेटायला येणारी माणसं, त्यांचे सल्ले, त्यांचे अश्रू, त्यांचे अनुभव आणि काय काय!

विचारे काका-काकूही आले. म्हणाले, "टी.व्ही.वर पाहिलं तेव्हा कळलं. फार वाट पाहिली पोळ्यांची त्या दिवशी. पंधरासोळाजणं होते. पोरं भुकेली होती अगदी. इतका राग आला होता तुमचा. अगदी दोघांचाही. शेवटी ब्रेड आणला पाहुण्यांसाठी. मग संध्याकाळी बातम्यात पाहिलं, तर तू रडताना दिसलीस आणि विश्रामचं प्रेत. रस्ताभर पसरलेल्या त्या पोळ्या पाहिल्या आणि इतकं रडू आलं सांगू, आमच्याकडे पोळ्या आणता आणता गेला बिचारा." 'अगदी रणांगणावर लढता लढता प्राण ठेवला बिचाऱ्यानं.' अशा सुरात विचारे काकू पुटपुटल्या. तेव्हा सतीला उगीचच भरून आलं.

तेरा दिवस सतीनं आराम केला. आई राहिली होती. बहिणी आळीपाळीनं राहत होत्या. सासरची माणसं अधूनमधून येऊन जात होती.

तेराव्याच्या दिवशी कावळा शिवायला तयार नव्हता पानाला. सगळ्यांनी सतीला विचारलं, "काय इच्छा राहिली होती त्याची?" म्हणून. पण सतीला काहीच सांगता येईना, कसल्या इच्छा राहिल्या होत्या आपल्या नवऱ्याच्या? काय

आवडायचं त्याला? सतीला सुचेना काहीच. दारू पिणं, विडी ओढणं, टी.व्ही. पाहणं आणि वेळीअवेळी संभोग करणं ह्या व्यतिरिक्त काय करत होता विश्राम?

सती गप्प राहिली फक्त. तिच्या ह्या अशा गप्प राहण्याचा फायदाच झाला तिला त्या दिवसांत. 'बिच्चारीला शॉक बसलाय,' असं म्हणायचे लोक. तेव्हा मनातल्या मनात गंमत वाटायची तिला. विदाऊट एक्चेंज ऑफर भंगारात काढला आपण नवऱ्याला हे आठवलं तरी हसू यायचं तिला. अर्थात पुन्हा मनातल्या मनातच.

तेरावं आटोपल्यावर आईनं विचारलं, "आता काय करायचं?"

तर सती सरळ म्हणाली, "घर आहे माझं. पैसाही मीच कमवत होते. राहीन मी एकटी मुलांसोबत."

पण मुलांना पुन्हा मावशीकडे जायचं होतं सुटी संपेपर्यंत. ती सगळीजणं पार्टी करणार होती, सिनेमालाही जाणार होती. ते सारं राहून गेलं ह्या आकस्मिक अपघातानं.

सतीची आई चिडली पोरांवर, "आता कसल्या पार्ट्या करता बाप गेल्यावर? लाज नाही वाटत?"

सतीनं मग मुलांची बाजू घेतली, "त्यांचे आनंदाचे दिवस आहेत. लहान पोरं ती, काय कळतंय त्यांना? मावशी नेणार असली तर जाऊ देत."

"तू एकटी रहाशील?" आईनं आश्चर्यानं विचारलं.

सती हसली मनातल्या मनात. ह्या दिवसाची तर वाट पाहत होती ती हे कसं सांगणार आईला? ती गंभीरपणे म्हणाली, "आता एकट्यानंच काढायचं आहे आयुष्य. सवय नको का करायला?"

आईला भरून आलं. तिनं सतीला काळजाशी धरलं. मग ती निघून गेली तिच्या घरी. पोरं गेली मावशीकडे.

आळशी सती एकदम विचारी सती झाली. वेगळंच चैतन्य शिरलं तिच्या अंगात. फुलपाखरासारखी भिरभिरली ती त्या अचानक मोकळ्या झालेल्या घरात. सगळं घर विसकटून नव्यानं लावलं तिनं. ह्या वेळी आपल्या मनासारखं. बाहेर पडली. किराणा भरला. गहू आणले. चाळले. निवडले. दळायला दिले. हे सारं करताना ह्यावेळी तिला अजिबात कंटाळा आला नाही.

आता सतीला काम करायचं होतं. स्वप्नरंजन करायला वेळ नव्हता तिच्याकडे आणि गरजही नव्हती. कित्येक वर्षांपासून पाहत असलेलं तिचं स्वप्न देवळात न जाताही पूर्ण झालं होतं. ती आता वास्तवात आली होती. तिला हवं तसं ती जगणार होती. आयुष्याला अचानक वेग आला होता तिच्या. आता एका हातानंही

भरपूर पोळ्या लाटू शकत होती ती. दहा हातांची आवश्यकता नव्हती की रक्तबंबाळ मुंडक्याची. आता तिला कोणालाही पायाखाली घेऊन तुडवायचं नव्हतं. तिचं लक्ष आता आकाशाकडे होतं.

महिषासुराला मारल्यानंतर दुर्गेनं कसा साजरा केला असेल विजयोत्सव? तिच्या त्या नेहमीच्या पोझनंतर कोणत्या पोझमध्ये असेल ती? आनंदोत्सव साजरा करताना काय असेल तिच्या मनात? असे प्रश्नही आता सतीला पडत नव्हते. आता तिला कोणाच्याही आनंदाशी देणं घेणं नव्हतं. कोणाच्याही आयुष्याबद्दल काही पडलं नव्हतं तिला. आता ती फक्त पोळ्या करणार होती. मग सॅन्डविचची गाडीही ती टाकणार होती. रंगीत साडी नेसून, कुंकू लावून उभी राहणार होती ती गाडीजवळ! जमलं तर गळ्यात माळ घालणार होती.

सतीचा हात पोळ्यांवर पडू लागला आता. ही शंभरावी! आता ह्यानंतर कितीही पोळ्या असोत हात चालवायचे दोनच!

***

(*माहेर*, दिवाळी २००७)

प्रायश्चित्त

शेवटची ओळ वाचून मंगेशांनी पुस्तक बंद केलं. डोकं खुर्चीच्या मागे टेकवलं आणि डोळे मिटून घेतले. थकवा जाणवत होता फार. पाच मिनिटं तसेच बसून राहिले ते. मग खुर्चीतल्या खुर्चीत ताठ होत डोळे उघडले. हातातलं पुस्तक टेबलावर ठेवलं आणि आपलं चाळीस वर्षांपूर्वीचं मनगटी घड्याळ हातात घेऊन त्यांनी वेळ पाहिली. पाच वाजून सतरा मिनिटं झाली होती. चहाची वेळ उलटून गेली होती. वाचनाच्या नादात कळलंच नव्हतं. भारती असती तर बरोबर साडेचारला आत येऊन वाफाळता चहा समोर ठेवला असता. प्रत्येक गोष्टीच्या वेळा अगदी ठरलेल्या होत्या आपल्या. अगदी सकाळच्या चहापासून ते रात्रीच्या जेवणापर्यंत. कधीच चुकल्या नाहीत त्या एवढ्या वर्षांत!

आज फार वेळ झाला. कादंबरी संपवायच्या नादात भान नाही राहिलं वेळेचं. डॉक्टरांनी सांगितलं आहे, जास्त ताण देऊ नका मेंदूला म्हणून. तरी हट्टानं वाचत राहतो आपण. मग थकवा येतो प्रचंड. विश्रांती घ्यायची म्हटली तरी जमत नाही. शरीराला सवय नाही तशी आणि मनाला तर नाहीच नाही. पलंगावर नुसतं पडून वेळही जात नाही. वाचत राहिलं तर वेळ सरकतो तरी पुढे. कठीण आहे यापुढे आपल्यासारख्या एकएकट्या माणसांचं. एक एक दिवस संपतो आयुष्यातला तेव्हा सुटकेचा निःश्वास टाकतो आपण. दिवस जातो कसातरी, पण संध्याकाळ अगदी खायला उठते. जोडीदाराशिवायचं आयुष्य इतकं भयाण होऊन जातं हे ठाऊक नव्हतं तेव्हा. ती असताना किंमत नाही कळली तिची. आता जाणवतं सारखं. चहाची तलफ आली तरी उठावंसं नव्हतं वाटत मंगेशांना. आताही कुठून तरी ती येईल आणि ठेवेल हातात चहाचा कप असं उगीचच वाटलं क्षणभर; मग उठले ते हट्टानं.

स्वयंपाकघरात चहाचं भांड गॅसवर ठेवलं. पाणी टाकलं त्यात आणि नेहमीप्रमाणे नजर फिरवली त्यांनी सभोवताली. इथे यावंसं वाटत नाही अगदी. स्वयंपाकघर त्याच्या मालकिणीशिवाय भकास दिसत होतं. अगदी सुनं सुनं होऊन गेलंय ते.

तिचा आवाज नाही, लगबग नाही आणि मुख्य म्हणजे फोडण्या, तळणं, दळणं कशाचाच दरवळ नाही. भारती गेल्यानंतर एवढं रूप पालटून जाईल त्याचं असं नव्हतं वाटलं कधी.

किती हौस होती भारतीला ह्या सगळ्याची! नव्या घाटाची, नव्या डिझाईन्सची! कोणतीही वस्तू बाजारात आली की हवी असायची तिला. अनेक प्रकारच्या कढया, डबे, पॅन्स, ताटं, पेले सजलेल्या असायच्या ह्या खोलीत. ती गेली आणि सगळ्यांचीच उचलबांगडी झाली तिथून. 'तुम्हाला कशासाठी हवीत एवढी भांडी? धूळ खात पडतील आणि स्वच्छता कोण राखणार?' म्हणून अपूर्वानं कोणाकोणाला वाटून टाकली होती ती. भारती गेल्यावर सारं घरच नव्यानं लावलं तिनं तिला हवं तसं. भारतीच्या साऱ्या खुणाच पुसून गेल्यासारखं वाटलं होतं तेव्हा. अपूर्वाला सांगावंसं वाटलं होतं. 'राहू देत ग, तसंच धूळ खात पडलं तरी इथे आल्यावर भारती आजूबाजूला वावरते आहे असं तरी वाटत राहील.' पण नाही सांगता आलं काहीच. मनातलं तसं काहीच सांगता आलं नाही कुणाला. विशेषत: आपल्या इतरांकडून असलेल्या अपेक्षांविषयी. इतर म्हणतील ते ऐकत आलो मान डोलवत राहिलो. अगदी त्रास झाला तरी अक्षर नाही काढलं तोंडातून. भारती म्हणायचीही, 'तुमची दादागिरी चालते ती केवळ माझ्यापुढं. मी काय करायला हवं, कसं वागायला हवं हे दहा वेळा सांगाल, पण इतर कोणाला बोलायची वेळ आली तर नांगी टाकता अगदी.'

का नाही जमलं आपल्याला कोणाला काही बोलणं? लोक दुखावले जातील ही चिंता की आपलं कोणी ऐकणार नाही हे भय? अगदी कामाच्या जागीही तेच केलं आपण! कुठं रोखता आलं हेमंत आणि गुरुनाथला?

पाणी उकळलं, चहापावडर टाकून त्यांनी गॅस बंद केला आणि मग दूध तापत ठेवलं मंद आचेवर. असा मुरवलेला चहा पूर्वीपासून घेतो आपण. सर्वांना माहीत आहे ते. पण भारतीशिवाय कोणी केला नाही कधी. भारतीनं तशा वाईटच सवयी लावल्यात आपल्याला. खाण्यापिण्यापासून ते तिच्यावर अवलंबून राहाण्यापर्यंत साऱ्याच. त्यामुळेच जड जातंय आता.

चहाचा कप आणि दोन बिस्किटं घेऊन ते खिडकीजवळच्या खुर्चीत बसले. पाचव्या मजल्यावर घर होतं त्यांचं. खाली रहदारीचा रस्ता. सुरुवातीला त्रास व्हायचा आवाजाचा. पण आता सवय झाली त्याची. मुख्य म्हणजे संध्याकाळी वेळ जात नाही तेव्हा हाच विरंगुळा बरा वाटतो. जाणाऱ्या येणाऱ्या गाड्या, चालणारे लोक पाहत बसायचं आणि त्यात आपली माणसं दिसतात का ते शोधत राहायचं.

चिन्मयी आणि ऋजुता अलीकडे उशिराच येतात. एक बारावीला तर दुसरी दहावीला. चिन्मयी कॉलेजातून क्लासला जाते. दोघी जवळ जवळ बरोबरच येतात. सहा-साडेसहाच्या दरम्यान अपूर्वा आणि शरद ऑफिसमधून येईपर्यंत सात-साडेसात होतात. शरद तर कधी साडेदहा अकरावाजेपर्यंत बाहेरच असतो.

आता ह्या सगळ्यांची वाट पाहणं हेच आयुष्य झालंय आपलं. एकेकाळी पाय टिकत नव्हता घरात. आता घराबाहेर निघत नाही. भारतीच्या जाण्यानं एवढं का बदलून घेतलं आपण स्वत:ला? का एकटेपणा ओढवून घेतला आहे असा, स्वत:हून का बंदिस्त केलं स्वत:ला ह्या चार भिंतीत! भारतीचं जाणं एवढं लावून घेतलं आपण मनाला? की आणखीन कोणाचं जाणं खुपतं आहे आपल्याला?

वेळ जात नाही हा कातरवेळचा. कितीही शोधलं आपल्या माणसांना ह्या गर्दीत तरी नाही सापडत ती त्यांच्या वेळेआधी आणि आपल्याला हवी तशीही ! पूर्वी भारती अशीच बसलेली असायची खिडकीशी आपली वाट पाहत. अगदी रात्री एक-दोन वाजले तरी बसायची. कधी कधी वैतागायची, 'तुमच्या चळवळी, वाचन आणि हे कार्यक्रम, दौरे ह्याशिवाय आयुष्यच नाही का तुम्हाला? घर संसार आहे हे कसं विसरता तुम्ही?'

पण असं म्हणाली तरी संसाराची जबाबदारी तिनंच उचलली होती. काही म्हणून काही पाहावं लागलं नाही आपल्याला. तिच्यासाठी वेळ काढता नाही आला ह्या चळवळींमुळे. पण स्वीकारलं तिनं ते. पुढे तर चळवळीसाठी, संस्थेच्या कामासाठी वेळ मिळावा म्हणून चांगली प्राध्यापकाची नोकरीही सोडली आपण. पण तिच्या नोकरीवर आणि पगारावर चालवला संसार तिनं!

सारा काळच वेगळा होता तो. भारावून जायचे दिवस होते ते. ज्या समाजाचं देणं लागतो आपण, त्या समाजाचा एक भाग म्हणून जगताना आत्मकेंद्री नाही होता येत. त्यासाठी काही करायचं असतं, करावं लागतं आणि त्यासाठी आपल्यासारख्यानं पुढाकार घ्यायला हवा असं वाटायचं तेव्हा. विशेषत: सारा समाज षंढासारखं मुकाट सोसत राहत असेल तर त्याला जागवणं, घुसळून काढणं हे कोणीतरी करावं लागतंच. त्यावेळी आपण घेतली ती जबाबदारी. आपल्यासारख्याच विचारांचे आणखी काही लोक गोळा केले. सतीश, विनायक, वसंत, प्रकाश, नामदेव, घनश्याम कितीजण होते आपल्यासोबत. काहीतरी वेगळं करायचं ह्या प्रेरणेनं एकत्र आलो सगळे. दिवसभर आपलं काम, नोकरी करायची आणि रात्री भेटायचं. नुसतं भेटायचं नाही तर रात्री जागवायच्या. चर्चांचे फड रंगायचे. वाद व्हायचे. रोज नवीन योजना नव्या कल्पना! त्यातूनच ही संस्था काढण्याचा विचार केला आपण. सामाजिक आणि वैचारिक चळवळीला व्यासपीठ

मिळवून देण्याचा विचार होता तेव्हा मनात. पण पुढे केवळ सामाजिक चळवळीचं रूप आलं ह्या संस्थेला. एक मुखपत्र सुरू केलं स्वत:चं 'समाज परिवर्तन' म्हणून. त्यातून भरभरून लेखन केलं सर्वांनी. नव्या पिढीचं आकर्षण झाली होती आपली संस्था. समाजवादी विचारांची माणसं होती सारी. स्वातंत्र्य आणि बंधुता आणि समानता हा नारा होता आपला. सुरुवात केली ती आणिबाणीतल्या हुकूमशाहीविरोधात बंड करून. जयप्रकाश नारायणांना पाठिंबा जाहीर केलाच. पण मोर्चे काढले, भाषणं केली. तुरुंगवासही घडला त्या दिवसांत. साऱ्या समाजाचा भार आपल्याच खांद्यावर आहे, त्याला जागवणं आपल्यालाच शक्य आहे असं वाटायचं. समाजकारण, राजकारण, अर्थकारण काही काही वर्ज्य नव्हतं आपल्याला. प्रबोधनाचा हा काळ आपल्या ह्या चळवळीच्या नावानं लिहिला जावा हे स्वप्न होतं आपल्या सगळ्यांचं. मग गावपातळीवर संवाद सुरू केला. पदरचा पैसा खर्च करून दौरे केले होते त्यावेळी. ह्या गावातून त्या गावात जायचं. सोबत 'समाज परिवर्तना'चे अंक असायचे. लोकांशी बोलायचं. मनं वळवायची त्यांची. तरुणांना गोळा करायचं. मजा होती. एक नशा होती त्यातही. ते दिवस आठवले की आजही बरं वाटतं. सतीश तर हळवा होऊन जातो त्या जुन्या आठवणींनी.

सतीशकडे जायला हवं एकदा. त्या दिवशी म्हणत होता तो, पुन्हा कामात लक्ष घाल म्हणून. पण मन लागत नाही आता कामात. आपल्या वेळची कळकळ नाही राहिली ह्या तरुण पिढीत. डिव्होशन तर नाहीच. काम केलं तरी फळाची अपेक्षा करतात. पैसा नाही तर पोझिशन हवीच असते त्यांना. समाजकार्य करताना ह्या गोष्टींचा कधी विचार केला नाही. आपण पदरमोड करून संस्था उभारली ही! साऱ्यांचाच सहभाग होता. तेव्हा व्यवहार कोणाच्या मनाला शिवला नाही पण ही पोरं व्यवहारी आहेत फार. सोशल वर्क म्हणजे सोसेल तेवढं वर्क झालं आहे. त्यांच्यासाठी सगळे सारखेच, अगदी अपवादात्मकही भेटलं नाही कोणी.

मंगेश थांबले क्षणभर. स्वत:लाच थांबवल्यासारखे. कोणीच भेटलं नाही आपल्याला? कशासाठी नाकारतो आहोत आपण सत्य पुन:पुन्हा?

क्षणभर अस्वस्थ झाले ते, उठले खुर्चीतून आणि खोलीतच येरझारा घालायला लागले पाठीवर हात दुमडून.

हल्ली वारंवार आठवतोय तो आपल्याला. आपणच आपल्या भरत आलेल्या जखमेवरची खपली काढावी तसं होतंय आजकाल. का छळतोय हा पोरगा असा? कुठे आहे आता कोण जाणे? गेला असेल कोणत्या तरी नव्या प्रोजेक्टवर. टाटा इन्स्टिट्यूट ऑफ सोशल सायन्समधून एम. ए. केलंय त्यानं आणि पुन्हा कर्तृत्ववान! नाव झालेला पोरगा आहे कुठंही काम मिळेल त्याला. गेला असेल असाच!

भारती गेल्यावर पत्र आलं होतं त्याचं. त्यानंतर मात्र संपर्कच राहिला नाही. त्याचा विषय काढत नाही अलीकडे कोणी. आपणही कुठे पत्र लिहिलं त्याला? कमीत कमी उत्तर म्हणून तरी पाठवायला हवं होतं पत्र. आपल्या बाजूने बंद केले आपण सारे दरवाजे, मग त्याच्याकडून कसली अपेक्षा ठेवायची!

मंगेश पुन्हा खिडकीत येऊन उभे राहिले. बाहेर पाहत राहिले रहदारीकडे. कोणाची वाट पाहात असतो आपण रोज! शरद, अपूर्वा, चिन्मयी, ऋतुजा की त्याचीही! तो येईल कधीतरी भेटायला अशी आशा आहे का आपल्याला?

खाली गेटमधून चिन्मयी आणि ऋतुजा एकदम येताना दिसल्या तेव्हा बरं वाटलं त्यांना. ह्या पोरी इथं राहायला आल्यापासून वेळ बरा जातो आपला. अपूर्वा आणि शरदनं इथे राहायला यायचा निर्णय घेतला तेव्हा विशेष आवडलं नव्हतं आपल्याला. स्वतःहून बाहेर पडले होते दोघंही. भारतीबरोबर पटेनासं झालं अपूर्वाचं आणि मग सासू-सुनांमध्ये तेच ते पारंपरिक घोळ नकोत म्हणून शरदला सुचवलं दुसरं घर घेण्याविषयी. अपूर्वाची इच्छा नव्हती जायची. तिला आपलं फार कौतुक होतं, आपल्या मोठेपणाचंही. शरद आपला मुलगा आहे केवळ म्हणून लग्नासाठी लगेच हो म्हणाली होती. आपण मंगेशांची सून आहोत हे सांगताना ग्रेट वाटतं असं म्हणायची. वेगळं राहायला जाताना खूप रडली होती ती. शरदपेक्षा तीच जवळची झाली होती आपल्याला. भारती गेल्यावर आम्ही पुन्हा येतो राहायला असं म्हणून लागलीच आली. खरं तर आपल्याला एकट्यानंच राहायचं होतं. पण तुम्ही एकटे राहिलात तर काळजी वाटेल आम्हाला, म्हणून तशी हट्टानंच आली ती. शरदला तसं स्वतःचं मत नव्हतंच. मुलगा म्हणून कधी जवळ आलाच नाही तो, मित्रही नाही झाला. पण एकूणच अपूर्वाच्या निर्णयाचं जोरदार स्वागत झालं घरात. विशेषतः करुणाकडून. तिचं काम आणि व्यवसाय ह्यातून आपल्याकडे पाहायला वेळ नव्हता तिला. आपलं माहेरपण अपूर्वामुळे संपलं अशी तक्रार करायची करुणा भारतीकडे. पण आता तीच खूश झाली होती जास्त.

अपूर्वा आणि शरद इथे राहायला आले ते तसं ठीकच झालं. थोडंफार स्वातंत्र्य गेलं आपलं. तिच्या वेळापत्रकात बसवावं लागलं आयुष्य तरी शेवटी माणसं आली होती घरात सोबतीला हेही काही कमी नव्हतं. दिवसभर तसे एकटेच असतो आपण, पण सकाळ संध्याकाळ तरी बरी जाते आणि ह्या पोरींचा चिवचिवाट असला सभोवताली की चांगलीच जाते.

बेल वाजली तसे लगबगीने उठले ते. दार उघडल्याबरोबर पोरी आत शिरल्या आणि पाठीवरची ओझी सोफ्यावर भिरकावून दिली.

"आजोबा पंखा लावा. एकदम फुल" सोफ्यावर रेलत ऋतुजा म्हणाली.

"जा, हातपाय धुऊन घ्या. मी चहा ठेवतो." पंखा सुरू करून मंगेश म्हणाले.

"तुम्ही नको, मी ठेवते, आजोबा." चिन्मयी म्हणाली.

"आजोबा, आज शाळेत नाव घेतलं तुमचं आमच्या बाईंनी," ऋतुजा त्यांच्या गळ्यात पडत म्हणाली.

"माझं? कशासाठी बुवा?"

"तुम्ही जेलमध्ये गेला होतात ना आणीबाणीच्या काळात? बाई शिकवत होत्या ना आणीबाणी म्हणजे काय तेव्हा म्हणाल्या की त्या काळात लेखक, विचारवंत, राजकीय आणि सामाजिक नेते सगळेच तुरुंगात गेले होते. मग म्हणाल्या ऋतुजाचे आजोबाही गेले होते."

"अच्छा त्या संदर्भात का!" मान डोलावत मंगेश म्हणाले. त्यांना बरं वाटलं क्षणभर.

"सगळ्या मुली माझ्याकडे पाहायला लागल्या. काय ग्रेट वाटलं माहीत आहे मला. तुम्ही इतके फेमस आहात ते मला माहीतच नव्हतं, आजोबा."

"अग ऋतु, एवढ्या मोठ्या माणसाच्या नाती आहोत आपण. We should be proud of him," चिन्मयी त्यांच्या गळ्यात पडत म्हणाली.

मंगेश सुखावले मनातून. त्यांना सांगावंसं वाटलं त्या दिवसांबद्दल त्यांच्या नातींना. पण त्या साऱ्या गोष्टींत ह्या पोरींना रस वाटेल का? चार लोकांत सांगण्यासाठी आजोबांचा मोठेपणा हवा असतो त्यांना, पण त्या सगळ्या दिवसांविषयी ऐकायचा कंटाळा करतात नेहमी.

"आजोबा, तुम्हालाही चहा ठेवू?" चिन्मयीनं विचारलं.

"ठेव अर्धा कप. मी घेतला थोड्या वेळापूर्वी. पण घेईन पुन्हा तुमच्या सोबतीनं थोडा."

चिन्मयी आत गेली आणि तिला काही सांगायची उर्मी आतल्या आत राहिली. कित्येक दिवस बोललो नाही आपण त्याविषयी. जुन्या आठवणी कोणाशी तरी वाटून घ्याव्याशा वाटतात. शरदला तसा विशेष रस नसतो ह्यात. लहानपणापासून नव्हता. अपूर्वाला सांगायचो कधीतरी. ती ऐकायची आवडीनं आणि अनिरुद्धही ऐकायचा. अगदी भक्तिभावानं.

पुन्हा एकदा कळ उठली काळजात अनिरुद्धच्या आठवणीनं. आज का आठवतोय हा पोरगा पुन:पुन्हा.

चिन्मयी चहा घेऊन आली. बातम्या लावल्या तिनं. तेवढ्यात अपूर्वाही आली. घर भरायला लागलं हळूहळू, घरातल्या माणसांनी आणि बातम्यांनंतर सुरू झालेल्या टी.व्ही. वरील मालिकांतील कुटुंबातील माणसांनी.

जेवताना अपूर्वा सांगत राहिली काहीबाही. तिच्या बँकेतल्या लोकांबद्दल, राजकारणाबद्दल, हेवेदावे आणि त्यामुळे आलेल्या कंटाळ्याबद्दल! मंगेश समजावत राहिले तिला. सगळीकडेच असतं राजकारण. माणसं एकत्र काम करतात त्यामुळे हे अपरिहार्य आहे वगैरे वगैरे.

राजकारण तर आपल्या संस्थेतही होतंच. नाही आणायचं असं ठरवलं होतं आपण सर्वांनीच, तरी सुरू झाले हेवेदावे आणि त्याचा बळी ठरला तो पोरगा, अनिरुद्ध. काहीच करू शकलो नाही त्याच्यासाठी. आपणही अडकलोच व्यवस्थेच्या अपरिहार्य चक्रात.

जेवण आटोपलं. औषधं घेऊन जरा स्वस्थ बसले मंगेश आणि फोन आला हेमंतचा. शनिवारी ट्रस्टीजची मिटिंग ठेवल्याचं सांगितलं त्यानं. मंगेश ठीक आहे म्हणाले. अपूर्वाला कळलं तेव्हा वैतागली ती थोडी.

''बाबा, तुम्ही नका जाऊ आता मिटिंगला वगैरे. पुरे झालं हे काम. थकून जाता तुम्ही.''

''भारतीही अशीच म्हणायची. पण मी नाही थांबवलं काही. तिनंही हरकत नाही घेतली. काही बोलली तरी ती गेल्यापासून तसं थांबवलंच आहे मी सारं. किती दिवस टाळायचं? सांग नं जबाबदाऱ्या आहेत माझ्यावर अध्यक्ष म्हणून. जायला हवंच केव्हातरी.''

''पण त्रास होतो तुम्हाला त्याचा.''

''नाही होत. तसं काहीच पाहत नाही मी. गुरुनाथ आणि हेमंत सांभाळतात सगळं. पण तरी काम तुंबलंय फार. सतीश म्हणालाय पुन्हा लक्ष घाल म्हणून; नवीन प्रोजेक्टस् सुरू करायचे आहेत.''

''तुम्ही राजीनामाच देऊन टाका ना सरळ. इतरांना घेऊ देत निर्णय.''

''राजीनामा द्यायचा आहेच ग. म्हातारे झालो आम्ही आता. नवीन पिढीला द्यायला हवा वाव. पण योग्य माणूस सापडत नाही अजून.''

''हेमंत आणि गुरुनाथकडे द्या की जबाबदारी.''

मंगेश हसले फक्त. मग म्हणाले, ''बघू काय करायचं ते. आता सध्या तरी रेटायला हवंच. जाईन मी शनिवारी आणि फार लांब नाही जायचं. इथे पार्ल्यातच सतीशच्या घरीच ठेवली आहे मिटिंग. त्यानिमित्ताने त्याच्या घरीही जाणं होईल. खूप दिवसांत भेट नाही झाली आमची.''

अपूर्वानं मग विषय वाढवला नाही. त्यांचं अंथरूण टाकून दिलं तिनं. मग टी.व्ही. बंद करून ती ऋतुजाचा अभ्यास घ्यायला बेडरूममध्ये गेली. मंगेश एकटेच राहिले हॉलमध्ये. शरद अजून आला नव्हता. तो येईपर्यंत झोपणं शक्य

नव्हतं. सगळी झोपल्यावर झोपलं तर गाढ झोप लागायची. पहाटे पाचलाच जाग यायची थेट. पण मध्येच झोपमोड झाली तर मात्र अख्खी रात्र तळमळत काढायला लागत होती. शरद यायच्या आधी झोपलं तर झोपमोड हमखास व्हायची अलीकडे! रोज रात्री साडेदहा-अकराशिवाय येत नाही तो, युनियनचं काम करतो काहीतरी. नेहमी काम बंद पाडायच्या गोष्टी. कामगारांच्या हिताचं काय पाहतात हे युनियनचे लोक, कोण जाणे! गिरण्या, कारखाने बंद होताहेत. मालकांना शॉपिंग मॉल्स उभे करायचे आहेत. त्यांच्या विरोधात ह्यांच्या युनियनची भूमिका काय, तर व्ही.आर.एस. देताना रग्गड पैसा द्या. पण व्ही.आर.एस. घेणारच नाही, आहे त्या परिस्थितीत काम करून उत्पादन वाढवू, कारखाने बंद पडू देणार नाही काही झालं तरी, असं नाही सांगत कोणीच. आठ तासांचं काम तीन तासांत करून मोकळे होतात आणि मग ओव्हरटाईम मागतात. कंपनीनं ओव्हरटाईम बंद केला तर तो मिळावा म्हणून भांडतात. आज स्पर्धेच्या जगात असले कामगार आणि अशा युनियनस् कशा परवडणार ह्यांच्या मालकांना, तेच कळत नाही. काम करायचं सोडून संपावर जायचीच भाषा करत असतात कायम. आम्हीही चळवळी केल्यात तेव्हा. पण कष्टाचा मोबदला मिळावा म्हणून. आज मोबदला मिळतोय बऱ्यापैकी पण कष्ट करायची सवय गेली आहे ह्यांची. ते कमी कसे होतील ते पाहतात, त्यासाठी संपावर जातात ही माणसं. काय होणार आहे ह्या पोराचं कुणास ठाऊक. घरात बसला नाही म्हणजे मिळवलं.

भारतीचं बरं होतं. तिला नाही वाटायची काळजी पोरांची. 'मुलं मोठी होईपर्यंत केली त्यांची काळजी. आता लग्न करून दिलंय. संसार थाटायला हातभार लावलाय. घेऊ देत त्यांना त्यांच्या संसाराची जबाबदारी. त्यांचे ताण त्यांनी इथे नाही आणायचे आणि आपणही विनाकारण लक्ष नाही घालायचं बारीक सारीक गोष्टींत. सवय लागते त्यांना मग उगीचच भुणभुण करायची. आयुष्य ओतलं त्यांच्यासाठी. आता आपण आपले जगू या', असं म्हणायची ती.

पण आपण मात्र आपलं आयुष्य जगता जगता पोरांचंही आयुष्य जगत राहिलो. मुलांची चिंता केली आणि सुना जावयांचीही केलीच. तसं पाहिलं तर दोघांचंही ठीकच चाललंय. आता घरगुती ताण आहेत दोघांच्या संसारात. शरद-अपूर्वात आहेत आणि करुणा-समरणमध्येही आहेतच. पण नेतात रेटून त्यांचं आयुष्य. आपणच फार गुंतून जातो त्यांच्या ह्या ताणाच्या आयुष्यात त्यांच्यापेक्षाही जास्त. भारती म्हणायची, 'उगीच विचार करून आजार मागे लावून घ्याल.' तेव्हा वाटायचं ब्लड प्रेशर वाढेल आपलं, पॅरॅलिसिसचा ॲटॅक येईल, हृदय बंद पडेल. पण काही झालं नाही आपल्याला. अगदी ठणठणीत राहिलो. हृदयविकाराचा

झटका आला तो भारतीला. चांगली धडधाकट होती तीही. साधा सर्दी ताप माहीत नव्हता तिला आणि अचानक ॲटॅक आला. माईल्ड होता. बरं वाटेल म्हणाले होते डॉक्टर. एन्जिओग्राफी केली. तीन ब्लॉक निघाले मेजर. मग बायपास करायचं सुचवलं त्यांनी. ती नाहीच म्हणत होती. एवढे पैसे कुठून आणणार एकदम वगैरे. पण आपण निर्णय घेतला बायपास करण्याचा. बायपास यशस्वी झाली होती तिची पण हार्ट फंक्शनिंग व्यवस्थित नव्हतं होत. घरी आली आणि दुसरा ॲटॅक आला. ह्या वेळी मात्र आय.सी.यू.मध्ये हलवण्याआधीच गेली. जातानाचा तिचा तो चेहरा अजूनही आठवतोय. बाहेर बसलो होतो आपण. करुणा धावत आली बोलवायला. धाप लागली होती. भारतीला काहीतरी सांगायचं होतं तिला. पण न सांगताच गेली. सारा जीव डोळ्यांत आणून बोलवत होती आपल्याला. तेच भाव चेहऱ्यावर राहिले जातानाही.

भारतीच्या आठवणीनं दाटून आलं त्यांना. ते उठले. हातात रिमोट घेऊन उगीचच बटन दाबलं त्यांनी यांत्रिकपणे. एकदम मोठा आवाज आला बोलण्याचा आणि त्यापाठोपाठ चित्र. बेडरूममधून चिन्मयी ओरडली, ‘‘आजोबाऽऽ, आवाज कमी करा जरा.’’

त्यांनी पटकन बंद केला टी.व्ही. मग बसून राहिले तसेच काहीही न करता रिमोटकडे पाहत. काय करावं बरं! मन अस्वस्थच आहे आज. आजच नाही पण हल्ली रोज असंच होतं. तेच ते विचार येत राहतात मनात आणि अस्वस्थता वाढत जाते. त्यातून सुटका नाही आता. कोणाशी मोकळेपणानं बोलताही येत नाही. सतीशशी तरी बोलायला हवं. झोपला नसेल तो अजून. त्याला फोन करू या. त्याच्याशी बोललं तर बरं वाटेल. कदाचित!

सतीशचा नंबर फिरवला. पलीकडे त्याची सूनबाई होती.

‘‘अपर्णा मी मंगेश, सतीश झोपला का?’’

‘‘नाही काका, देते अण्णांना’’

सतीश फोनवर आला तेव्हा काही कळेचना काय बोलावं?

‘‘कारे. काही विशेष मंगेश?’’

‘‘सहज केला फोन. झोप नव्हती येत, म्हटलं बोलावं तुझ्याशी.’’ पुन्हा गप्प झाले मंगेश.

‘‘मंगेश तब्येत ठीक आहे ना?’’

‘‘हो, ठीक आहे.’’

‘‘बरं, हेमंतचा फोन आला होता ना?’’

‘‘हो, आला होता.’’

"हे बघ, मिटिंग माझ्याकडेच ठेवली आहे मुद्दाम. तुला यायला जवळ पडेल म्हणून. येणार आहेस ना?"

"येईन म्हणतोय. थोडं बाहेर पडलं की बरं वाटेल."

"हो, खरं आहे तुझं, येच तू. खूप गोष्टी करायच्या आहेत. अगदी हिशेबांपासून नवीन प्रोजेक्टस्पर्यंत सगळंच!"

"हिशेबाचं काय झालं?" मंगेशांनी चमकून विचारलं.

"विशेष काही नाही. पण काही ताळमेळ नाही लागत अलीकडे. बिलं, व्हाऊचर्स आणि खर्च झालेले पैसे, बराच घोळ आहे."

"हेमंत पाहत नाही का नीट?"

"ते हेमंतचं काम नाही मंगेश. गुरुनाथचं आहे. पण दोघांचाही गोंधळ होतोय. कित्येक दिवस अकाऊंटस् तपासले नाहीत नीट. तूही थोडं लक्ष घालायला हवंस आता."

"मला आता पुन्हा होईलसं नाही वाटत, सतीश. तुम्ही मोकळं करा मला. नवीन मुलांच्या हातात सोपवायचं ठरवूनही काही झालं नाही. एकमेकांच्या उरावर बसायचे तेवढे बाकी राहिले होते. सतत हेवेदावे, एकमेकांचे दोष दाखवणं, फार झालं आता."

"ते आपणही करायचो की मंगेश."

"करायचो. पण स्पष्टवक्तेपणा होता आपल्यात. चुकलो तर कबूल करत होतो. दोष दाखवतानाच चांगल्या कामाचाही गौरव करत होतो आपण. हे कोणी आपल्या चुकाच कबूल करत नाहीत. आत्मसन्मान आहे म्हणे. त्यांना कसला आत्मसन्मान! सगळा अहंकार."

"असं काही नाही मंगेश. बोलू आपण त्याविषयी. तू ये शनिवारी. लौकर ये जरा. जेवायलाच ये. अपर्णाला सांगतो की स्वयंपाक करायला. खूप दिवसांत एकत्र बसलो नाही आपण."

"बरं."

"आणि आता विचार करू नकोस जास्त. बोलू आपण."

मंगेशांनी फोन ठेवला तेव्हा त्यांना उगीचच वाटलं, सतीशनं टाळलं जास्त बोलायचं. मुद्दामहून फोन ठेवला. आपल्याला तर अजून बोलायचं होतं. हेमंत आवडत नाही सतीशला, गुरुनाथही. त्यांच्या कामाची पद्धत, गलथानपणा सारंच डोक्यात जात त्याच्या. अनिरुद्ध हवा होता हे सारं सांभाळायला. पण अनिरुद्धचा पिंड नव्हता तो. व्यवहार नव्हता कळत त्याला. ओळखी काढणं, फंडस् मिळवणं, नवीन प्रोजेक्टस् मिळवणं अशा गोष्टी हेमंत– गुरुनाथला चांगल्या जमायच्या.

अनिरुद्ध फक्त काम करायचा. संस्था उभी राहण्यासाठी लागणारा पैसा आणण्याची ताकद नव्हती त्याच्यात. हेमंतला जमतं ते. अशा वेळी झालं थोडं इकडे-तिकडे तर काय बिघडलं?

मंगेश दचकले. असं नव्हतं वाटत आपल्याला पूर्वी कधी. आता अचानक हेमंतची बाजू घ्यायला लागलो आपण. हेमंत किंवा गुरुनाथचा व्यवहार तसा आपल्यालाही पसंत नव्हताच. म्हणून तर अनिरुद्धला आणलं आपण ह्या संस्थेत.

''बाबा झोपा आता,'' अपूर्वा आत येत म्हणाली. ''काय म्हणताहेत सतीश काका?''

''काही नाही. वेळ जात नव्हता म्हणून केला होता फोन. शरद नाही ना आला अजून?'' मंगेशांनी मुद्दाम विषय बदलला.

''नाही, उशीर होणार आहे त्याला. मीटिंग आहे त्यांची. तिथेच जेवेन म्हणाला.''

''जेवणासाठीही युनियनचाच पैसा वापरतो ना हा?''

''माहीत नाही,'' अपूर्वा तुटकपणे म्हणाली, ''तुम्ही झोपा आता.'' दिवा मालवून आत गेली अपूर्वा आणि मंगेश अंथरुणावर पडले. कसलाही विचार करायचा नाही आता, शांत झोपायचं. त्यांनी स्वत:लाच बजावलं. पण नाही जमलं ते. अनिरुद्ध येत राहिला डोळ्यांसमोर.

पहिल्यांदा तो भेटला ते एका कार्यक्रमात. युवक बिरादरीचा कार्यक्रम होता. सामाजिक संस्था आणि बांधीलकी ह्यावर कार्यशाळा होती. तोही बोलला होता एका सत्रात. त्या सत्राचे अध्यक्ष होतो आपण. त्याच्या विचारातली प्रगल्भता, पारदर्शकता पाहिली आणि प्रेमात पडलो त्याच्या. प्रचंड आत्मविश्वास, ठाम विधानं, कोणताही वैचारिक गोंधळ नसलेली स्वत:ची अशी ठाम भूमिका, कधी टोकाचीही वाटायची. पण त्याला त्याविषयी अभिमान होता. एकूणच आवडलं होतं त्याचं व्यक्तिमत्त्व. ऋजू, नम्र पण ठाम!

समारोपात अनेकदा उल्लेख केला होता आपण त्याचा आणि त्याच्याच मुद्द्यांविषयी बोलत राहिलो. कार्यक्रम संपल्यावर त्याचं अभिनंदन केलं तेव्हा नमस्कार केला त्यानं आणि बोलत राहिला आदरानं आपल्याविषयी, आपल्या संस्थेविषयी.

त्याची चौकशी केली, कुठे काम करतो विचारलं आणि झटकन विचारलं त्याला, 'आमच्याबरोबर काम करशील का?' तर खूश झाला एकदम. पण म्हणाला, 'सध्या प्रोजेक्ट चालू आहे एक. तो संपला की भेटायला येईन नक्की.'

मग भेटी होत राहिल्या. कधी फोनवर, कधी प्रत्यक्ष त्याच्या ऑफिसमध्ये.

आपल्या कामानं भारावलेल्या पिढीचा प्रतिनिधी होता तो. त्याचं भारावलेपण पाहून आशा वाटायची. अगदीच वाईट नाही आजची पिढी. ह्या पिढीकडे सोपवून द्यायला हरकत नाही आपल्या खांद्यावरचं ओझं, असंही वाटायला लागलं त्या दरम्यान.

प्रोजेक्ट मॅनेजर म्हणून काम करत होता तो तेव्हा वेश्यांच्या पुनर्वसनाच्या प्रोजेक्टवर. संपणारं काम नव्हतं ते. पण आपल्याला थोडा वेळ द्यायला तयार झाला तो. 'समाज परिवर्तना'चा, अंक पाहायला लागला सुरुवातीला. तेव्हाच म्हणाला होता, 'इतकं वैचारिक आणि सामाजिक काम करत होतात तुम्ही त्या नियतकालिकाद्वारे ते इतकं का बदललंत तुम्ही? वाङ्मयीन मासिकं अनेक आहेत; आणखी एकाची भर कशासाठी घालायची त्यात? समाजात प्रश्न काय कमी आहेत काय? आज लोक विचारापासून दूर चालले आहेत. तर्कशुद्ध विचार नाही करत कोणी. आपण कमीत कमी तो करायला शिकवू लोकांना.'

हेमंत कुरबुरला होता तेव्हा. त्यानंच तर पालटलं होतं रूप अंकाचं. तो म्हणायचा वैचारिक लिहिणारे कुठे आहेत? पण तो म्हणाला की, मी मिळवून देतो हवे तेवढे आणि समाजकार्य करणारी संस्था आहे ही. आज अनेक संस्था आहेत आपल्या आजूबाजूला. त्यांच्याविषयी लिहू आपण. लोकांना कळू देत की काय चाललंय आजूबाजूला.

अनिरुद्धनं अंक ताब्यातच घेतला हळूहळू. एक दिवस ट्रस्टीजच्या मीटिंगमध्ये आणला त्याला. ओळख करून दिली आणि यापुढे पूर्णवेळ नाही पण आपल्यासाठी काम करेल म्हणून सांगितलं.

अनिरुद्धचे एकूण विचार आणि त्याचं बोलणं आवडलं सर्वांना. खूश झाले सगळे. सतीशचा तर जीवच बसला त्याच्यावर. हळूहळू त्यांचं प्रस्थ वाढत गेलं आणि हेमंत अस्वस्थ होत गेला.

त्या दरम्यान एडस् अवेअरनेसचा प्रोजेक्ट मिळाला आपल्या संस्थेला. सर्वानुमते ह्या प्रोजेक्टवर अनिरुद्धची नेमणूक करायचं ठरलं आणि गुरुनाथ आणि हेमंतच्या पायाखालची जमीन सरकली. सर्वात जास्त पैसे मिळाले होते त्या प्रोजेक्टसाठी. फॉरिन फंडिंग होतं. हेमंत आणि गुरुनाथनं प्रयत्न करून मिळवला होता तो. पण त्यांना इतर कामावर लक्ष ठेवायला सांगितलं. त्याआधीचा शासनाबरोबरचा कम्युनिटी हेल्थचा प्रोजेक्ट ते पाहत होते. पण तिथे फारसा पैसा नव्हता. त्याचा प्रोजेक्ट मॅनेजर गुरुनाथ होता. तिथे डॉक्टर्स, नर्स, फील्ड को-ऑर्डिनेटर, आऊटरीच वर्कर्स, साऱ्यांची नेमणूक आपल्या मर्जीनं केली होती हेमंत आणि गुरुनाथनं. काही वेळा तर नेमणुका न करता खोटी नावं टाकून पैसे घेतले होते गुरुनाथनं.

अनिरुद्धच्या लक्षात यायला लागल्या साऱ्याच गोष्टी. त्यानं त्याच्या प्रोजेक्टमध्ये हेमंतला अजिबात ढवळाढवळ करू दिली नाही. सारी माणसं नेमताना काळजी घेतली. ट्रेनिंगसाठी पाठवलं त्यांना. त्यांच्याकडून काम करून घेताना त्याचे नेतृत्वगुण लक्षात आले सगळ्यांच्या. अरेरावी न करता सांभाळून घेत काम करून घेत असला तरी हलगर्जीपणा अजिबात चालवून घेत नव्हता तो.

युद्धच पेटलं होतं त्या काळात हेमंत आणि अनिरुद्ध यांच्यामध्ये. गुरुनाथ मागून तेल टाकत होता. त्या काळात भारतीचं जास्त झालं होतं. हॉस्पिटलमध्ये होती ती. तिच्याजवळ राहाणं अपरिहार्य होतं त्या वेळी. संस्थेत नेमकं काय चाललं होतं तेव्हा, काहीच कळायला मार्ग नव्हता. आपल्या मन:स्थितीमुळे कोणी काही सांगत नव्हतं आपल्याला आणि शेवटी 'अशा परिस्थितीत मी काम करू शकत नाही' म्हणून अनिरुद्धनं निरोप पाठवला आपल्याला.

हेमंत आणि गुरुनाथ की अनिरुद्ध! अध्यक्ष म्हणून आपल्याला निवड करायची होती त्या वेळी. हेमंतच्या चुका होत होत्या तशा, पण त्याचा कामाचा उरक, त्याचे लोकांशी असलेले संबंध, सारं महत्त्वाचं होतं आणि तसा खूप जुना होता तो. हेमंत आणि गुरुनाथ किती वर्षं होते आपल्यासोबत. त्यांना असं तडकाफडकी काढणं शक्य नव्हतं आपल्याला. आताच आलेल्या मुलासाठी हेमंतला काढायचं आणि पुढे हा असाच इम्पलसिव्ह वागला तर संस्था भरभराटीला आणण्याऐवजी स्वत:च्या अहंकारानं, अवास्तव स्वप्नं पाहण्याच्या स्वभावामुळे ती रसातळाला नेईल अशी शंकाही मनात यायला लागली. त्यात त्यांचं नेमकं काय चाललं होतं, वाद का ह्या टोकाला गेला हे नीट कळेचना. म्हणूनच मग शेवटी, 'असं कोणाला काढता येणार नाही. कामं करायची ती एकमेकांच्या सोबतीनं. मला तुम्ही दोघंही हवे आहात. दोघांत एकाची निवड नाही करता येणार,' म्हणून सांगून मोकळे झालो त्याला. वाटलं होतं अनिरुद्ध राहील पण नाही राहिला. तो निघून गेला कलंदरासारखा आणि आपण हळहळत राहिलो.

का केली आपण अशी आपल्यालाच नको असलेली निवड! का नाही उभे राहिलो अनिरुद्धच्या मागे?

मंगेश कुशीवर वळले. झोप येत नव्हती आज. दुपारी झोपले नव्हते तरीही झोप उडाली होती. अनिरुद्धनं उडवली आहे आपली झोप. मानगुटीवर बसून राहिला आहे तो त्रस्त समंधासारखा.

बेल वाजली. शरद आला होता. बारा वाजायला आले होते. अपूर्वानं दार उघडून त्याला सरळ बेडरूममध्ये नेलं.

मंगेशही उठले. टॉयलेटमध्ये गेले.

"अजून झोपले नाहीत बाबा?" शरदचा प्रश्न ऐकला त्यांनी.

"तू उशिरा येतोस. त्यानं अस्वस्थ होतात ते. त्यांच्यासाठी तरी वेळेत येत जा."

"मी काही मजा मारायला जात नाही. माझ्या कामासाठी जातो. बाबा तर दौऱ्यावर जायचे तेव्हा आठवडा आठवडा घरी नसायचे."

"त्यांची गोष्ट वेगळी होती."

"त्यांची गोष्ट का म्हणून वेगळी? ते युगपुरुष आहेत का? आणि मी क्षुद्र कीटक? च्यायला, त्यांच्याशी तुलना करत जाऊ नकोस माझी. इथे राहायला आल्यापासून तुझं हे असं मला घालून पाडून बोलणं वाढलंय, अपूर्वा. ह्या वयात तरी माझं मला स्वातंत्र्य घेऊ देत की, की कुठं जायचं, कधी जायचं, कधी यायचं तेही तेच ठरवणार? कमीत कमी तू तरी माझं स्वातंत्र्य हिरावून घेऊ नकोस."

"कोण हिरावून घेतंय तुझं स्वातंत्र्य. हवं तेव्हा ये न हवं तिथे जा. पण आपल्या माणसांना आपल्या वागण्याचा त्रास होत असतो हे लक्षात घे."

"हे असं आईच्या बाबतीत नव्हतं वाटत तुला. तिला त्रास दिलास तू खूप."

"त्याचा काही संबंध आहे का इथे शरद?"

"आहे. मला बोलताना तेही लक्षात घे आणि सध्या माझ्या भानगडीत पडू नकोस. खूप क्रिटिकल परिस्थिती आहे आमची."

"तुम्हीच ओढवून घेतली आहे ती. कामावरून काढून घरी नाही बसवलं म्हणजे मिळवलं," अपूर्वाचा सूर बदलला. जरा चिडका झाला होता आता.

"काही होणार नाही तसं आणि झालं तरी तुझ्यावर भार नाही पडणार माझा."

"पाहातेच आता काय दिवे लावणार आहेस ते."

"अपूर्वाऽऽ"

"ठीक आहे झोप आता."

दबल्या आवाजात चाललेला त्यांचा संवाद हळूहळू स्पष्ट ऐकू येऊ लागला. मंगेशांना तिथे उभं राहाणं शक्य नव्हतं आता. दिवसातून एकदा भेटतात ही पोरं आणि ती अशा तऱ्हेनं! कायम वाद. संवाद असा नाहीच ह्यांच्यात. शरदचं स्वातंत्र्य गेलं इथे आल्यावर. मग आपल्या बाबतीत काय वेगळं झालं? आपलंही गेलंच की. त्याची ही रोजची धुसफुस, चिडचिड, सतत दबल्या आवाजात व्यक्त होणारे त्यांचे हे ताण त्यांच्याबरोबर आपल्याही सोबतीला आलेच की!

छे, जाऊ देत. विचार नाही करायचा आता. असंच जाणार हे आयुष्य. भारती म्हणायची तसं अंगाला नाही लावून घ्यायचं काही आणि मनाला तर अजिबात नाही.

पुन्हा अंथरुणावर पडले ते. मन एकाग्र केलं. थोडा वेळ आकडे म्हणत राहिले मनातल्या मनात. मग स्वत:शीच म्हणाले, आता योगांचा अभ्यास करायला हवा. कमीत कमी मन:शांतीसाठी ह्या घरात असंच आयुष्य काढायचं असेल तर गरज आहे त्याची. मग भरकटलेल्या मनाला गोळा करून हळूहळू झोपेच्या अधीन झाले ते.

****

शनिवारी सतीशकडे पोचले मंगेश तेव्हा चकितच झाले ते. चक्क वसंत आला होता मीटिंगसाठी.

"अलभ्य लाभ!" मंगेश म्हणाले.

तसेच पुढे आले दोघंही. एकमेकांना भेटले घट्ट मिठी मारून. वसंत म्हणाले, "विश्वस्त म्हणून राजीनामा मागायच्या आधी एका तरी मीटिंगला हजर राहायचं, असं ठरवून आलो."

"बरं झालं आलास. गप्पा मारू या छान. खूप दिवसांत असं मैफिल जमवून बसलो नाही आपण."

"वेळ कुठे असतो रे आता सगळ्यांना?"

"हो ना, संस्थेसाठी आम्ही दोघंच उरलो आता. मी आणि सतीश. तुम्ही साऱ्यांनीच आपापले मार्ग निवडलेत."

"पण तरी ते दिवस आठवतात बरं."

"नुसतं आठवून काय होणार वसंत? थोडा वेळही द्यायला हवाच की. विनायक त्याच्या कंपनीत व्यस्त झालाय आणि प्रकाशला त्याच्या परदेशातल्या वाऱ्यांतून वेळ मिळत नाही. घनश्यामचा लेखकराव झालाय आता."

"होतं असं कधी कधी. पण संपर्कात आहोत रे आपण एकमेकांच्या. तेही काही कमी नाही."

"हो तेही आहेच. भारती गेल्यावर तुम्ही सगळी येऊन गेलात. तेव्हा खूप बरं वाटलं होतं मला."

"कसा आहेस तू आता, मंगेश? सतीश म्हणत होता अजून बाहेर नाही पडलास त्या दु:खातून."

"ते असणाच रे आता सोबत. त्याला इलाज नाही काही. तसा बरा आहे मी आता. पण आठवण येतेच रे. कितीही उंडारलं बाहेर तरी घरी वाट पाहणारं माणूस आहे ह्याची जाणीव होती आपल्या सर्वांनाच, पण ह्या आपली वाट

पाहणाऱ्या माणसाचं महत्त्व नाही कळत तेव्हा. ते गेल्यावर कळतं. शेवटी मुलंबाळं, मित्रमैत्रिणी कितीही असले तरी जोडीदार तो जोडीदार. प्रेम, राग, लोभ, चिडचिड सारंच व्यक्त करण्याची जागा असते ती. तुला सांगतो, भारती गेल्यापासून कोणावरही रागावलो नाही मी सणसणून. पोरांच्या मर्जीप्रमाणे वागतोय आता. त्यांनी माझ्या आयुष्याची दिशा ठरवली आहे आणि मीही ठीक आहे म्हणून चाललो आहे त्या दिशेनं. मी काय खावं, कुठे जावं हे अपूर्वा ठरवते. माझ्या तब्येतीसाठी काय योग्य ते ती सांगणार, ती करणार आणि मी निमूटपणे भारतीच्या स्वयंपाकाची चव आठवत खाणार. भारती असताना नाही आवडली एखादी गोष्ट तर सहज ताट बाजूला सारत होतो. वैतागत होतो. आता नाही वैतागत. आपल्यासाठी पोरं करताहेत ह्यातच सुख मानतो. आनंदात राहतो. आपण खूप आनंदात आहोत हे दाखवताना खरंच खूप समजूतदार होत चाललो आहे मी.''

सतीश हसले. ''करावं लागतं बाबा सगळं. शेवटी आपले आनंद आपण मिळवायचे, त्यासाठी मुखवटे घालावे लागले तर घालायचे असतात.''

''कोणाबद्दल बोलतो आहेस तू?'' मंगेशांनी एकदम विचारलं.

''आपल्या सगळ्यांबद्दलच बोलतोय रे, शेवटी आपल्याबरोबर आपल्या आजूबाजूच्या लोकांचं हितही जपावं लागतंच ना? त्याशिवाय एकमेकांना आनंदात कसं ठेवणार आपण? बरं, काय घेणार आज तुम्ही? व्होडका आणलीय. खूप दिवसांनी तिघं बसणार आहोत आपण.''

''मला नको रे ऽऽ'' मंगेश म्हणाले.

''कमऑन मंगेश, घे थोडी. बरं वाटेल तुला. थोडं मोकळं होता येईल.''

सतीश काय सुचवतो आहे आडून आडून! आज मोकळं करायचं आहे आपल्याला. का बरं? त्याला एवढं वाटतंय तर होऊच आज मोकळे. मनात दाबून ठेवलेल्या अनेक गोष्टी आहेत. सांगू या आपण आज आपल्या मित्रांना. समजावून घेतील ते आपल्याला. मन शांत तरी होईल.

मंगेश उठले. सतीशनी ग्लास भरले होते. त्यांतला एक घेतला. अपर्णानं सगळी तयारी करून ठेवली होती. काकडी, गाजर, शेंगदाणे, काजू सारंच आणून ठेवलं होतं बाहेर.

''चीअर्सऽऽ'' म्हणून तिघं ओरडले तेव्हा मंगेशांचा स्वर हलत होता किंचित.

''सूनबाई चांगली मिळालीय तुला सतीश,'' वसंत म्हणाले.

''हो चांगली आहे पोरगी. मंगेशचीही छान आहे बरं का?''

''हो भेटलो आहे मी तिला.''

"बरं तुझं कसं चाललंय! पोरं काय म्हणतात?"

"ठीक आहेत आपापल्या घरट्यात."

"मला नेहमी वाटतं, वसंत, आपल्या पिढीनं एकत्र कुटुंब पद्धतीवर सडसडून टीका केली. का तर व्यक्तिस्वातंत्र्य हरवून जातं एकत्र कुटुंबात आणि केवळ कुटुंबप्रमुखांची हुकूमशाही चालते; म्हणून पोरांनाही स्वतंत्र केलं. आम्हाला कोणाचे उपकार नको, आम्ही एकटे राहू म्हातारपणी म्हणून पोरांना घराबाहेर काढलं आणि आता एकटं राहायची वेळ आली तेव्हा त्यांच्यावरच अवलंबून राहायला लागलो. खरं की नाही, सतीश?"

"झालं खरं असं," सतीश म्हणाले.

"मला तर माझं स्वातंत्र्यही हवं आहे आणि एकटं वाटतं म्हणून माणसंही हवी आहेत. गोचीच झाली आहे साली सगळी," एक घोट घेत मंगेश म्हणाले.

"गोची, झालीय खरी आपली," सतीश थोडे गंभीर होत म्हणाले, "सारा गोंधळ उडालाय आपल्या पिढीचा आणि मुख्य म्हणजे सगळा वैचारिक गोंधळ आहे. बुद्धिप्रामाण्यवादी म्हणवतो आपण स्वत:ला. आपली पिढी तर पुरोगामी चळवळीचं नेतृत्व करत राहिली. सामाजिक बांधीलकी मानत राहिली. पण व्यक्तिगत आयुष्यात सोयीस्कररित्या विसरलो आपण सगळं. सांग ना वसंत. देशप्रेम म्हणताना तू पाठवलंस ना तुझ्या पोरांना अमेरिकेत कायमचं? काय करणार आहेत ती आता ह्या तुझ्या मातीसाठी. आपण मार्क्सवादी विचारांचे. पैसा आपल्या कामाएवढाच मिळायला हवा म्हणणारे. पण जास्त मिळालाच तर घेतलाच ना? अगदी अमेरिकेतून आलेला पैसा वापरला आपण आपल्या प्रोजेक्टमध्ये आणि रूढी-परंपरा नाकारायच्या म्हणताना मंगेशनं पोरांची लग्न धुमधडाक्यात केलीच की!"

"अरे, त्यांच्या सासरची माणसं ऐकेचनात."

"तेच म्हणतोय मी. कारणं शोधली आपण आपल्यासाठी आणि परिस्थितिशरण झालो. मीही तेच केलं. मराठीचा प्राध्यापक होतो. मराठीसाठी भांडत राहिलो. शासन दरबारी आणि आज नातवंडं इंग्रजी माध्यमात शिकताहेत. थांबवू शकलो का त्यांना? नाहीच, तत्त्वासाठी जगायचं असं म्हणणारे आपण, किती जगलो तत्त्वासाठी? अगदी अनिरुद्धसारखा प्रामाणिक पोरगा गमावतानाही कुठे आठवली आपल्याला आपली तत्त्वं?"

"ती चूकच झाली आपली," वसंतांनी कबुली दिली.

शेवटी अनिरुद्ध असणार आहे तर आजच्या गप्पात. विषयाला छान कलाटणी दिली सतीशनं. मंगेश थोडे अस्वस्थ झाले.

"तुला नाही वाटत मंगेश, आपण हरलो त्याच्या बाबतीत?"

"मला नेमकं काय वाटलं तेव्हा हे सांगून कळणार नाही तुम्हाला."

"का नाही कळणार? तूच तर आणला होतास त्याला संस्थेत. शरदपेक्षा त्याच्यावर जास्त जीव होता तुझा."

"तो काळच फार वाईट होता माझ्यासाठी. भारतीचं आजारपण आणि संस्थेत चाललेली भांडणं, सारं हाताळणं नाही जमलं मला. पण तुम्हीही तसं काही कानावर नाही घातलं माझ्या."

"काहीच नव्हतं कळत तुला मंगेश? अनिरुद्ध बोलला होता तुझ्याशी. साऱ्या व्यवहारांबद्दल, त्यातल्या घोटाळ्यांबद्दल," सतीश रोखून पाहात म्हणाले.

"बोलला होता तो पण सारी शहानिशा करायला वेळ होता कुठे माझ्याकडे?" मंगेश वैतागले.

"एवढं एकच कारण होतं मंगेश?"

"का? तुला काय वाटतं? आणि आणखी काय कारण असेल?"

"स्पष्ट बोलणार असशील तर बोलेन."

"बोल ना, स्पष्ट बोल. मीही स्पष्ट बोलेन आज. फार त्रास होतोय मला ह्या सगळ्याचा. तुमची साऱ्यांची बोटं माझ्याकडे वळली आहेत आज, मला माहीत आहे ते. आयुष्यभर तत्त्वानं वागलो आपण, पण काही वेळा तोल गेला आपल्या सगळ्यांचा. हो, माझाही गेला. आज विश्वस्त म्हणून नाही पण मित्र म्हणून एक कबुली द्यायची आहे मला, सतीश."

सतीश मंगेशांच्या जवळ आले. त्याच्या खांद्यावर थोपटलं त्यांनी. मग जवळ बसत म्हणाले, "हेमंत आणि गुरुनाथनं केलेल्या आर्थिक घोटाळ्यांविषयी माहीत होतं तुला?"

"हो माहीत होतं."

"आलेल्या पैशाचा वापर न करता ते स्वतःसाठी वापरले आणि खोटी व्हाऊचर्स जोडली हे माहीत होतं?"

"हो, लक्षात आलं होतं माझ्या. मी चिडलो त्याच्यावर, तर म्हणाला एवढा पैसा देताहेत एडस्‌वरच्या कामासाठी, घेतले तर काय बिघडतं? आणि मी काही एकटा नाही वापरत, तुम्हालाही दिलेत त्यातले थोडे पैसे."

""म्हणजेऽऽ?" सतीश पाहत राहिले आश्चर्यचकित होऊन त्यांच्याकडे.

"भारतीच्या बायपासच्या वेळी दोन लाख लागले. पैसे नव्हते माझ्याकडे. हेमंतनं हातात ठेवले माझ्या पन्नास हजार. म्हणाला, "वापरा सध्या आपलेच आहेत." त्या वेळी नड होती माझी. कुठून आणले, त्यानं का दिले, नाही विचारलं मी. पुढेही देत राहिला दहा-वीस हजार अधून मधून, मला माहीत नव्हतं

रे, तेव्हा तो मला भागीदार करत होता त्या घोटाळ्यात.''

''माहीत नव्हतं असं कसं होईल मंगेश? इतके सहज फसणाऱ्यातले आहोत का आपण?''

''नाही. पण मी फसलो.''

''खरं सांगतोस?'' सतीशनी पुन्हा एकदा रोखून पाहात विचारलं.

''विश्वास ठेव माझ्यावर, सतीश. पैसे घेताना ते कुठून आले हे मी नाही विचारलं हेमंतला. तो अशा तऱ्हेनं मला ह्यात ओढेल असं नाही वाटलं.''

''हेमंत आणि गुरुनाथ त्यापूर्वीही असे व्यवहार करत होते. मंगेश. अनिरुद्ध येण्यापूर्वी जे जे प्रोजेक्टस् घेतले आपण त्यांत असे घोटाळे होत होते, मंगेश. कोणीच कानावर नाही घातलं तुझ्या? साक्षरता अभियानाचा प्रोजेक्ट होता. त्यातली किती पुस्तकं, पाट्या, फळे लोकांपर्यंत पोचले? किती लोक साक्षर झाले? रिपोर्टस् आहेत तुझ्याकडे?''

''गुरुनाथकडे असतील ते.''

''ज्या नावांची नोंदणी झाली त्यांतल्या एका माणसाला तरी पाहिलंस तू?''

''नाही, पण हेमंत आणि गुरुनाथनं रेकॉर्ड ठेवला होता त्यांचा!''

''रेकॉर्डवर सगळं होतं रे. त्यात तरबेज आहेत ती दोघं. अनिरुद्धकडे दिला गेलेला एडस् अवेअरनेसवरचा प्रोजेक्ट तर महत्त्वाचा होता. त्याच्यामध्ये भरपूर पैसे कमावता आले असते हेमंतला. पण अनिरुद्ध मध्ये आला. त्याचा काटा काढला त्यानं व्यवस्थित आणि आज अनिरुद्धनं नेमलेल्या बऱ्याच जणांना काढून टाकलंय त्यानं. नवीन लोक नेमलेत. काही जागांवर कोणालाही न नेमता फक्त नावं टाकलीत. त्यांच्या पगाराचे पैसे हेमंतच्या खिशात जाताहेत. रेकॉर्डवर नावं आहेत, पण प्रत्यक्षात किती माणसं कामं करताहेत हे पाहतोय मी. तू नसल्यानं लक्ष घालत होतो मी, मंगेश. आठ लोकांची प्रोव्हिजन होती आपल्याकडे. प्रत्यक्षात चार लोक काम करताहेत. त्या चारजणांचे दर महिन्याचे पगार कोणाच्या खिशात जातात? हेमंत आणि गुरुनाथच्याच ना?''

''हो आणि अधूनमधून माझ्याही.''

''मंगेशऽऽ!''

''हो सतीश. हेमंत म्हणाला की एडस्वर काम करायला, डेमॉन्स्ट्रेशन करायला मुलं मिळत नाहीत. पैसे मिळताहेत तर कशासाठी सोडायचे? आपण वापरू सध्या. दुसऱ्या काही कामासाठी वापरू म्हणून खोटीच नावं लावली त्यानं.''

''आणि तू मान्य केलंस!''

"केलं खरं."

"केव्हाची गोष्ट ही?"

"भारती जाण्याच्या थोड्या दिवस आधीची. अनिरुद्ध सोडून गेल्यावर लगेचच. त्या वेळी मलाही नाही पटलं ते. मी म्हणालो हेमंतला, तर तो म्हणाला, 'एवढं काम केलंत तुम्ही समाजासाठी, काय मिळालं तुम्हाला? काकींच्या आजारपणात कोण उभं करतो आहे पैसा तुमच्यासाठी? कर्ज काढायचं म्हटलं तरी कोण देणार तुम्हाला? आणि फेडणार कसे आहात?' हेमंत म्हणाला ते खरं होतंच. पैसे हवे होते मला आणि हे पैसे संस्थेला सहज मिळत होते. केवळ कागदपत्रांवर. कोणाच्या तोंडचा घास काढून नव्हतोच घेत आपण."

"अरे, पण मग एवढी वर्षं जपलेल्या आपल्या तत्त्वांचं काय?"

"तत्त्वानं काय दिलं असं हेमंतनं विचारलं होतं मला आणि तेव्हा क्षणभर वाटलं, मलाही काय मिळालं आयुष्य असं तत्त्वासाठी वाहून? साधं बायकोला वाचवण्यासाठी पैसे नव्हते माझ्याकडे. मग पडलो मोहात. हेमंतनं पुढे केलेले पैसे घेतले निमूटपणे, पण आता वाटतंय, असा पैसा वापरला भारतीच्या बायपाससाठी. म्हणूनच ऑपरेशन यशस्वी होऊनही वाचली नाही ती."

"असं काही नाही मंगेश, ती वाचणारच नव्हती. डॉक्टर म्हणाले होते आम्हाला. शेवटी पैसा चांगला वाईट कसाही वापरला तरी जे होणार ते होणारच होतं, मंगेश. मला वाईट वाटतं ते एकाच गोष्टीचं आणि ते म्हणजे हेमंतच्या आहारी जाताना तू आमचा विचार नाही केलास. संस्थेचा विचार नाही केलास तू, कमीत कमी आम्हाला विश्वासात घ्यायला हवं होतंस तू."

"तुम्ही कधी विचारलं नाही मला."

"विचारायला कशाला हवं? हक्कानं मदत मागायला हवी होतीस."

"तुझ्याकडे कुठं होता पैसा? कुठून आणला असतास?"

"मुलं आहेत आपली. त्यांनी दिला असता थोडाफार."

"बोलायला सोपं आहे रे. आपण नोकऱ्या सोडलेली माणसं. पेन्शनही नाही आपल्याला आणि मुलांचं सांगू नकोस. शरदनं साध्या शब्दानं विचारलं नाही मी कुठून आणणार आहे पैसे म्हणून. ब्लॉक घेताना आमचा पैसा वापरला होता त्यानं पण आईच्या आजारपणात नाही आठवलं त्याला काहीच. करुणाला मी कसं विचारणार. तिनं स्वत:हून नाही विचारलं. कोणी वेळेला नाही उभं राहत हे खरं."

"म्हणून हा मार्ग निवडायचा?"

"ज्याचं जळतं त्याला कळतं. मला हौस नव्हती पैसा वापरण्याची पण वेळ आली माझ्यावर आणि विचारशक्तीच हरवून बसलो मी. तत्त्वासाठी जगून काय

मिळवायचं आता असंही वाटलं होतं तेव्हा मला. फक्त भारतीला वाचवायचं होतं कोणत्याही परिस्थितीत.''

''आज काय वाटतंय मंगेश ह्या साऱ्याविषयी?'' वसंतनं प्रथमच तोंड उघडलं.

''प्रचंड अपराधी.''

''का?''

''माहीत नाही, पण आज माझ्या झोळीत काहीच उरलं नाही. भारती नाही आणि आजवरचं माझं स्वच्छ, डाग नसलेलं आयुष्यही नाही माझ्यासोबत. सगळंच गमावून बसलो आहे मी.''

''ह्याचा अर्थ तत्त्व, नीतिमत्ता आजही मानतोस तू?''

''मानतो रे, पण वेळ आल्यावर घसरतं पाऊल. पडतो माणूस मोहात!''

''हे असं बोलणं तुझ्यासारख्या माणसाला शोभत नाही मंगेश.''

''माझ्यासारखा माणूस म्हणजे काय वसंता? अगदी सामान्य, क्षुद्र माणूस आहे मी. सारे वासना-विकार असलेला.''

''तसे आपण सगळेच असतो मंगेश, पण आपली सदसद्‌विवेकबुद्धी आपल्याला नेहमी सत्याची कास धरायला भाग पाडते.''

''हे असं म्हणणं सोपं आहे रे. तू मघाशी म्हणालास ना, तोच हा वैचारिक गोंधळ आहे आपल्यात. तत्त्व मानतो, पण व्यवहारात पाळता नाही येत. त्यामुळेच तर तत्त्वासाठी लढणारी माणसं हरतात शेवटी. मीही हरलो. तूही हरला असशील कधीतरी आणि अनिरुद्धही हरेल कधीतरी. मी खात्रीनं सांगतो वसंता.''

''जगातल्या चांगुलपणावरचा विश्वास उडालाय तुझा. अनिरुद्ध हरेल असं नाही वाटत आम्हांला. तो लढेल. तेव्हाही लढला होता तो, त्याला शक्य झालं असतं तर आपल्या संस्थेतला सारा भ्रष्टाचार बाहेर काढला असता त्यानं. पण केवळ तुझ्याकडे पाहून गप्प बसला तो मंगेश. आजही आदर वाटतो तुझ्याबद्दल त्याला.'' सतीश मंगेशाजवळ येऊन म्हणाले.

''तुला कोण म्हणालं हे.''

''अनिरुद्ध स्वतः म्हणाला जाण्यापूर्वी. आला होता तो इथं.''

''तुझ्याकडे?'' थोडं दुखावून विचारलं मंगेशांनी.

''हं माझ्याकडे. तुझ्याकडे येऊन काय उपयोग होता? तुला हेमंतविषयी बोलला होता तो. पण तू थातूरमातूर उत्तर देऊन टाळलंस त्याला. कारणं काय दिलीस तर म्हणे, जुना माणूस आहे इतकं तडकाफडकी नाही काढता येणार.''

''पण ते खरंच होतं सतीश. त्या वेळी त्या साऱ्या गडबडीत शक्यच नव्हतं मला ते.''

"सहज शक्य होतं ते, मंगेश. आम्हा विश्वस्तांच्या कानावर घातलं असतंस तर आम्ही कोणाचीही पर्वा न करता उडवलं असतं हेमंत आणि गुरुनाथला," वसंत म्हणाला.

"अर्थात त्याबरोबर तूही उघडा पडला असतास, मंगेश," सतीश म्हणाला.

"करायचं होतं की तसं. काही बिघडलं नसतं. जे झालं असतं ते झालं असतं."

"भारतीवहिनी सिरियस होत्या तेव्हा. जाता जाता त्यांना दुःखात टाकायचं नव्हतं आम्हाला आणि मुख्य म्हणजे त्या वेळी तू घेतलेला हा पैसा त्यांच्या आजारपणावर खर्च करणार आहेस, हे कळलं असतं तर आणखी कोसळल्या असत्या त्या म्हणून गप्प बसलो आम्ही."

"उपकारच झाले माझ्यावर."

"तसं काही नाही, मंगेश. तुला बोलणार होतोच हे केव्हातरी, फक्त थोडा वेळ दिला तुला सावरायला आणि तुझ्या हातून जे घडलं त्यावर विचार करायला आणि एवढ्या दिवसांत तू तो करतो आहेसच. तुला अपराधी वाटतंय हेच खूप आहे आमच्यासाठी."

"मग आता काय ठरवलंय तुम्ही?" मंगेशांनी अस्वस्थ होत विचारलं.

"काही विशेष नाही. फक्त हे प्रकरण मार्गी लावायचं ठरवलं आहे आम्ही विश्वस्तांनी."

"मलाही तेच वाटतंय. एकदा सोक्षमोक्ष होऊन जाऊ देत."

"अध्यक्षपद तुझ्याकडे आहे मंगेश. त्याचा मान राखून जमेल तुला हे मार्गी लावायला?" सतीशनं पुन्हा रोखून पाहत विचारलं मंगेशांना.

"मला नाही आता रस ह्या कामात आणि अध्यक्षपदातही."

"नक्की?" वसंतांनी विचारलं.

"खरंच नाही. थकून गेलोय मी आता."

"काहीही न करता नुसतं बसून जगता येईल?"

"जगेन की. हजारो लोक जगतात आणि आता किती दिवस जगेन शंकाच आहे."

"असं बोलू नकोस मंगेश, जगायचं आहेच पण ते जगणं कसं असणार आहे हे ठरवायला हवंस तू." वसंत त्यांच्या खांद्यावर हात ठेवत म्हणाले.

"मंगेश आजच्या मिटिंगमध्ये खूप दिवसांनी सगळे येणार आहेत. नामदेव, घनश्याम, विनायक, प्रकाशही." सतीश.

"खरंच?"

"हं."

"आणि अनिरुद्धही," वसंत म्हणाले.

मंगेशांनी चमकून पाहिलं.

"आम्हीच बोलावलंय त्याला. ज्या वेळी तू इथे आणलं होतंस त्याला तेव्हा म्हणाला होतास आपण खूप केलं. आता ह्या नव्या मुलांना कामाला लावू या. आठवतंय?" वसंतांनी विचारलं.

"हो म्हणालो होतो."

"तुझं ऐकायचं ठरवलं आहे आम्ही. इन्क्वायरी कमिटी नेमणार आहोत आम्ही. हेमंत, गुरुनाथ आणि त्यांना मदत करणाऱ्या माणसांची चौकशी करायचं ठरवलं आहे आम्ही," वसंत ग्लासमधला शेवटचा घोट संपवत म्हणाले.

"त्यांत तूही असशील मंगेश," नजर टाळत सतीश म्हणाले.

हातातला ग्लास खाली ठेवून मंगेश पाहत राहिले त्या दोघांकडे भिरभिऱ्या नजरेनं. वसंत आणि सतीश दोघंही गप्प झाले होते. मंगेश हळूहळू सावरले आणि सतीशना म्हणाले, "अजून एक पेग भर."

"दोन झालेत मंगेश."

"तिसरा होऊ देत मग."

"त्रास होईल."

"काही होत नाही त्रास. पचवू शकतो मी अशा गोष्टी सहज; दारू, भ्रष्टाचार, घोटाळे सारंच. भर एक ग्लास, पिऊ देत आज मनसोक्त."

"चौकशी झाली तर खरं बोलायला जमेल तुला?" सतीशनं त्यांचा ग्लास भरत विचारलं.

"माहीत नाही पण जमवेन मी."

"कदाचित जाहीर चर्चा होईल सगळ्यांची."

"होऊ देत. तत्त्वासाठी लढलो तेव्हाही झाली. आणीबाणीत तुरुंगात गेलो होतो तेव्हा वर्तमानपत्राची हेडलाईन झालो होतो. लोक अजूनही आठवतात आदरानं. आता माझ्यातली ही बाजूही येऊ देत लोकांसमोर. कळू देत लोकांना माझ्यासारख्या चांगुलपणाचा मुखवटा घालून जगणाऱ्या लोकांची गोष्ट."

"मंगेश कोलॅप्स व्हायचं नाही. आपली चूक कबूल करून तू आजच्या मीटिंगमध्ये राजीनामा देऊन टाक आणि हेमंत आणि गुरुनाथच्या कारवाया लोकांसमोर आणण्यासाठी आम्हांला मदत कर."

"म्हणजे माफीचा साक्षीदार होऊ?"

"तुझा तसा दोष नव्हता त्यात," वसंत म्हणाले.

"हे तू बोलतोस, वसंता? दोष आहे. माझा दोष आहेच रे. गुन्हा करताना तो किती मोठा आहे हे महत्त्वाचं नसतं. तो केला आहे हे महत्त्वाचं आहे. गुन्हा झालाय माझ्याकडून. त्यामुळे त्यांच्याबरोबर मलाही शिक्षा व्हायला हवी."

मंगेश ग्लास घेऊन उठले. सतीशजवळ गेले. त्यांच्या बाजूला बसले. मग म्हणाले, "माझी काळजी करू नका तुम्ही. मी खंबीर आहे. ह्यातूनही जाईन. अग्निपरीक्षाच आहे ही. देईन मी."

तिघंही न बोलता बसून राहिले. खूप वेळ मंगेश एक एक घोट संपवत होते. मग सतीश म्हणाले, "जेवण घेऊ?"

"घे," वसंत म्हणाले.

दोघांनी उठून ताटं वाढली. काहीही न बोलता तिघंही जेवत राहिले यांत्रिकपणे.

हातावर पाणी घेऊन तिघांनी आपापली औषधं घेतली. वातावरणात ताण जाणवत होता तिघांनाही. पण कोणीच काही बोललं नाही. शेवटी मंगेश उठले. त्या दोघांजवळ गेले. सतीशच्या मांडीवर थोपटून म्हणाले, "हे बघ सतीश, माझ्यासाठी तुम्ही वाईट वाटून घेऊ नका. हे भोगल्याशिवाय प्रायश्चित्त नाही. भारती गेल्यापासून अनेक रात्री जागवून काढल्यात मी. रात्र रात्र डोळा लागायचा नाही हे सारं आठवताना. अनिरुद्ध आणि हेमंतमधली निवड करताना जर मी अनिरुद्धला निवडला असता तर हेमंतनं माझी वाईट पद्धतीनं बदनामी केली असती. ते भय मनात होतं म्हणूनच अनिरुद्धचा बळी दिला मी. मोहाच्या क्षणी घसरलो मी. मोठी चूक झाली माझी. पण आजही मनातून अनिरुद्ध हवा आहे मला, खरं सांगतो."

"हे सांगायची आवश्यकता नाही, मंगेश. आम्हाला पूर्ण कल्पना आहे त्याची. फक्त तू आमच्याकडे मोकळा होत नव्हतास. त्यामुळे कोंडीत सापडलो होतो आम्ही. तुला चांगलं ओळखतो आम्ही. तुझ्यावर विश्वासही आहे. पण चुकीला क्षमा नाही. मंगेश तुझी अस्वस्थता ओळखली होती आम्ही. त्यातून तुला बाहेर काढणं हे मित्र म्हणून कर्तव्य होतं आमचं. म्हणून ही मीटिंग ठेवली. तुला मुद्दाम लवकर बोलावलं. वसंतालाही त्यासाठीच यायला सांगितलं."

"चांगलं केलंत. डोक्यावरचं ओझं उतरलं माझ्या."

"तू मोकळा झालास हे महत्त्वाचं आहेच आमच्यासाठी. पण ह्याचा अर्थ संस्थेतून पूर्ण अंग काढायचं असं नाही."

"ते पाहू."

"दुसरी गोष्ट सांगायची आहे, मंगेश."

"काय?"

''तुझ्याजागी तुझ्याएवढाच कार्यक्षम माणूस नेमणार आहोत आम्ही.''

''कोण?''

''तुला हवा होता तोच.''

''अनिरुद्ध?''

''हो. चालेल ना?''

''न चालायला काय झालं? माझीच निवड होती ती.''

''ठीक आहे. आता रिलॅक्स हो. संध्याकाळी पाच वाजता जमतील सारी. तेव्हा पुन्हा चर्चा होईलच. आता आराम कर थोडा.'' वसंता म्हणाला.

''हेमंतला माहीत आहे हे सारं?'' मंगेशांनी अचानक विचारलं.

''असेलही अंदाज. पण त्याला तसं काही सांगितलं नाही. सर्वसाधारण बैठक आहे असंच सांगितलं आहे.''

''ठीक आहे.'' जवळच्याच सोफ्यावर पडत मंगेश म्हणाले.

डोळ्यावर हाताची घडी ठेवून मंगेशांनी डोळे मिटून घेतले. खूप हलकं वाटत होतं त्यांना ह्या क्षणी. एका पापाचं प्रायश्चित्त घेण्यासाठी मनाची तयारी केली होती त्यांनी आणि त्यात मदत केली होती ती सतीश आणि वसंतानं. ह्यानंतर काय होणार ह्याचा विचार करायचा नव्हता त्यांना. तरी उगीचच वाटलं, ऋतुजाच्या बाई ह्यापुढे आपलं उदाहरण देतील वर्गात? आणि चिन्मयी म्हणेल का 'You should be proud of आजोबा' म्हणून?

मंगेशांना वाटलं ठोके वाढताहेत छातीचे. ह्या ताणानं कदाचित ॲटॅक येईल आपल्याला. तसं झालं तर किती बरं होईल. संध्याकाळच्या चर्चेत उघडं पडायची वेळ नाही येणार सर्वांसमोर. पण त्यांना माहीत होतं तसं होणार नव्हतं. प्रायश्चित्त घेतल्याशिवाय सुटका होणार नव्हती त्यांची. ह्या घोटाळ्यातून आणि जगातूनही!

***

(*अनुभव*, दिवाळी २००५)

हर फिक्रको धुँवेमें ऽऽऽ

राधा टॅक्सीतून उतरली तेव्हा हॉलच्या दारातच उसळलेली गर्दी दिसली तिला. कार्यक्रमाचा पास असलेले आणि नसलेले सारेच उभे होते आत जाण्यासाठी. हाऊसफुल्लचा बोर्ड लागला होता, तरी एखादा पास अथवा तिकीट मिळेल ह्या आशेत उभे होते लोक. पंडितजींचे दोन शब्द ऐकण्यासाठी ब्लॅकचं तिकीट घ्यायलाही तयार होते ते!

राधानं आजूबाजूला पाहिलं. त्या गर्दीत अनेक ओळखीचे चेहरे दिसले तिला. पण स्वत:हून पुढे जाऊन त्यांना भेटण्याची ताकद आणि तेवढा उत्साहही नव्हता तिच्यात. थेट ऑफिसमधून आली होती ती. लांबूनच तिनं कोणाकोणाला हात केले आणि पास दाखवून ती सरळ आत गेली. नशीब मानव, आनंद किंवा अवधूत यांपैकी कोणी नव्हतं बाहेर, नाहीतर अशी सहज सुटका नसती झाली तिची. कदाचित आत असतील ते पंडितजींबरोबर चहापानात मग्न! आपल्यालाही बोलावलं होतं त्यांनी. सकाळी मुंबईत आल्याबरोबर फोन केला होता त्यांनी. म्हणाले होते, अर्धा तास आधी ये कार्यक्रमाच्या. चहापानाचा कार्यक्रम आहे, तिथंच भेटू.

खरं तर अजून पंधरा मिनिटं होती कार्यक्रम सुरू व्हायला. ठरवलं असतं तर सहज जाऊ शकली असती राधा, पण का कुणास ठाऊक तिनं टाळलं आत जाणं. दाराजवळच्या एका खुर्चीत जाऊन बसली ती, फार उशीर झालाच तर सटकण्याचा विचार करून.

हॉल हळूहळू गच्च भरला. पडद्याआड हालचाली सुरू झाल्या. कार्यक्रम सुरू होत असल्याची घोषणा झाली आणि पडदा उघडला. पांढराशुभ्र पायजमा, त्यावर बदामी रंगाचा झब्बा आणि खांद्यावर लालसर काळ्या रंगाची काश्मिरी शाल घेतलेले पंडितजी खुर्चीवर येऊन बसले. त्यांच्या बाजूच्या खुर्चीवर मुलाखत घेणाऱ्या बाई येऊन बसल्या. दोघांनीही प्रेक्षकांना नमस्कार केला आणि टाळ्यांचा कडकडाट झाला.

"नमस्कार मंडळी, आजचा हा सोनियाचा दिवस. पंडितजींच्या आगमनानं आपलं महानगर पावन झालेलं आहे आज. आपण भाग्यवान म्हणून आपल्यासारख्यांना पंडितजींच्या स्वरातलं माधुर्य चाखायला मिळतं. पंडितजींचं गाणं आपण सारीच भक्तिभावानं ऐकतो. त्यांच्या गाण्यावर आपलं प्रेम आहेच पण पंडितजी एक माणूस म्हणून कसे आहेत हे जाणून घेणं आपल्याला नक्कीच आवडेल. म्हणूनच आज त्यांचं गाणं ऐकण्यापेक्षा त्यांच्याशी संवाद साधण्याचा आम्ही प्रयत्न करणार आहोत. त्यांच्या आयुष्यातले चढउतार, त्यांची जडणघडण ह्याविषयी पंडितजींना आपण बोलायला लावणार आहोत. तर एकूणच त्यांचा जीवनपट आज आपल्यापुढे उलगडणार आहेत आजचे आपले सन्मानीय पाहुणे...!"

प्रेक्षकांनी टाळ्यांचा कडकडाट केला, तसे पंडितजी हसले. त्यांच्याकडे वळून मुलाखत घेणाऱ्या बाई म्हणाल्या, "पंडितजी सुरुवातीला तुमच्या बालपणाबद्दल सांगा. तुमच्यावर गाण्याचे संस्कार कसे झाले? तुमचा जन्म, तुमचं गाव, शिक्षण त्याचे संस्कार कसे झाले ह्याविषयी थोडं आमच्या रसिक श्रोत्यांना सांगा."

पंडितजींनी श्रोत्यांना कोपरापासून नमस्कार केला आणि मग बाईंकडे वळून घसा खाकरून म्हणाले, "माफ करा बाई. पण तुम्हाला नाही वाटत तुम्ही विचारलेले हे प्रश्न फार बाळबोध आहेत म्हणून?"

बाई गोंधळल्या किंचित. श्रोत्यांत खसखस पिकली. पंडितजी म्हणाले, "मी कुठे जन्माला आलो, माझं शिक्षण किती झालं, कुठे झालं, कसं झालं असे प्राथमिक स्वरूपाचे प्रश्न का असतात आपल्या मुलाखतीत? कलावंताचा जन्म कुठे झाला हे महत्त्वाचं नसतं, तो जन्माला आला हे जास्त महत्त्वाचं! तो कुठेही दऱ्याखोऱ्यात, डोंगर माथ्यावर अगदी मसणातही जन्मेल. ठिकाणाचं महत्त्व नाही. तो आज कुठे पोचला आहे हे जास्त महत्त्वाचं ! आणि शिक्षणाचं काय घेऊन बसलात तुम्ही बाई. अगदी अशिक्षित माणसाच्या हातूनही जन्माला येतं सुंदर चित्र किंवा गळ्यातून सूर! त्याची डिग्री नसते महत्त्वाची. महत्त्वाची असते ती त्याची कला! प्रश्न कसे बंदिस्त असले पाहिजेत. एखाद्या बंदिशीसारखे! जीव ओतावासा वाटला पाहिजे उत्तर देताना. कलावंताची मुलाखत हा काही प्रश्नोत्तराचा कार्यक्रम नाही. माझा जन्म, माझं जन्मगाव, शिक्षण, माझे गुरू ह्यांच्याबद्दल साऱ्या जगाला माहिती आहे. आज इथं एवढ्या मोठ्या रंगोत्सवात मी आलो आहे तो काही माझा बायोडेटा देण्यासाठी नाही की माझं आत्मचरित्र वाचण्यासाठी नाही. माझ्यातला कलावंत तुम्हाला वाचायचा आहे की असे रद्दी प्रश्न विचारायचे आहेत? मला दुखवायचं नाही तुम्हाला, पण तुम्हाला जर काही बोलायचं असेल तर प्रथम तुम्ही बोलून घ्या त्यानंतर माझ्यावर प्रेम करणाऱ्या ह्या लोकांशी मी संवाद साधेन.

त्यासाठी मला कोणा मध्यस्थाची गरज नाही भासणार.''

प्रेक्षकांनी पुन्हा टाळ्या वाजवल्या. बाईंना काय करावं कळेना. संयोजक कुठे सापडतात का हे पाहायला लागल्या भिरभिरत्या नजरेनं. संयोजक धावतच व्यासपीठावर गेले, बाईंच्या कानात काहीतरी कुजबुजले. बाईंनी मान हलवली. पुन्हा आपल्या चेहऱ्यावर भरभरून प्रसन्नता आणली. ओठ विलगून हसत त्या श्रोत्यांकडे वळल्या. सभागृहात सन्नाटा पसरला होता. पंडितजींचा लहरी स्वभाव श्रोत्यांना परिचयाचा होता. पण आज त्यांनी बाईंच्या प्रश्नांना रद्दी प्रश्न ठरवून गुगलीच टाकला होता.

बाई आपल्या नेहमीच्या शैलीत मान वेळावत म्हणाल्या, ''श्रोते होऽऽ आज पंडितजी वेगळ्याच मूडमध्ये आहेत. पाहुण्यांना बोलतं करणं हे आम्हा मुलाखत घेणाऱ्यांचं काम असतं. पण आज कोणत्याही प्रश्नांशिवाय मुलाखत होईल. पंडितजींचं गाणं श्रोत्यांना नेहमीच मंत्रमुग्ध करत आलं आहे. आज त्यांची वाणी आपल्याला घेऊन जाईल एका वेगळ्याच प्रदेशात. मी त्यांना विनंती करते की त्यांनी आपल्या स्वरसाधनेविषयी मोकळेपणानं बोलावं. ह्यापुढे मी पंडितजी आणि तुमच्यात अडसर होणार नाही. श्रोतेहो, तर ऐका मग ह्या थोर कलावंतांचं मनोगत.''

''धन्यवाद बाई! तुम्ही आम्हाला मोकळं सोडलंत त्याबद्दल शतशः धन्यवाद!'' बाईंकडे पाहून पंडितजींनी हात जोडले. तशा बाई हात जोडून उठल्या आणि मागे गेल्या. आता पंडितजी एकटेच राहिले स्टेजवर.

''श्रोतेहोऽऽ'' पंडितजींचा धीरगंभीर आवाज घुमला सभागृहात. ''आता अगदी मोकळेपणानं बोलणार आहोत आम्ही. सूर, ताल आणि स्वरांचे धडे नाही देणार आम्ही पण कलावंतांचं जग कसं असतं ह्याविषयी बोलणार आहे मी. संगीत शिकणं आणि शिकता शिकता ते जगणं, एक विलक्षण अनुभव असतो तो! गेली अनेक वर्षं संगीतसाधना करतो आहोत आम्ही. तुमच्यापर्यंत पोचवलं आहे ते आम्ही. हे संगीत, हे गाणं काय आहे नेमकं? केवळ गळ्यातून निघालेला आवाज की एखाद्या हार्मोनियम अथवा तबला ह्यातून निघालेले सूर? रसिकहो, हे केवळ सूर नाहीत. स्वर्गीय देणं आहे ते. हे मला मिळालं आणि मी तुमच्यापर्यंत पोचवलं. माझं गाणं म्हणजे माझ्या आत्म्याला झालेला साक्षात्कार आहे. मी कवी वगैरे नाही. साधे दोन शब्द मला सुसंगतपणे लिहिता येत नाहीत. तरीही शब्दांवर प्रेम आहे माझं. कवितेवर प्रेम आहे. मग ती सर्जनशीलतेचा अनुभव देणारी वर्डसवर्थची 'डॅफॉडिल्स' असो की रविंद्रनाथांची कविता असो. मला कविता आवडते. माझी एक मैत्रीण आहे छोटीशी. तीही कविता लिहिते. बोलतेही छान आणि प्रश्नही नेमके विचारते. कोड्यात टाकणारे असतात ते कधी. अगदी आतून बाहेरून हालवून टाकतात तुम्हाला. तिनं एकदा मला विचारलं, 'पंडितजी एखादी

रंगलेली मैफील संपल्यावर निघून जाणारे श्रोते त्यांच्यासोबत तुमचं गाणंही घेऊन जातात का? अशा वेळी काय वाटतं? एकटेपणा की रितेपणा? किंवा गाणं चढत जातं, हळूहळू पोचतं एका उंचीला पण काळापुढे नमून थांबवावं लागतं तिथंच. अशा त्या थांब्यावर पोचल्यावर काय भावना असतात तुमच्या?''

''रसिकहो, असे प्रश्न काळजाला हात घालणारे असतात. मी अस्वस्थ होतो अशा प्रश्नांनी. उत्तर नाही देता येत नेमक्या शब्दांत. खरंच काय वाटतं मला अशा थांब्यावर? आणि रितेपणा, एकटेपणा त्याचं काय? नाही सांगता येत शब्दांत. पण मला जे वाटतं ते नेमक्या शब्दांत मांडते ती. तिचा एक एक शब्द अगदी कोरीव, घोटीव, पैलू पाडलेल्या हिऱ्यासारखा असतो. ती म्हणते, ''रितेपण येतंच पण त्याबरोबरच एक अलौकिक आनंदही मिळतो सर्जनशील माणसाला. नऊ महिने नऊ दिवस ओटीपोटात वाढलेल्या मुलाची नाळ तोडून इतरांच्या हातात ठेवताना ओटीपोटात जाणवणारं रितेपण असतं ते, पण त्याचबरोबर एक सृजनाचा आविष्कार इतरांच्या हातात ठेवताना बाईला, तिच्यातल्या आईला जे सुख वाटतं ना तेच कलावंताला वाटतं. कविता जन्माला येताना होणारा आनंद, गाणं गाताना मिळणारं सुख जेवढं मोठं तेवढाच ती कविता वाचकांच्या पुढे ठेवताना किंवा आपल्या गायनानं श्रोत्यांना स्वर्गीय आनंद देताना होणारा आनंदही मोठा असतो. ''रसिकहोऽऽ हा आनंद काय असतो ते मला शब्दांत नव्हतं मांडता येत. पण माझ्या मैत्रिणीनं ते सांगितलं.''

''प्रत्येक कलावंत त्याच्या कलेच्या शिस्तीत वाढतो, हा आनंद मिळवतो पण तुम्हाला सांगू, आम्ही कलावंत तसे थोडे कलंदरच. मूड लागायला हवा! तो लागला की भान नाही राहत वेळेचं. रात्र सरून भैरवीची वेळ कधी येते तेही नाही कळत. कधी तर भैरवीवरही थांबावंसं नाही वाटत. पण काय करणार, गाण्याच्या शिस्तीत बसत नाही ते. भैरवीनं शेवट लागतोच करावा. नियमसे चलना गुरू! असं म्हटलंय ना मग गायचं. पण मला तोडावेसे वाटतात असे नियम. मला उद्धट म्हणतात लोक. आहे मी तसा उद्धट. कधी कधी तुम्ही एखादी ठराविक चीज किंवा बंदिश ऐकण्याची ख्वाईश घेऊन येता मनात. आग्रह करता आम्हाला. पैसे मोजून आल्यावर हक्क वाटतो तो तुम्हाला. मग करत राहता फर्माईश. अशा वेळी माझ्यातला कलावंत अस्वस्थ होतो. चिडतोही. पण असं ठरवून गाता नाही येत मायबाप श्रोतेहो!''

''माझी ती छोटीशी मैत्रीण मात्र दटावते मला. 'शेवटी एकांतातलं गाणं तुमचं आहे. सभागृहातलं लोकांसाठी आहे तेव्हा त्यांच्यासाठीच गा...' असं सांगते मला. पण ते जाऊ देत तर मी म्हणत होतो...''

राधाला आता कानकोंडं व्हायला झालं. एवढ्यातल्या एवढ्यात किती वेळा उल्लेख केला त्यांनी तिचा. अलीकडे दोन तीन वेळा झालं असं. मागच्या वेळीही तिच्याविषयी बोलले होते असंच. फार अवघडल्यासारखं होतं. मानव, अवधूत, आनंद थट्टा करायचे तिची. आताही असतील कुठंतरी ते. मनातल्या मनात हसत असतील पंडीतजींना आणि आपल्यालाही.

ती उठली आणि सरळ बाहेर आली. बाहेर सामसूम होतं अगदी. रस्त्यावर तुरळक रहदारी होती. रात्री नऊनंतर अगदी एकटे एकटे होऊन जातात हे रस्ते. दिवसा भरती आल्यासारखी माणसं आदळत राहतात इथं आणि संध्याकाळ झाली की ओहोटी आल्यासारखी निघून जातात घराच्या दुसऱ्या किनाऱ्यावर लोकल्स आणि बसेसमधून गच्च भरभरून वाहत!

दुरून येणाऱ्या टॅक्सीला हात केला तिनं आणि सरळ स्टेशन गाठलं. गाडीत बसली तेव्हा पुन्हा माणसांत आल्यासारखं वाटलं तिला! सुरांचं, शब्दांचं जग सोडून ह्या गर्दीच्या कोलाहलाच्या जगात आली होती ती. तिला वाटलं हे जगही तिचंच तर आहे. तिथे सुरात राग आळवणारे गायक, तर इथे रागात तारस्वर लावणारे लोक आहेत.

लोकलच्या त्या महिलांच्या डब्यात हळूहळू गर्दी व्हायला लागली. शहराच्या कानाकोपऱ्यातून बायका पोचल्या होत्या तिथं. काही मैत्रिणींबरोबर होत्या तर काही एकट्या स्वत:तच मग्न. काही जमेल तेवढ्या मोठ्यानं बोलत होत्या एकमेकींशी. काहींनी अंताक्षरी सुरू केलेली. काही थकल्याभागल्या जागा मिळाल्याबरोबर सोबत आणलेली भेळीची पुडी उघडत होत्या, तर काही गाडीत आलेला कोणताही पदार्थ घेऊन तन्मयतेनं खात होत्या.

अस्सल सुरांच्या जगापासून कित्येक योजनं दूर असलेल्या ह्या बायका पोटापाण्याच्या विवंचनेत व्यस्त असताना जमेल तसा आनंद शोधत होत्या. घरी गेल्यावर पुन्हा एकदा दावणीला बांधून घेण्याआधी थोडा मोकळा श्वास घेत होत्या. ऑफिस आणि घर ह्यातला दुवा सांधणारी ही ट्रेन म्हणजे मोकळेपणाचे क्षण, दोन क्षण मिळण्याचा थांबा होता त्यांच्यासाठी! कोणापासून शोधत असतील त्या हा मोकळेपणा? घर, संसार, कुटुंब, नवरा, पोरबाळं की ह्या साऱ्यातून मिळणारं दु:ख! कशापासून व्हायचं आहे मोकळं त्यांना? स्वत:च्या एकटेपणापासून तर नाही ना? आपल्यासारखा?

राधानं डोळे मिटून घेतले. काय बोलत असतील पंडितजी आता? तेच नेहमीचं? त्यांचे अनेकविध विभ्रम दाखवणारे शब्द आणि त्यात रंगून गेलेले श्रोते! नेहमीचंच झालं होतं हे आता. तेच तेच ऐकतो आहोत आपण गेले कित्येक दिवस!

पंडितजींना प्रथम ऐकलं बोलताना तेव्हा वेडावून गेलो होतो आपण. त्याआधी त्यांच्या गाण्यानं वेड लावलं होतंच आपल्याला. कोणी कधी, तिकीट आहे त्यांच्या कॉन्सर्टचं, असं म्हटलं नुसतं तरी झडप घालायचो त्याच्यावर. जिथं कुठे असेल त्यांचा कार्यक्रम तिथं धावायचो. जिवाच्या आकांतानं. आताही जातोच आपण. पण तेव्हाचं वेगळं होतं. नशा चढली होती त्यांच्या गाण्याची, त्यांच्या शब्दांची. जितकं ऐकू तेवढं जास्त हवंसं वाटत होतं ते! आपण ऐकलेली त्यांची पहिली मुलाखत योगायोगानं आनंदनंच घेतली होती. बालगंधर्वांपासून ते भीमसेन जोशींपर्यंत प्रत्येक गायकाचं वेगळेपण उलगडून सांगत होते ते आणि त्यांच्यापेक्षा आपण कसे वेगळे आहोत हेही ठासून सांगत होते. स्वत:तल्या वेगळेपणावरचं त्यांचं प्रेम आपल्याला अधिक भावलं त्या दिवशी. आपलंही आहेच की आपल्यातल्या वेगळेपणावर प्रेम. इतरांपेक्षा वेगळं आयुष्य जगतो आहोत म्हणून तर आहेच पण बाईपणाच्या साऱ्या व्याख्या ओलांडल्या म्हणून जास्त अभिमान वाटतो आपल्याला आपला. तसाच त्यांनाही होता अभिमान, स्वत:च्या ताकदीवर गायक म्हणून असलेल्या आपल्या वेगळेपणावर, आपल्या प्रतिभेवर श्रोत्यांना खिळवून ठेवणाऱ्या त्यांच्या श्रोत्यांवरील जादूवर!

आनंदला म्हटलं त्या दिवशी, ओळख करून देच म्हणून, तर तो म्हणाला, चल आताच देतो, पण आपण नाही म्हटलं. त्या गर्दीत ओळख करून नव्हती घ्यायची आपल्याला. त्या गर्दीतल्या हजारो रसिकांमधला एक चेहरा नव्हतं व्हायचं आपल्याला. आपला चेहरा ठसायला हवा होता त्यांच्या मनावर कायमचा. आपल्याला जसं त्यांचं वेगळेपण जाणवलं तसं त्यांनाही आपल्यातलं वेगळेपण जाणवायला पाहिजे असा हट्ट होता आपला. आनंदला म्हटलं, 'अशी भेट नको आहे आपल्याला. निवांत भेटायचं आहे ते एकटे असताना.' आनंद 'ठीक आहे' म्हणाला.

आणि एक दिवस फोन आला त्याचा. एका संस्थेच्या कार्यक्रमासाठी पंडितजींना बोलवायचं होतं. तो भेटायला जाणार होता. तूही ये म्हणाला. संध्याकाळी चारची वेळ घेतली होती त्यानं.

किती खूश झालो होतो आपण. रजाच टाकली त्या दिवशी. दिवसभर काय करायचं हा प्रश्नही पडला नाही. पूर्ण दिवस जवळ असलेल्या पंडितजींच्या साऱ्या चिजा ऐकल्या आपण! त्यातले बारकावे नोंदले मनात. त्यांच्याशी काय बोलायचं, कसं बोलायचं ते ठरवत राहिलो मनात. दुपारचे तीन कधी वाजले कळलंही नव्हतं. मग तयारीला लागलो. सगळे कपडे पलंगावर पसरले. पंडितजी आपण काय घातलंय त्याच्याकडे पाहणार नव्हते. तरीही त्यांच्याकडे जाताना

प्रेझेंटेबल दिसावं असं मात्र मनापासून वाटत होतं आपल्याला. मग आपला आवडता पीच रंगाचा सलवारकमीज घातला. पोवळ्या-मोत्याचा सर घातला गळ्यात, हलकासा सेंट मारून बाहेर पडलो तेव्हा उगीचच धडधडत होतं. प्रियकराच्या भेटीला निघालेल्या अधीर प्रेयसीसारखी अवस्था झाली होती तेव्हा.

मुद्दाम आपल्या कवितांची पुस्तकं घेऊन गेलो त्या दिवशी त्यांच्याकडे. पंडितजी बोलत होते फोनवर कोणाशी तरी. आनंदबरोबर आत गेलो तेव्हा खुणेनंच त्यांनी बसायला सांगितलं. छोटंसं घर होतं ते. मुंबईत कधी आलेच तर मुक्काम करण्यासाठी म्हणून घेऊन ठेवलेलं. एक केअर टेकर होता तिथं. तो पाणी घेऊन आला.

पंडितजींनी फोन ठेवल्यावर आनंदनं ओळख करून दिली आपली, त्याची मैत्रीण म्हणून. त्यांच्या गाण्याची फॅन आहे म्हणूनही सांगितलं. तेव्हा फक्त हसले. नमस्कार करून आनंदकडे वळले आणि कार्यक्रमाविषयी बोलायला लागले. त्यांच्या स्मरणातून गेल्यासारख्या बसून राहिलो तिथं आपण. किती खट्टू झालो होतो तेव्हा. दुखावलोही गेलो होतो. वाटलं असंच उठावं आणि निघून जावं ताडताड पाय आपटत. पण बसलो तशाच.

आनंद आणि पंडितजी तारीख, वेळ ठरवत होते. त्याबरोबर मानधन वगैरेही! गाणं गाताना हरवणारे पंडितजी आणि हे पंडितजी वेगळे वाटले होते तेव्हा. बोलता बोलता अचानक ते आपल्याकडे वळले.

"माझं गाणं आवडतं तुला?" त्यांनी विचारलं.

क्षणभर काय बोलावं कळेचना. पहिल्या वाक्यातच एकेरीत संबोधलं होतं त्यांनी. आवडलं आपल्याला. आता हे बोलणार नाहीत आपल्याशी असं वाटत असताना आलेला हा प्रश्न गोंधळून टाकणारा होता. मग आपण 'हो' म्हणालो. हळूहळू त्यांच्या कोणत्या मैफिली ऐकल्या, त्यांची कोणती गाणी आवडतात ते सांगत राहिलो त्यांना. आपण बोलत होतो आणि ते पाहत होते एकटक आपल्याकडे. मग म्हणाले, "इतकी दर्दी आणि सुंदर फॅन आज प्रथमच भेटली मला. तुला माझं गायन नुसतं आवडत नाही तर जीव आहे तुझा त्यावर.. तुझ्या शब्दांतून जाणवतं ते. मी विसरणार नाही तुला."

"तुम्ही विसरू नये मला म्हणून तर गर्दीत नाही भेटले मी तुम्हाला," आपण पटकन म्हणालो. पंडितजी खूश झाले अगदी.

आनंदनं मग आपण कविता लिहीत असल्याचं सांगितलं होतं. तेव्हा म्हणाले, "मी वाचतो चांगलं काही असेल तर. तुझी पुस्तकं पाठव मला."

आपण पुस्तकं त्यांच्या हातात दिली सरळ आणि त्यांना म्हटलं, "तुम्ही

वाचायलाच हवीत ती. तुमची ओळख जशी तुमच्या गायनातून झाली मला तशी माझी ओळख माझ्या कवितांतून व्हायला हवी.''

आपला एकूण सूरच मजेशीर वाटत होता त्यांना. म्हणाले, ''माझ्याशी अशा तऱ्हेनं बोलणारी तू पहिलीच बरं का!''

''मला आवडतं असं पहिलंच असायला,'' असं म्हटल्याबरोबर त्यांनी हात पुढे केला. हात हातात घेतला आपला आणि म्हणाले, ''हो तू असायलाच हवं पहिलं. तुझ्यात आहे काहीतरी वेगळं. आपण दाद देतो त्या वेगळेपणाला आणि माझ्याकडून दाद घेणारीही तू पहिलीच बरं का!''

पंडितजींच्या हाताचा किंचित दाब जाणवला होता तेव्हा आपल्या हाताला. जवळीक दाखवणारा तो स्पर्श. त्यातला अर्थ जाणवला होता तेव्हा आणि आवडलाही.

निघताना, 'कविता वाचून पत्र लिहा' म्हणून सांगितलं त्यांना आणि त्यांनी खरंच पाठवलं होतं पत्र. अगदी लांबलचक. कविता आवडल्याचं लिहिलं होतंच पण त्याचबरोबर आपल्याबरोबरची पहिली भेट कशी स्मरणात राहण्यासारखी आहे हे लिहिताना 'तुझ्या प्रेमात तर त्या दिवशीच पडलो होतो पण आता तुझ्या कवितेच्याही प्रेमात पडलो आहे. आता तू जास्त जवळची मैत्रीण होणार की तुझी कविता हे काळच ठरवेल', वगैरे वगैरे बरंच काही म्हटलं होतं पंडितजींनी.

तो दिवस तर सेलिब्रेटच केला स्वत:बरोबर आपण, एकट्यानंच दिवसभर पंडितजींची गाणी ऐकत. ऑफिसला दांडी मारून चक्क!

असे सेलिब्रेट करण्याचे दिवस मग बऱ्याचदा आले आणि हळूहळू त्याचीही सवय होऊन गेली. पंडितजी मुंबईत आले की कळवायचेच. मग कधी त्यांच्या खोलीवर तर कधी एखाद्या कार्यक्रमात आवर्जून भेटी व्हायच्या. फार ग्रेट वाटायचं तेव्हा. एवढा मोठा माणूस आपल्यासाठी वेळ काढतो. भरभरून बोलतो. वेड लावावं असं त्याच्याजवळचं शब्दभांडार आपल्यावर उधळतो. कधी पत्रातून, कधी फोनवरून तर कधी प्रत्यक्ष भेटीत! फार कौतुक वाटायचं तेव्हा. अगदी आता आतापर्यंत वाटत होतंच की! अगदी त्या दिवशी अनुजा पंडितजींबद्दल बोलेपर्यंत वाटत होतंच! अनुजानं जेव्हा सांगितलं, 'पंडितजी मुंबईत आले की एखादी भेट होतेच, नाहीतर फोन तरी,' तेव्हा आपल्या भ्रमाचा भोपळा फाटकन फुटला. पंडितजी केवळ आपल्याशीच असं बोलतात ह्या भ्रमातून त्या दिवशी बाहेर आले आणि पाय जमिनीवर आले आपले.

त्यामुळेच आज पंडितजींचा फोन आला सकाळी तेव्हा आपल्या नकळत ओढून घेतलं आपण स्वत:ला आत. ते म्हणाले, 'रजा टाक आज' तर आपण

सांगून टाकलं इअर एन्डींग आहे; नाही जमणार म्हणून. तसं पाहिलं तर सहज शक्य होतं रजा टाकणं. पूर्वीचे दिवस असते तर टाकली असती लगेच. पण आज नाही घ्यावीशी वाटली. चहापानाला तरी ये म्हणाले ते. पण मुद्दामहून नाही गेलो आणि आताही न भेटताच निघालो आहोत.

राधाला राग आला स्वत:चाच. फार दुष्टासारखं वागलो का आपण? पंडितजींना काय वाटलं असेल! आपल्या ह्या अशा वागण्यानं काय सुचवायचा प्रयत्न करतो आहोत आपण? त्यांचं वेड नाही आपल्याला हे, की आपल्याला वाटलं तर आपणही नाकारू शकतो हे? की आपल्या मनातला मत्सर? का असू नये त्यांना अनुजासारखी मैत्रीण जी शास्त्रीय संगीत शिकतेय, गाण्याचे कार्यक्रमही करते थोडेफार! तिला तर ते गुरूंच्या जागी असतील. मग कशासाठी आपण अशा दुखावल्या जातो आहोत? ते केवळ आपलेच असावेत असा हा हट्ट कुठे घेऊन जाणार आहे आपल्याला कोण जाणे?

स्टेशन आलं तशी उठली राधा. गर्दीतून वाट काढत ती बाहेर पडली. रस्ता गजबजून गेला होता अगदी. त्या गर्दीत मिसळली ती आणि चालू लागली घराच्या दिशेनं. वाटेत थांबून अंडी आणि ब्रेड घेतला तिनं.

दार उघडून घरात शिरली तेव्हा अंधार भरला होता गच्च. दिवा लावून दार बंद केलं तिनं. हातातलं सामान आत ठेवलं आणि बाहेर येऊन लवंडली दिवाणावर. भूक लागली होती. पण थकवा आला होता. उठून काही करायची इच्छा नव्हती तिची. पण असं पडूनही राहायचं नव्हतं तिला छताकडे पाहत. उदास वाटतं मग फार. अगदी एकटं एकटंही.

खरं तर हे एकटेपण बऱ्याचदा अंगावर यायचं तिच्या. स्वत:ला कितीही गुंतवलं अनेक गोष्टींत तरी. मग सतत सोबत शोधायची ती. कधी मित्र-मैत्रीणींना घरी बोलाव तर कधी त्यांच्या घरी जा. माणसं हवीशी वाटायची सतत आजूबाजूला. ती नसली तर तिची पुस्तकं, गाणी सोबत करायचे तिची. हे कोणीच नको असं वाटलं तर टी.व्ही. होताच. विशेषत: 'क' च्या मालिकेतल्या एकमेकांविरुद्ध कटकारस्थान करणाऱ्या नाहीतर लग्न, बारशी, नवरात्री, गणपती, होळी साजऱ्या करणाऱ्या माणसांनी गच्च भरलेल्या कुटुंबाचाच आधार वाटायचा तिला तेव्हा. त्यांची निरर्थक बडबड ऐकण्यात रस नव्हता तिला, पण तिचं हे भकास, एकटं एकटं घर त्या माणसांनी भरून जायचं थोडा तरी वेळ!

राधा उठली. किचनमध्ये जाऊन तिनं पाण्याची बाटली काढली आणि मग चॉकलेटही. हॉलमध्ये येऊन तिनं टी.व्ही. चालू केला. पुस्तक वाचण्याचा किंवा गाणी ऐकण्याचा मूड नव्हता तिचा. पंडितजींचं गाणं तर नाहीच, पण तिचा

लाडका रफीही ऐकायचा नव्हता आता. अगदी गीता दत्तचं 'वक्तने किया क्या हँसी सीतम न तुम रहे न तुम ना हम रहे ना हम,' हे गाणं ऐकून मूड खराबही करायचा नव्हता आणखीन. त्यापेक्षा एकता कपूरची पार्वती आणि तुलसी चालणार होती तिला. बिचाऱ्याऽऽ! किती संकटं कोसळत असतात त्यांच्यावर. एकाचा सामना नाही केला तर दुसरं हजर. थकून कशा जात नाहीत त्या? आणि त्यांना पाहणारी माणसंही? पण बोलतात छान. पंचकन्यांची कर्तव्यं, गीतेचं सार, महाभारत आणि रामायणातले दाखले, बाईचा म्हणजे आईचा, पत्नीचा, मुलीचा धर्म आणि कर्म. धमालच असते सगळी. अवधूत तर नेहमी म्हणतो, "तुमच्यासारख्या बायका पार विसरून गेल्यात हे सगळं म्हणून ही एकता कपूर आठवण करून देत असते तुम्हाला. शिका थोडंसं त्यांच्याकडून बायकांची कर्तव्यं बिर्तव्यं! नवरा नाही झोपला एक दिवस तुम्हाला हवा तसा आणि हवा तेव्हा तुमच्याबरोबर तर सरळ घटस्फोट देता तुम्ही च्याआयला! त्या बाया बघा कशा पती परमेश्वराच्या पायाचं तीर्थ घेतात त्यानं कितीही मनातून उतरवलं त्यांना तरी पुन्हा आपलं स्थान निर्माण करतात. कसल्या कसल्या दिव्यातून जातात आणि त्याचबरोबर त्यांचे आईबाप, भाऊबहिणी, त्यांच्या बायकानवरे, त्यांची मुलंबाळं, सासरमाहेरची माणसं, अख्खा कुटुंबकबिला सांभाळतात तरी थकत नाहीत. साधा ब्रही नाही काढत तोंडातून आणि तुम्ही! थोडं बिनसलं की स्त्रीमुक्तीचे नारे सुरू! स्वत: सड्याफटिंग राहून पुन्हा पुरुषांच्या नावानं शंख करायला मोकळ्या!"

अवधूतचा तो आवेश पाहून काय हसलो होतो तेव्हा. रेवतीनं तर अवधूतचा मुकाच घेतला होता. एकूण काय तर एकता कपूर आणि तिच्या मालिका जान आणतात लोकांच्या जगण्यात. तशी नाहीतर अशी तरी!

तुलसी हातात पिस्तुल घेऊन उभी होती. आपल्या सुनेला त्रास देणाऱ्या आपल्याच मुलावर गोळी चालवायच्या पोझमध्ये! सॉलिड मेलोड्रामा चालू होता. चॉकलेट चघळत चघळत राधा पाहत होती. ब्रेकआधी पंधरा मिनिटं आणि ब्रेकनंतरही वाफ बाहेर पडावी तशी तुलसी भकाभका बोलत होती. लेकाची उत्तरं आणि आईची चिडचिड, मध्येच गीतेतलं तत्त्वज्ञान! आई लेकाची जुगलबंदी आणि तुलसीमध्ये शिरलेली माँ दुर्गा! पेशन्स हवेतच पाहायला. भारतीय स्त्रीमध्ये असतातच ते. डोळ्यात प्राण आणून पाहत असतील बायका. आपणही तसंच पाहायला हवं!

राधा थोडी पुढं सरकली. तुलसीच्या हातातून गोळी सुटायला आणि फोनची रिंग वाजायला एकच गाठ पडली. राधानं सुटकेचा नि:श्वास सोडला. टुणकन उडी मारून तिनं फोन उचलला. पंडितजी होते फोनवर.

"का ग, आली नाहीस ती कार्यक्रमाला?"

"होते की," ती म्हणाली.

"मग भेटायला नाही आलीस ती आत."

"उशीर झाला थोडासा."

"जाताना तरी भेटायचंस."

"संपता संपता निघाले मी. पंडितजी आज चांगलं बोललात तुम्ही." तिनं मुद्दामहून विषय त्यांच्याकडेच वळवला. तिला माहीत होतं, एकदा का त्यांचं गाणं आणि त्यांचं बोलणं ह्याबद्दल बोलायला लागलं की खूश होऊन जातात ते. मग सारं जग विसरतात.

"आवडलं?"

"आवडलं ना. पण तुम्ही अलीकडे हे काय चालवलंत. लोकांना कशासाठी सांगता माझ्याविषयी? माझे प्रश्न, माझी उत्तरं. आपलं खाजगीतलं बोलणं असतं ते."

"मग काय झालं? सारंच नाही सांगत काही. मला आवडतं तुझ्याबद्दल बोलायला. माझी स्फूर्तिदेवता आहेस तू राधा."

राधा हसली खळखळून. "पंडितजी, हे आता अगदी त्या मुलाखत घेणाऱ्या बाईसारखं जड, शब्दबंबाळ बोललात."

पंडितजीही हसले. "असं बोलायचं असतं चार माणसांत. लोकांना आवडतं असं 'स्फूर्तिदेवता' वगैरे म्हटलेलं."

"छान! म्हणजे हे वरवर वाटतं, मला खूश करण्यासाठी?"

"तसं नाही हं. खरंच आहे ते."

"बरं बरं. पण त्या बाईंची गोचीच केलीत तुम्ही आज."

"पण बरोबर बोललो ना मी? आजकाल हे मुलाखत घेणारेच जास्त बोलतात आपल्यापेक्षा. अभ्यास काही नसतो त्यांचा. तेच ते थातुरमातूर पठडीतले प्रश्न!"

"तुम्हीच ठरवायचा की मग तुमचा मुलाखतकार!"

"हे चांगलं सुचवलंस. ह्यापुढच्या सगळ्या मुलाखती तूच घ्यायच्यास."

"मी?"

"हो तूच. मला आणि माझ्या गाण्याला तुझ्यापेक्षा जास्त चांगलं कोण ओळखतं?"

"आहेत की अनेक."

"आहेत की. पण तुझ्यासारखे नाहीत."

"उगीच हरबऱ्याच्या झाडावर चढवता आहात मला."

"आहेसच तू तशी."

"एखाद्या दिवशी आपटू नका म्हणजे झालं!"

"असं का वाटलं तुला?"

"सहज म्हटलं."

"सहज नाही. काहीतरी आहे तुझ्या मनात."

"नाही. काही नाही तसं. बरं तुमचा मुक्काम किती दिवस आहे?" पुन्हा विषय बदलला तिनं.

"अगं, निघालोय मी आता."

"आत्ता."

"हो. झोपायला घरीच जाणार. एअरपोर्टवरूनच बोलतोय."

"मग पुन्हा केव्हा मुंबईत?"

"कदाचित लवकरच."

"असंच घाईघाईत?"

"पुढच्या वेळी एक दिवस खास राखून ठेवेन तुझ्यासाठी."

"नक्की?"

"हो ग, अगदी नक्की." त्यांचा स्वर किंचित बदलला. केवळ तिच्यासाठी असल्यासारखा झाला तो.

राधानं फोन ठेवला तेव्हा टी.व्ही. वर दुसऱ्याच कोणी बायका एकमेकांच्या विरोधात षडयंत्र रचत होत्या. तिनं टी.व्ही. बंद केला.

का कुणास ठाऊक पण खूप छान वाटत होतं तिला. अगदी उत्साही. सारं मळभ उतरल्यासारखं.

ती किचनमध्ये गेली. अंड्याचं आमलेट केलं गरम गरम आणि ब्रेडमध्ये घालून तिनं छानसं सॅन्डविच बनवलं. प्लेट घेऊन ती बाहेर आली. छान हलकं-फुलकं काहीतरी ऐकायचं होतं तिला. तिनं आशाची कॅसेट लावली.

जाईये आप कहा जायेंगे ऽऽऽ
ये नजर लौटके फिर आयेगी ऽऽ

आशा जीव ओतून गाणं म्हणत होती. सॅन्डविच खात खात राधा बाल्कनीत आली, तिला वाटलं आता पाऊस पडावा छान. रिमझिम रिमझिम.

अनुजाचा फोन आला तेव्हा राधा गडबडीतच होती ऑफिसला निघण्याच्या. अनुजा काही बोलायच्या आधीच ती म्हणाली, "अनुजा संध्याकाळी बोलू या आपण निवांत. आत्ता वेळ नाही बघ अजिबात. आठ सत्तावीस पकडायची आहे."

"आज आठ सत्तावीस सोड राधा. जमलंच तर जाऊच नकोस."

"का?"

"आदेश आहे वरून."

"कोणाचा?"

"पंडितजींचा. आज तू रजा घ्यावीस अशी इच्छा आहे त्यांची."

राधा गोंधळली क्षणभर, आपण रजा घ्यावी हे आपल्याला न सांगता अनुजाला का सांगितलं त्यांनी?

"हॅलोऽऽ गप्प का झालीस?"

"काही नाही, तुला कधी सांगितलं हे?"

"अग पहाटे पहाटे फोन आला त्यांचा. अकरा वाजेपर्यंत पोचताहेत ते इथं."

"इथे म्हणजे?"

"इथं म्हणजे माझ्या घरी."

"तुझ्याकडे?"

"हो. ते म्हणाले, "राधालाही रजा टाकून यायला सांग."

"कार्यक्रमासाठी येताहेत का?"

"नाही. जर्मनीला चाललेत ते. मध्यरात्रीचं फ्लाईट आहे. दिवसभर मुंबईत आहेत. सगळ्या मित्रमैत्रिणींना भेटायचं आहे त्यांना. तुला फोन करत होते ते. पण नाही उचललास तू. झोपेत असशील कदाचित. मग इथं केला त्यांनी. ते म्हणाले, "राधाचा काही ठावठिकाणा दिसत नाही. तुझ्याकडे येतो."

क्षणभर काय बोलावं कळेना राधाला. कसं रिॲक्ट व्हायचं ह्या क्षणाला? फोन आपटावा धाडकन? की अनुजावरच बरसावं! राधानं आवरलं स्वतःला. ह्यात अनुजाचा काही दोष नव्हता, हे माहीत होतं तिला.

"येतेस ना मग? वाट पहाते मी."

"अनुजा, मी आता निघाले आहेच. हाफ डे नं जमलं तर पाहते."

"अग पण पंडितजी रागावतील."

"नाही रागावणार, तू सांग त्यांना मी भेटले नाही फोनवर म्हणून. नाहीतरी पाच मिनिटं उशिरा फोन केला असतास तर नसतेच भेटले."

"खोटं कसं सांगू मी."

"ठीक आहे. तुला जे सांगायचं ते सांग. नंतर फोन करेन मी ऑफिसमधून."

राधानं फोन ठेवला. क्षणभर तशीच बसून राहिली ती. ऑफिसला जायची इच्छाच राहिली नाही. पंडितजी येणार म्हणून नाही, तर ते अनुजाकडे उतरणार म्हणून. नकळत तोंडात कडवट चव पसरत गेली.

थोड्या वेळानं उठली ती निग्रहानं. पर्स घेऊन बाहेर पडली. आज कोणत्याही परिस्थितीत रजा घ्यायची नाही असं ठरवून! तिनं रिक्षाला हात केला.

प्लॅटफॉर्म नेहमीप्रमाणे ओसंडून वहात होता माणसांनी. त्या गर्दीत कशा चढू आपण असं नेहमी वाटायचं तिला पण नेहमी चढायची ती. आजही चढली. गर्दीबरोबर गाडीत कधी आत शिरली कळलंच नाही तिला. गाडीतल्या नेहमीच्या ग्रूपकडे पर्स देऊन ती बाहेरच उभी राहिली. दादरला गर्दी कमी झाली तशी दारात येऊन उभी राहिली ती, मोकळा वारा अंगावर घेत.

गाडी वेगात निघाली होती. नेहमीची ओळखीची झाडं, घरं, इमारती आणि स्टेशन्स मागे टाकत होती ती. राधाला वाटलं, आपलंही सारं ओळखीचं आयुष्य असंच मागे पडत जातं, रोज नव्यानं पहातो ते आणि हळूहळू वर्तमानाच्या थांब्यावर येऊन पोचतो आपण. रोज तोच तो प्रवास, त्याच त्या आठवणींचा आणि मुक्कामही तोच तो, एकटेपणाचा.

किती एकसुरी झालंय सगळंच. तेच ऑफिस, तीच माणसं, त्याच खुर्च्या, तेच टेबल आणि त्याच फायली. घरातही तेच ते एकटेपण अगदी मनातल्या आठवणींचा सिक्वेन्सही तोच. काही बदलच नाही जगण्यात. अगदी मित्रमैत्रिणीही, ग्रुपही तोच. कशातही बदल केला नाही. घरातल्या वस्तूंची जागाही बदलली नाही कधी. आयुष्यात आलेल्या माणसांचीही नाही बदलली जागा आपण. एका जागेवरची खुर्ची दुसऱ्या जागेवर ठेवून ती कशी दिसते ते पाहिलं नाही आपण गेली कित्येक वर्षं. तसंच माणसांनाही नाही पाहिलं वेगळ्या भूमिकेत. नाही तपासून पाहिलं त्यांचं वागणं, बोलणं. आनंद, मानव, अवधूत मित्रच राहिले कायम. त्यांना त्यापेक्षा जवळ येऊच दिलं नाही कधी. फक्त एका माणसाला नाही हा नियम लावला आपण. समीरला! त्याला मात्र जोखत राहिलो वेगवेगळ्या भूमिकेत! प्रियकर, नवरा, त्याच्या आईचा मुलगा, बहिणीचा भाऊ, इतरांचा मित्र. साऱ्याच भूमिकांत तपासून पाहिलं त्याला आणि त्याचा त्रास झाला फार तेव्हा सहज तोडूनही टाकले सारे दोर त्याला आपल्याशी बांधून ठेवणारे. हट्टानं घेतला घटस्फोट आणि मित्रांना गोळा करून दरवर्षी ठरवून साजरी केली सुटकेची ॲनिव्हर्सरी! जखमा खरवडत राहिलो रक्त निघेपर्यंत. रोज सकाळी उठल्यापासून आठवत राहिलो मागे पडलेलं ओळखीचं आयुष्य! ही मागे पडत जाणारी स्टेशन्स पाहायला जशी आवडतात आपल्याला तसंच आपलं स्टेशन येईपर्यंत आठवत राहतो समीरबराबेरचं मागे पडलेलं आपलं आयुष्य. त्यानं दिलेले सारे चांगले वाईट क्षण आणि शेवटी पोचतो कुठं? तर रात्री अंथरुणात भरून राहिलेल्या घनदाट एकटेपणात.

पंडितजी आयुष्यात आले तेव्हा वाटलं होतं संपलं ते एकटेपण. ते आपले झाले नाहीत सर्वार्थानं तरी त्यांची सोबत, त्यांचे शब्द, सूर पुसून टाकेल ही एकटेपणाची जाणीव असं वाटायचं! वाटायचं, ते समजून घेतील आपलं टोकदार दुःख. ह्या दुःखाच्या सावलीत पसरलेल्या आपल्या आयुष्यात पखरण करतील आनंदाची! पण तसं नाही झालं. का नाही होऊ शकलं तसं? का नाही एकजीव होऊ शकले ते आपल्याशी? आपल्या ह्या रंगहीन आयुष्यात त्यांचाही रंग मिसळावा, अगदी फरक जाणवू नये इतका, असं वाटत असताना का अलिप्त राहिले ते?

राधाला वाटलं आपल्याला रडू येईल खूप जोरात. पण हट्टानं थांबवलं तिनं ते. नाकपुड्या थरारल्या. ताठ झाली ती.

नाही जायचं आज अनुजाकडे 'काही झालं तरी'. इतकं कसं काय गृहीत धरू शकतो हा माणूस आपल्याला! त्याच्या मर्जीप्रमाणे वागायला काही बायको नाही आपण लग्नाची आणि त्यांना हवं तेव्हा भेटायला जायला रखेलही नाही आहोत आपण! त्यांना हवं तर येतील ते. एवढे दिवस येत होतेच ना? मग आज अचानक कशासाठी बोलावताहेत ते अशा अनोळखी थांब्यावर? तेही आपल्याला भेटण्याचा उपचार पाळायला हवा म्हणून?

गेली दोन तीन वर्षं मुंबईत आल्यावर आपल्याकडेच तर उतरत होते पंडितजी. त्यांचा स्वतःचा फ्लॅट असताना मुक्कामही केला होता तीन चार वेळा आपल्याकडे. मुक्कामांच्या त्या रात्री आपल्या कवितेबरोबर आपल्या सुखदुःखाचे भागीदार झाले होते ते. सुरुवातीच्या दिवसांतली त्यांची ती पत्रं केवळ आपल्यासाठी असलेली. शब्द न् शब्द आठवतो आजही. आपल्या कवितेत वहात असलेली अखंड वेदना त्यांना जाणवली होती. म्हणूनच जाणून घ्यायचा होता त्यांना आपला भूतकाळ. समीरनं दिलेल्या दुःखाचा पोत जाणून घ्यायचा होता त्यांना आणि जमलंच तर आपल्या आयुष्यातलं दुःख बाजूला काढून त्यात आनंदाचे क्षण भरायचे होते. भरभरून बोलायचे, अगदी काळजातून लिहायचे. जिवाशिवाच्या भेटी तशा फार नाही झाल्या पण ज्या काही झाल्या त्यांतून खूप जवळ आल्यासारखे वाटले होते ते. मग हळूहळू का दुरावत गेले ते? की आपल्या अगदी जवळ येण्यासाठी आपल्या दुःखाचा मार्ग स्वीकारला होता त्यांनी!

राधा अस्वस्थ झाली. क्षणभर भिरभिरत्या नजरेनं पाहत राहिली बाहेर! गाडी स्टेशनात शिरत होती. शेवटचं स्टेशन. रिकाम्या प्लॅटफॉर्मवर क्षणात लोट उठला माणसांचा. त्यांच्यातली एक होऊन ती ऑफिसला पोचली. आत गेल्याबरोबर पुन्हा अनुजाची आठवण झाली तिला. फोन करू म्हणून सांगितलं होतं तिला.

पण ठरवून फोन केला नाही. राधानं कामात गुंतवून घेतलं स्वत:ला. आता पंडितजींना आठवायचं नाही अजिबात असं ठरवलं तरी का कुणास ठाऊक पण रेंगाळत राहिले ते मनात. त्यांचे शब्द, त्यांच्या पत्रातला मजकूर, त्यांच्या भेटीतले ते क्षण, त्यांचे श्वास सारं दरवळत राहिलं आजूबाजूला.

पंडितजींची प्रत्येक भेट म्हणजे पर्वणी असायची तिच्यासाठी. पंडितजी येणार आहेत म्हटलं की त्यांना आणायला जाण्यापासून ते कार्यक्रम संपून ते पुन्हा जाईपर्यंत त्यांच्याबरोबर केवळ आपणच असावं असं वाटायला लावणाऱ्या त्या भेटी हव्याहव्याशा वाटायच्या. तसं त्यांचं सान्निध्य कमीच मिळालं. कायम घेरलेले असायचे ते त्यांच्या रसिकांच्या गराड्यात पण त्या माणसांच्या गराड्यातल्या ह्या आपल्या माणसाचा सहवास लांबूनही सुखवायचा तिला! शोषून घेत राहायची ती त्यांना आपल्या नजरेनं आणि तेही समजूतदारपणे तिला करू द्यायचे तसं. त्याची दखल घेतल्याचं सुचवायचे नजरेतूनच. त्यांच्या त्या नजरेच्या स्पर्शानंच बरं वाटायचं सुरुवातीला. त्यांची पत्रं पुन्हा पुन्हा वाचून, त्यांची गाणी ऐकत त्यांच्या सुरात चिंब भिजत समाधान मानत होती ती त्या काळात. मग मात्र ओढ वाटायला लागली त्यांच्या सहवासाची!

पंडितजी मुक्कामाला आले पहिल्यांदाच तो दिवस आजही आठवत होता राधाला. कोणताही कार्यक्रम नव्हता मुंबईत. बंगलोरला जाण्याआधी मुद्दामहून एक दिवस मोकळा ठेवला त्यांनी तिच्यासाठी. कोणालाच माहीत नव्हतं त्यांच्या मुंबई भेटीविषयी! फक्त तिच्यासाठी राखून ठेवली होती त्यांनी.

रात्रभर जागली होती दोघं. जीव ओतून स्वयंपाक केला होता तिनं. चिकन आणि सोबत वाईनची बाटली! कधी त्यांचं गाणं तर कधी तिची कविता. कधी ते बोलायचे अन् ती ऐकायची तर कधी ती बोलत होती आणि ते ऐकत होते. पहाट कधी झाली कळलंच नव्हतं. पहिलाच मुक्काम होता त्यांचा, त्यामुळे थोडा संकोच होता मनात. खरं तर त्यांच्या मांडीवर डोकं ठेवून झोपायचं होतं तिला शांतपणे. भूतकाळाचं ओझं उतरवून. किती थकली होती ती ह्या प्रवासानं! पण त्या दिवशी नाहीच जमलं ते.

पंडितजींनीही पहिल्या मुक्कामाचा मान ठेवला. तिच्या मनात विश्वास निर्माण केला. निघताना तिच्या डोक्यावर थोपटून म्हणाले, "आभाळ भरून आलं होतं कित्येक दिवसांपासून. थोडं मोकळं झाल्यावर बरं वाटलं असेल ना? दु:खानं भरून आलेले ढग असेच कोसळू द्यायचे. असा कोसळणारा पाऊस फक्त पाहत रहायचा दुरून. त्याला कोसळू द्यायचं. त्यानंतर येणारा पाऊस मात्र आनंद घेऊन येणारा असतो. त्या पावसाला यायला वेळ लागतो थोडा पण वाट पाहायची

त्याची. चिंब भिजून जायचं तो आला की. जमेल तेव्हा येईन मी पुन्हा.''

पंडितजी पहाटे पहाटे गेले. त्यांचा प्रत्येक शब्द आठवत राहिली राधा दिवसभर. विशेष म्हणजे त्या दिवशी समीरची एकदाही आठवण झाली नाही तिला. जणू काही एवढे दिवस भूतकाळाचं मळभ दाटून राहिलेलं आभाळ स्वच्छ झालं होतं.

त्यानंतर पंडितजी आले ते तिनं दिलेल्या पार्टीसाठी. कवितासंग्रहाला पुरस्कार मिळाला होता तिच्या. सगळ्या मित्रमैत्रिणींचा आग्रह झाला पार्टीसाठी. पंडितजींना बोलाव म्हणून आग्रह केला सर्वांनी! त्यांच्या सहवासात घालवायचा होता एक दिवस सगळ्यांनाच. अवधूत, मानव, रेवती, आनंद, अनुजा, तिचा नेहमीचा ग्रुप.

ती रात्रही अशीच लक्षात राहावी अशी. फक्त सर्वांच्या सोबतीनं काढलेली. वाद्यांशिवाय त्यांचं सहज गुणगुणणं, तिच्या आणि मानवच्या कवितांना दाद देणं! सारंच हवंहवंसं! अनुजाचं गाणं प्रथमच ऐकलं होतं पंडितजींनी. तिला सूचनाही केल्या होत्या त्यांनी तेव्हा. त्यानंतर कदाचित त्यांचे फोन झाले असतील एकमेकांना. पत्रंही! मानव म्हणाला होता, त्याला पंडितजींचं पत्र आल्याचं. पण अनुजा नाही काही म्हणाली. पंडितजीही नाही म्हणाले काही कोणाविषयी. आपल्याकडे आले की ते फक्त आपले असायचे. त्यामुळेच अनुजाबरोबरचे त्यांचे हे मैत्रीचे संबंध नाही लक्षात आले आपल्या. कदाचित, म्हणूनच ते तिच्याकडे उतरणार आहेत हे कळल्यावर धक्का बसला आपल्याला.

आपल्याला वाटायचं, पंडितजी आतून बाहेरून सर्वार्थानं कळले आहेत आपल्याला. पण त्यांच्या आयुष्यातील अनेक माणसं आणि त्यांच्याशी असलेले त्यांचे संबंध आपल्यापर्यंत नाही पोचवले पंडितजींनी. पंडितजींचं आपल्याशी असलेलं नातं, त्या नात्यातून जेवढे ते कळले तेवढेच पंडितजी आपल्याला माहीत आहेत. त्यांचं स्वत:चं आपल्याशिवायचं आयुष्य काही माहीतच नाही आपल्याला आणि ते लक्षातही नव्हतं आलं आपल्या.

आपल्याकडे केलेल्या त्यांच्या अनेक मुक्कामांमुळे आपल्याला पंडितजी केवळ आपलेच असल्याचा भ्रम झाला. हक्क वाटायला लागला त्यांच्यावर. त्यांच्या गाण्यांची सी.डी. रिलीज झाली त्या कार्यक्रमानंतर आपल्याकडे त्यांनी केलेला मुक्काम कारणीभूत ठरला ह्या साऱ्याला.

बेफाम पाऊस कोसळत होता त्या दिवशी. कार्यक्रम संपल्यावर निघाले तर रस्त्यात पाणी साठलेलं. आयोजकांनी जवळच्याच हॉटेलमध्ये सोय करतो म्हटलं, तर नाही म्हणाले पंडितजी. त्यांची गाडीही परत पाठवली. टॅक्सीनं निघाली ती दोघं. ट्रॅफिक जॅम झालेला पण कितीही वाजले पोचायला तरी आज पोचायचं

तुझ्याकडे असं म्हणाले ते. पंधरा मिनिटांच्या प्रवासाला दोन तास लागले. घरी पोचले तेव्हा चिंब भिजली होती दोघंही.

कपडे बदलून ते बाहेर आले तेव्हा स्वयंपाक गरम करत होती ती. म्हणाले, "आज व्हिस्की हवी आणि जरा त्या खिडक्या उघडा बाईसाहेब. पावसाला असं ताटकळत ठेवायचं नसतं बाहेर. असा भरून आलेला पाऊस आत घ्यायचा असतो थेट."

तिनं खरंच उघडल्या होत्या खिडक्या. पावसाला आत घेतला. पंडितजी म्हणाले, "आज माझं गाणं नको तुझी कविताही नको. दुसरं काही तरी ऐकू." तिनं 'ग्रेस' ची कॅसेट लावली. दोघंही ऐकत होती शांतपणे. ह्यावेळी कोणाचं दुःख नव्हतं, वेदना नव्हती, समीरचा उल्लेखही नव्हता. दोघांमध्ये होती ती कविता. ग्रेसचा खर्जातला आवाज, काळीज चिरत जाणारे शब्द, आणि बाहेर कोसळणारा पण आता आत घेतलेला पाऊस! त्या पावसाला सांभाळता सांभाळता दमछाक झाली होती तिची. पण त्याला आत घेतला तिनं कुशीत. स्वतःही विसावली त्याच्या पाण्याच्या हातांवर! निःशब्द रात्र! मागच्या रात्रींपेक्षा वेगळी. फक्त स्पर्श बोलत राहिले, समजावत राहिले, समजून घेत राहिले एकमेकांना!

त्यानंतर येत राहिले अधून मधून ते. आता सारं अंतरच मिटल्यासारखं झालं होतं. शरीरमनाचा एक भागच होऊन गेले ते. त्यामुळेच त्या दोघांत तिसरा वाटेकरी नको होता तिला. ते फक्त आपले आहेत. फक्त आपले! ही भावना प्रबळ होत गेली हळूहळू. त्यांच्या तिच्या पलीकडच्या आयुष्याशी देणंघेणं नव्हतं तिला, पण मुंबईत आल्यावर ते फक्त आपल्याकडेच उतरावेत. त्यांच्या ओठावर फक्त आपलं नाव असावं असं वाटायचं तिला. पंडितजीही जाहीरपणे तिचा उल्लेख करत होते. त्यानं सुखावून जात होती ती. पण तिच्या बरोबरीनं ते आता अवधूत, आनंद, मानव, अनुजाचेही आप्त बनायला लागले होते! अस्वस्थ होत होती अलीकडे ती. आपल्या आयुष्यातलं हे महत्त्वाचं आणि केवळ आपलं असलेलं माणूस आपल्या हातून सुटून चाललं आहे की काय ह्या जाणिवेनंच झोप उडाली होती तिची अलीकडे! आणि आज तर अगदी धडधडीतपणे ते आपलं दार ओलांडून पुढचा दरवाजा ठोठवून मोकळे झालेत.

"राधा, अनुजाचा फोन आहे." रेवती आत येत म्हणाली.

"तिला सांग मी मीटिंगमध्ये आहे म्हणून."

"का?"

"असंच."

"काही झालं का?"

"काही विशेष नाही. पण आता मूड नाही तिच्याशी बोलायचा. प्लीज रेवतीऽऽ"

रेवतीनं सांगितलं तसं. राधाला मनातून थोडं अपराधी वाटलं. पण हट्टानं तिनं ती भावना बाजूला सारली. दुपारी पुन्हा फोन आला तेव्हा, अर्ध्या दिवसाची सुट्टी टाकून घरी गेली ती, असं सांगायला सांगितलं तिनं शिपायाला.

पंडितजींना काय वाटत असेल ह्या क्षणी? आपण त्यांना टाळतोय हे समजत असेल त्यांना? फोन करतील ते स्वत:हून? घरी येतील आपल्या? की नाही?

पुढचा सारा दिवस यांत्रिकपणे काम करत ढकलला तिनं. स्वत:वर चिडत राहिली ती. का वागतो आहोत आपण अशा? कोणावर राग काढतो आहोत आपण? अनुजावर, पंडितजींवर की स्वत:वरच?

ऑफिसमधून घरी निघाली तरी मनात पंडितजी होतेच. त्यांना भेटावंसं वाटत होतं खूप, पण दुसरं मन रागावून नाहीच म्हणत होतं. घरी जायची इच्छा नव्हती अशा मन:स्थितीत. एकटं भयाण वाटेल. सारं घर कोसळेल अंगावर. मग हमसाहमशी रडणं आणि ते नाही जमलं तर पुन्हा डिप्रेशनमध्ये!

मधल्याच स्टेशनावर उतरली राधा. रिक्षा पकडून थेट बॅन्ड स्टँडला गेली.

एप्रिल संपत आलेला. दिवस मोठा होत होता आणखीन. सूर्य अजून टेकला नव्हता पाण्याला. जाता जाताही चटका देत होता. एका खडकावर विसावून ती एकटक पाहात राहिली त्याच्याकडे. सूर्याशी अशी नजर भिडवायला आवडायचं तिला. पहाटेच्या सूर्यापासून मावळतीपर्यंतच्या सूर्याची अनेक रूपं तिनं डोळ्यांत साठवलेली! प्रत्येक प्रहराचं त्याचं रूप पाहताना त्याच्याशी डोळे भिडवण्याचा उद्योग लहानपणी अनेकदा केला होता तिनं. आई ओरडायची. नजरेवर परिणाम होईल म्हणायची. पण राधानं सोडला नव्हता हा तिचा छंद. दुपारच्या सूर्याशी थेट डोळा भिडवता नाही आला कधी. पश्चिमेकडे कलणाऱ्या सूर्याशी जमेल तसा खेळ खेळायची ती.

आताही थोडा वेळ पाहिलं तिनं सूर्याकडे एकटक. पांढरे-पिवळे प्रकाशाचे तुकडे फिरत राहिले डोळ्यांसमोर. पण तो अख्खा गोळा थेट उतरवता येईना डोळ्यांत. आणखी थोडा खाली उतरला की उतरेल आपल्या डोळ्यांत. पण त्यासाठी त्यानं स्वत:हून खाली उतरायला हवं. तशी भर मध्यान्हीच्या तणतणाऱ्या सूर्याशी दोन हात करण्याची ताकद होती तिच्यात. समीरशी नाही का केले. पंडितजीं बरोबरही करू की, राधा स्वत:शीच म्हणाली.

मग तिनं सूर्यावरून नजर काढून घेतली. आजूबाजूला पाहायला लागली तर काही दिसेचना सुरुवातीला. सारं अस्पष्ट पिवळ्या प्रकाशात अंधाराचे तुकडे

डोळ्यांसमोरून फिरायला लागले. मग हळूहळू सवय झाली डोळ्यांना आणि मग सभोवतालचा ओळखीचा परिसर दिसायला लागला. उंच उंच अनेक आकारांचे काळे कातळ. त्यावर बसलेली माणसं. त्यात जोडपीच जास्त होती. सारीच मग्न आपापल्या विश्वात. एकेकाळी अशा ह्या जोडप्यांतली एक होऊनच यायची इथं राधा. त्यावेळचा तो उधाणलेला समुद्र, मावळतीच्या सूर्याच्या अनेक रंगछटांनी भरलेल्या आभाळाचं प्रतिबिंब पडलेलं त्या समुद्राचं पाणी भावायचंच तिला. पण सगळ्यात हवासा वाटायचा तो समीरचा सहवास! आजही आठवत होते ते दिवस तिला. त्याच्या बाहूत अडकून पडलेल्या देहाला झालेले साक्षात्कार, आपल्या शरीराचे चढउतार चाचपून पहाणारी त्याची बोटं, बेभान करायची. तेव्हा त्याच्यासकट स्वत:ला झोकून द्यावंसं वाटायचं त्या समुद्रात! उधाणून यावं लाटांसारखं किनाऱ्याकडे झेपावताना असं वाटायला लावणारे ते हवेहवेसे क्षण. असे कसे विस्मृतीत गेले आपल्या?

समीरनं लग्नाचंही इथेच विचारलं होतं. ह्या सूर्याच्या साक्षीनं आपण हो म्हणालो होतो. तेव्हा हा सूर्य, हा समुद्र आपल्या आयुष्यातून कायमचा हद्दपार होईल असं नव्हतं वाटलं.

लग्न झाल्यानंतर रोमान्स संपून जातो का साऱ्याच जोडप्यांमधला? आपल्याला नव्हता संपू द्यायचा. घर संसार कुटुंब आणि नोकरी यांतून वेळ काढून टिकवायचा होता तो. खूप वेळ शक्य नव्हतं पण थोडा वेळ तरी येऊन बसावंसं वाटायचं ह्या काळ्या कातळावर. पण जमेचना काही. एकमेकांच्या वेळा आणि मूडही जुळेनासे झाले. त्याला वेळ असे तेव्हा आपण स्वयंपाकघरात. मग तो मोकळा निरर्थकपणे पाय पसरून टी.व्ही. समोर बसायचा आपलं काम संपायची वाट पाहत. हळूहळू बंद केलं त्यानं वाट पहाणं. दुसरे मार्ग शोधले. संध्याकाळ मित्रांबरोबर घालवायला लागला. जेवणाच्या वेळी हजर व्हायला लागला. आपण वैतागलो कधी त्याच्यावर तर त्याची आई म्हणायची, 'बाप्ये ताट वाढायच्या वेळेतच हजर होतात घरी. पूर्वी तरी कुठं असायचा तो घरी संध्याकाळचा?' पण पूर्वीचा संध्याकाळचा तो वेळ आपल्याला देत होता हे सांगता येत नव्हतं तिला. तेव्हा वाटायचं आता बाहेर जाता नाही आलं तरी आपल्यासोबत इथं स्वयंपाक घरात गॅसच्या फ्लेमच्या छोट्याशा सूर्याकडे पाहत गप्पा माराव्यात त्यानं. एकदा म्हणालो होतो तसं आपण तर म्हणाला, 'तेवढं करायला नको लावू बाई. आयुष्यात कधी किचनमध्ये शिरलो नाही मी. आता आलो तर आई फैलावर घेईल अगदी. बैलोबा, बाईलवेडा वगैरेही म्हणेल. Please excuse me.'

मग किती वेळा, किती कारणांनी excuse me ऐकायला लागलं, आठवत

नाही. प्रेमाची नशा कधीच उतरली. त्याच्या आयुष्यात विशेष फरक पडलाच नाही. उलट एवढ्या दिवस केवळ आपल्याला दिलेला वेळ आता तो जुन्या मित्रमैत्रिणींत वाटायला लागला आणि आपला साराच वेळ त्याचा आणि त्याच्या घराचा झाला. जगण्याचं वेळापत्रकच बदललं सारं. नवीन माणसं, त्यांचे राग लोभ सांभाळता सांभाळता जुनी माणसं, जिवाभावाच्या मित्रमैत्रिणी मागे पडत गेले. सकाळसंध्याकाळ स्वयंपाकाचे वेगवेगळे प्रकार करून त्याच्या जिभेचे चोचले पुरवता पुरवता नकळत कडवट चव पसरत गेली जगण्यात. सासूची पोथ्यापुराणं, व्रतवैकल्यं, उपवास, सणवार करता करता विसरून गेलो ग्रेस, करंदीकर, इलियट, पाझ आणि मावर्वेझला! कधी वैतागून बोललोच तर 'आईला आवडतं तर कर की! काय बिघडतं? दुसऱ्यांसाठी करण्यातही आनंद मिळतोच की, अगदी ग्रेस ऐकताना मिळतो तेवढाच.' वगैरे वगैरे उपदेशाचे डोस पाजायला लागला समीर.

आपली धावपळ, फरपट पाहून हळहळायचे सगळे. साधं वर्तमानपत्र वाचायला वेळ मिळत नव्हता. आजूबाजूला काय चाललंय कळत नव्हतं. साऱ्या जगाशी संपर्क तुटल्यासारखा झाला होता त्या काळात. अवधूत तर म्हणाला होता तेव्हा, 'हे असं स्वयंपाकघरात गाडून घ्यायला आणि सत्यनारायणाच्या पूजेच्या वेळी समीरच्या बाजूला बसून केवळ 'मम' म्हणण्यासाठी जन्माला नाही आलीस तू, राधा. नाटक सोडलंस, कविताही संपली. कशाकशाचा खून करणार आहेस तू, राधा? आणि समीर "This is not fair. एका सर्जनशील कवयित्रीच्या कवितेचा असा गळा नको दाबूस बाबा.'

समीर हसला होता तेव्हा. म्हणाला होता, 'भारतातल्या बायकांना सर्जनशील कवयित्रीबरोबरच सून आणि बायकोही व्हायचं असतं कोणाची तरी. ह्यातून जावं लागणारच यार. ह्याला पर्याय नाही.'

आनंद, अवधूतनं फैलावर घेतला मग त्याला. 'तिला वेळ देणं केवळ तुझ्या हातात आहे. तू ठरवलंस तर काही करू शकतोस. तिचं वेगळेपण जप. अभिमान वाटावा असं टॅलेन्ट आहे तिच्यात.'

पण समीरला अभिमान वगैरे नाहीच वाटला आपला आणि आपलं वेगळेपण तर विसरूनच गेला तो! प्रेमाच्या दिवसांत लिहिलेल्या कवितांची पारायणं करायचा तो. हळूहळू टिंगल करायला लागला तो आणि 'इतकं भावूक होऊन वास्तवात जगता येत नाही,' वगैरे म्हणायला लागला.

आपण इतरांपेक्षा वेगळ्या आहोत असं ठाम मत होतं आपलं, अगदी लहानपणापासून. आपल्या आईवडिलांनी आपल्या मित्रमैत्रिणींनी साऱ्यांनी जपलं होतं ते. समीरलाही होतं त्याचं कौतुक सुरुवातीला. पण बायको झालो हक्काच्या

आणि संपलं ते! त्याच्या घरानं आणि त्यानं एक सामान्य बाई करून टाकलं आपल्याला. घर आणि ऑफिस दोन्हीकडे केवळ ओझी वहाणारी बाई झालो आपण. थकून गेलो दोन वर्षांतच सारं करताना आणि त्यात मूल होण्यासाठी त्याच्या आईनं चालवलेला हट्ट!

त्यांचं तसं काही चुकत नव्हतंच. सारा जन्म स्वयंपाकघरात घालवून वर्षावर्षाच्या अंतराने पाळणा हलवणारी पिढी होती ती. पण समीरला कळायला हवं होतं. त्यानं समजावायला हवं होतं आईला. आपण तसं म्हणालो त्याला, तर म्हणाला, 'आता ह्या वयात काय प्रबोधन करणार तिचं? तिला वाटतंय तर कर ना. आपल्याला नाही पटल्या काही गोष्टी, आला कंटाळा त्याचा तरी दुसऱ्याचं मन राखण्यासाठी करतोच ना आपण ते? तुझ्या बाबांची भारताच्या अर्थव्यवस्थेवरची बडबड ऐकतो ना मी भक्तिभावानं? त्यांना न दुखावता?'

चकित झालो होतो आपण त्या वाक्यानं. अर्थतज्ज्ञ होते आपले बाबा आणि त्याचा अभिमान होता आपल्याला. तसा तो समीरलाही आहे असं वाटायचं आपल्याला. पण त्या दिवशीचं त्यांचं ते बोलणं खोल जखम करून गेलं आपल्याला. आपल्याला इतरांची मनं सांभाळण्याचा सल्ला देणाऱ्या समीरनं आपल्या मनाचा विचार करणं सोडून दिल्याचं जाणवलं आणि मग तुटून पडलो होतो आपण त्याच्यावर.

'इतरांसाठी म्हणून काय काय करायचं ते सांग ना? स्वयंपाकघरात गाडून घ्यायचं स्वत:ला? उशिरा येणाऱ्या नवऱ्याची वाट पाहायची जेवणासाठी? मंगळागौर, हळदीकुंकू, मार्गशीर्षातले गुरुवार आणि ते कमी म्हणून हरतालिका, वटसावित्रीचा उपवास करून हिरवे चुडे भरून जमायचं एकत्र? आणि हे सगळं कशासाठी तर परंपरा आहे आपली म्हणून? मूल जन्माला घालणं कर्तव्य आहेच बाईचं! आणि काय काय करायचं असतं बाईनं? आणि काय काय नसतं करायचं पुरुषानं, सांग ना? ह्या अशा वातावरणात मूल नाही जन्माला घालणार मी. ह्या असल्या संस्कारांत त्याला वाढवून तुझ्यासारखा उद्दाम पुरुष करायचं नाही मला त्याला आणि मुलगी झालीच तर तिलाही नाही अडकवायचं ह्या असल्या चक्रात!'

त्या दिवशी प्रथमच हात उगारला होता समीरनं आपल्यावर. 'उद्दाम पुरुष' हे विशेषण झोंबलं होतं त्याला. त्यावेळी उलटा हात उगारून थोबडावंसं वाटलं होतं त्याला, पण त्याच्या पातळीवर उतरायचं नव्हतं आपल्याला. न रडता न चिडता फक्त पाहत राहिलो त्याच्याकडे तुच्छतेनं. त्यामुळे अधिकच चिडला तो. पण मग मात्र नाही घेतली माघार. जमेल तेव्हा जमेल तसा नोंदवत राहिलो आपण आपला निषेध आणि नकारही.

हळूहळू विस्कटतच गेलं सारं. लग्न झाल्यावर बायका तडजोड करतातच आणि नाहीच केली तरी धाकात ठेवता येतं त्यांना, असा समज होता समीरचा. पण आपल्या बाबतीत मात्र सारे समज चुकले त्याचे. दमछाक व्हायला लागली त्याची आपल्याला लगाम घालताना आणि आपलीही झालीच ते फेकून देताना.

शेवटी घटस्फोट मागितला आपण. हे टोक गाठू असं नव्हतं वाटलं त्याला. कोसळलाच तो. मग एकदम गरीब होऊन गेला. विनवण्या करायला लागला. खूप प्रेम आहे तुझ्यावर म्हणून सांगत राहिला तो आणि आपण मात्र 'हे तुझं प्रेम दिसतच नाही, जाणवतही नाही. ह्या न जाणवणाऱ्या प्रेमाच्या भरोशावर नाही जगता येणार मला माझे पंख मिटून,' म्हणून सांगितलं त्याला शेवटी आणि मोकळं केलं स्वत:ला.

पाच वर्षं झाली आता. त्याची आई मागे लागली आहे त्याच्या, दुसरं लग्न कर म्हणून. मागे एकदा भेटला होता तेव्हा सांगत होता तो. आपल्याशिवाय कोणावर प्रेम नाही करता येणार असंही म्हणाला होता. तसं आपलंही प्रेम होतंच की त्याच्यावर. अजूनही आहेच. पण प्रेम आणि संसार ह्या वेगवेगळ्या गोष्टी असतात. संसार जमतो कधी प्रेम नसतानाही आणि मोडतोही प्रेम असतानादेखील! प्रेम आणि संसाराचा समन्वय साधणारी किती जोडपी असतील जगात! ही इथे बसलेली सगळी कपल्स आज भान विसरली आहेत जगाचं. तेव्हा आपणही विसरायचोच. पण आज एकमेकांचं अंग झालेली ही जोडपी उद्या लग्नानंतर कोणत्या नात्याला सामोरं जातील? एकत्र राहतील अशीच शरीरमनानं की आपल्यासारखी एकएकटी होऊन जातील?

राधानं सुस्कारा सोडला. पंडितजींना विसरण्यासाठी आलो इथं. तर समीर आठवला. तो आठवत राहतोच असा केव्हाही. नवरा झाल्यावरचा समीर आजही नको वाटत असला तरी त्याचं आपल्यासाठी वेडं होणं, त्याचा आवेग, त्याच्याबरोबर जगलेले ते भरभरून सुख देणारे क्षण आजही कळ उठवतात काळजात! गेल्या वर्षी पुस्तक प्रकाशित झालं आपलं तेव्हा आला होता तो! त्यानं अभिनंदन करण्यासाठी हात मिळवला तेव्हा तसंच कुशीत शिरावंसं वाटलं होतं त्याच्या! दोन सेकंद झालेला तो स्पर्श पण सारा जीव उतरला होता त्यात समीरचा. जाता जाता म्हणाला, 'खूप मोठी झालीस तू राधा, मला सोडण्याचा हा एक मोठाच फायदा झाला तुला.' त्याच्या त्या शब्दांत कौतुक होतं की उपरोध, नाही कळलं गडबडीत, पण तरीही तो आला होता हेच फार वाटलं आपल्याला.

अलीकडे असा येतो अधूनमधून तो समोर, मग दिवस वाईटच जातो आपला. हवंहवंसं वाटत असताना नाकारतो आपण हे सुख, केवळ हट्टानं.

पंडितजींना एकदा बोललो होतो ह्याबद्दल आपण. तेव्हा गप्प झाले ते. काहीच बोलले नाहीत. पण पुढे कधीतरी दुसऱ्याच विषयाच्या संदर्भात बोलता बोलता म्हणाले होते, 'शरीराचा नको असलेला भाग कापून काढला एकदा की त्याच्याशिवाय जगायची सवय करावीच लागते माणसाला. उजवा हात गेला अपघातात तर डाव्या हातावर प्रेम करायला शिकायला हवंच आणि जर तो आपणहून गमावला असेल तर सत्य स्वीकारायला हवंच.'

पंडितजींना काय सुचवायचं होतं नेमकं? डाव्या हातावर प्रेम करतो आहोतच आपण. पण उजवा हात गेल्याची हळहळ राहणारच. त्याचा स्पर्श, त्याची एवढ्या वर्षांची सोबत कशी विसरता येईल? ज्या सुरांवर पंडितजींनी प्रेम केलं एवढ्या दिवस ते सूरच हरवले गळ्यातून त्यांच्या तर असं बोलू शकतील पंडितजी?

अंधारून आलं होतं आता. सूर्य केव्हाच निघून गेला होता तिच्या हातात काळोख सोपवून. राधा उठली. इच्छा नसली तरी शेवटी घरी जाणं भागच होतं.

कुलूप उघडताना दारात अडकवलेलं पाकिट पाहिलं तिनं. दार उघडून आत आल्याबरोबर तिनं उघडलं ते. पंडितजींची चिठ्ठी होती त्यात.

'येऊन गेलो. फोन तूच करायचास.'

केवळ पाच शब्द कोणत्याही मायन्याशिवाय. पुन्हा पुन्हा वाचले तिनं ते शब्द. किती अर्थ दडले होते त्यात, त्याच्या रचनेत आणि त्याच्या सुरातही! 'तू इतकी हट्टीपणे वागूनही मी तुझ्या दाराशी आलो. कमीपणा मी घेतला आहे. त्यामुळे फोन तूच करायचास. मी आवर्जून बोलावलं असतानाही हट्टानं आली नाहीस. तरीही मनात काही न ठेवता माझं समाजातलं स्थान विसरून मी तुझ्यापर्यंत आलो. आता मात्र तुलाच यावं लागेल आणि ह्यानंतर तुझ्या इच्छेचा प्रश्नच नाही. फोन करायचा ही सक्तीच तुझ्यावर! संबंध तोडायचे नाहीत पण ते पुन्हा बांधण्यासाठी पुढाकार तुलाच घ्यावा लागणार' वगैरे वगैरे.

आपल्या मनानं हजारो अर्थ काढले राधानं त्या पाच शब्दांचे! समजा नाही केला मी फोन तर? ते कधीच करणार नाहीत? त्यांना पुन्हा एकदा कमीपणा घेऊन नाही यावंसं वाटणार आपल्याकडे? नाही आले तेही तर मग हे असं नव्यानं उमलून आलेलं दोघांतलं नातं संपून जाईल का कायमचं? त्यांना चालेल ते? की आता अनुजासारखी मैत्रीण मिळाली आहे म्हणून मुद्दाम संपवण्याचा डाव आहे त्यांचा? आणि अतिशय धूर्तपणे खेळताहेत तो डाव पंडितजी. हे नातं संपलंच तर ह्यात दोष आपला असणार आहे. त्यांनी कमीपणा घेतला आहे. आता आपल्या बाजूनं काय उत्तर आहे हे महत्त्वाचं असणार आहे ह्या खेळात.

आपण अनुजाकडे का टाळलं जाण्याचं हे विचारावंसंही वाटलं नाही त्यांना?

की ते महत्त्वाचं नसेल त्यांच्या लेखी? त्यांनी बोलवायचं आणि आपण जायचं हेच तर केलं एवढे दिवस आपण. आपण बोलावल्यावर कधी आलेत पंडितजी? स्वत:च्या विश्वात, स्वत:च्या मोठेपणात मशगूल असतात ते नेहमीच. दुसऱ्याचे आनंद, दु:ख भावतात त्यांना. उपदेशही करायला आवडतो. पण स्वत:च्या भूमिकेतून पाहतात ते सगळ्या जगण्याकडेच. आपली कविता, आपले शब्द आवडतात त्यांना. पण तो आपल्यापर्यंत पोचण्याचा मार्ग असतो, मग हळूहळू ते गृहीत धरायला लागतात जवळ आलेल्या माणसांना. आपल्या बाबतीतही तेच तर केलं त्यांनी. ह्या नात्यासंबंधी त्यांना काय वाटतं ते सांगितलं आपल्याला पण आपल्याला काय वाटतं नेमकं हे विचारलंही नाही कधी. आपली मैत्रीही गृहीत धरली त्यांनी. समीरनं आपल्याला गृहीत धरलं होतं तसंच. सगळे पुरुष असेच असतात का? केवळ स्वत:चा विचार करणारे? रेवती म्हणते तसं पुरुषांनी सोबती असावं, मित्र असावं, प्रियकर असावं पण नवरा होऊ नये कधी. नवरा झाला की स्वामित्वाची भावना जागी होते की काय त्यांच्यातली? पंडितजी नवरा नाही झाले पण हक्क वाटायला लागला होता त्यांना त्या दिवसापासून. आता आपलीच आहे ही, जाते कुठे असं तर वाटत नसेल त्यांना? आपल्याशिवाय अनेक माणसांचा गोतावळा आहे त्यांचा. त्या गोतावळ्यालाही सांभाळायचं असणार, त्यांनाही, समीरसारखंच. मग आपला हट्ट का, त्यांनी फक्त आपलं असावं, आयुष्यभर आपल्यावरच प्रेम करावं असा? का आपण बांधून ठेवू पाहतोय सगळ्यांना त्यांच्या इच्छेविरुद्ध? माणसं करतात प्रेम आपल्यावर, आपल्या कवितेवरही पण म्हणून त्यांनी सारं जग विसरून आपल्या जगात यावं असा आग्रह का असतो आपला?

राधा पाहत राहिली हातातल्या त्या पत्राकडे. शेवटी कितीही वाटलं तरी आपल्याला शरण नाही येणार पंडितजी! आपण आवडत असलो तरी समीरही नाही आला शरण. कमीपणा तूच घ्यायचास हा आग्रह त्याचाही होताच. म्हणूनच त्याला ठोकरून आपण आपल्या जगात परतलो. आताही तेच करावं लागेल कदाचित. समीरशी नातं तोडताना जो त्रास झाला तेवढा नाही, तरी तसाच त्रास होईल आताही पण नाही लादायचं आपण स्वत:ला असं कोणावरही.

चिठ्ठी टेबलावर ठेवून ती सरळ बाथरूममध्ये गेली. गरम गरम पाण्याखाली न्हायली ती उकडत असतानाही. छान प्रसन्न वाटत होतं तिला. हलकं हलकं ओझं उतरल्यासारखं.

फ्रीजमधून कणिक काढून तिनं गरम गरम फुलके केले. जबरदस्त भूक लागली होती. सकाळची भाजी गरम करून तिनं ताट वाढलं स्वत:चं. चवीला

लोणच्याची फोड आणि पापडही शेकून घेतला.

ताट घेऊन बाहेर आली. रफीची कॅसेट लावली आणि बाल्कनीत खुर्ची टाकून बसली ती. तोंडात गरम गरम फुलक्याचा तुकडा आणि कानावर रफीचा बेफिकीर स्वर.

'जो मिल गया इसीको मुकद्दर समझ लिया
जो खो गया मैं उसको भुलाता चला गया
हर फिक्र को धुँवेमें उडाता चला गया
मैं जिंदगीका साथ निभाता चला गया'

पंडितजी खरंच हरवत चाललेत का आपल्या आयुष्यातून? की आपणच ठरवून हरवून टाकायचं ठरवलंय त्यांना?

मनात पुन्हा पुन्हा उठणाऱ्या प्रश्नांचा आवाज कमी करत बंदच केला तिनं आणि गाण्याचा आवाज वाढवत ती पाहत राहिली स्वच्छ चांदण्यांनी भरलेल्या आभाळाकडे एक एक घास तोंडात टाकत. आज जेवणही enjoy करायचं होतं तिला.

***

(*चतुरंग अन्वय*, दिवाळी २००५)

सुशांतचा सोळावा वाढदिवस

आज सुशांत सोळा वर्षांचा झाला. सकाळी सकाळी त्याला 'एक्स' मॉलमध्ये घेऊन गेले मी आणि आयुष्यातला अर्थात सुशांतच्याच, पहिला कंडोम घेऊन दिला. सुशांतनं सहज हातात घेतलं ते पाकीट. जणू हातात कॅडबरी दिली होती मी त्याच्या आणि खाईन मनाला वाटेल तेव्हा अशा आविर्भावात त्यानं ते खिशात ठेवलं.

घरी आल्यावरही फ्रीजमध्ये कॅडबरी टाकून तो जसा मोकळा व्हायचा अगदी तसाच ते पाकीट त्याच्या स्टडी टेबलच्या ड्रॉवरमध्ये टाकून तो मोकळा झाला.

अर्थात सुशांतला मी चांगली ओळखत असल्यामुळे असेल, त्याच्या ह्या एकूण प्रतिक्रियेचं मलाही विशेष काही वाटलं नाही.

सुशांतच्या बाबतीत अगदी पहिल्यापासूनच एक पारंपरिक आई किंवा पालक होणं मी टाळलं आहे. म्हणजे मुलांना प्रत्येक गोष्टीची किंमत कळायला हवी किंवा त्यांना जे जे हवं आहे ते ते देण्याचे दिवस आल्याशिवाय त्यांच्या हाती काही ठेवायचं नाही वगैरे टिपिकल विचार करून त्या त्या गोष्टीची वेळ निघून गेल्यावर उपकार केल्यासारख्या त्या गोष्टी त्यांच्या पदरात दान म्हणून टाकायच्या अशा प्रकारच्या पालकांच्या attitude च्या मी पूर्णपणे विरोधात होते. म्हणूनच सुशांतला थोडं कळायला लागल्यावर म्हणजे अगदी त्याच्या पहिल्या वाढदिवसाच्या दिवशीच मी त्याला 'एक्स' मॉलमध्ये घेऊन गेले. त्या वर्षीच उद्घाटन झालं होतं त्या मॉलचं. प्रथम एक फॅन्सी बाबागाडी विकत घेतली मी आणि सुशांतला त्यात बसवलं. त्यानंतर संपूर्ण मॉलमधून फिरवून आणलं त्याला आणि फिरता फिरता त्यानं ज्या ज्या गोष्टीकडे बोट दाखवलं ती ती गोष्ट मी त्याच्यासाठी खरेदी केली. अर्थात मला योग्य वाटली ती!

आपल्या मुलांच्या इच्छा मारायच्या नाहीत हे मी स्वत: लहान असतानाच ठरवलं होतं. इच्छा दाबल्या गेल्या की आपण किती हिंस्र होतो आणि मग पुढे जेव्हा जेव्हा संधी मिळेल तेव्हा तेव्हा सारंच कसं ओरबाडून घेतो हे मला

स्वत:च्या अनुभवावरून माहीत होतं.

एक वेगळी आई होताना मी आणखी एका गोष्टीची काळजी घेतली होती. ती म्हणजे मूल जन्माला आल्यापासून ते मोठं होईपर्यंत पालक आणि मुलात निर्माण होत जाणाऱ्या अंतरामुळे त्यांच्यामध्ये एक खोल दरी निर्माण होते. अशा प्रकारची दरी आपण आपल्यात व आपल्या मुलात निर्माण होऊ द्यायची नाही हे मी ठरवलं होतं. कारण अशा अंतरामुळे खोल दरी निर्माण झाल्यानं पलीकडच्या उंच कड्यावर उभ्या असलेल्या मुलाकडे ह्या बाजूच्या कड्यावर उभं राहून असहायपणे पाहत राहणाऱ्या पालकांची अवस्था आपल्या वाट्याला येणार नाही ह्याची दक्षताही मी मुद्दामहून घेत होते.

होतं काय! पालकांना वाटत असतं, मुलांनी आपल्या साच्यात तयार व्हावं, कारण ते स्वत: नेहमीच परफेक्ट व्यक्ती असतात. मग आपल्याला जर जी.ए. कुलकर्णी आवडत असले तर मुलांनीही त्यांचीच पुस्तकं वाचावीत. आपण आपल्या वाचनाची सुरुवात साने गुरुजींपासून केली असेल तर मुलांनीही करावी. आपल्याला भीमसेन ऐकायला आवडतात तर मुलांनीही ऐकावेत. नाहीतर कमीत कमी नाट्यसंगीतात तरी रस दाखववावा. एकूणच मुलांनी आपल्यासारखं व्हावं म्हणून मुलं जन्मल्यापासून त्यांची सामाजिक आणि सांस्कृतिक कोंडी करतात पालक. मुलांना कितीही वाटलं पहावेत मल्लिका शेरावतचे चित्रपट किंवा करावेत एखाद्या 'बिडी जलायकेऽऽऽसारख्या गाण्यावर 'द मोस्ट सेन्शुअस' डान्सेस तरी 'साहिब, बीबी और गुलाम'मधली मीनाकुमारीच कशी सर्वश्रेष्ठ अभिनेत्री आहे किंवा कथक आणि भरतनाट्यम्- सारखे भारतीय नृत्यप्रकारच किती श्रेष्ठ आहेत ह्याची कॅसेट वाजवत राहतात मुलांच्या कानाशी. एकीकडे, 'आकाशी झेप घे पाखरा' म्हणून अभिमानाने मुलांच्या उत्कर्षाची स्वप्नं पाहत राहतात आणि दुसरीकडे मणामणाच्या बेड्या पायात घालून जागेवरून हलू देत नाहीत आणि वर सुसंस्कृत भारत आणि आपली प्राचीन संस्कृती यांचा जागर घालतात तो वेगळाच!

माझ्या पालकांनी हे सगळंच केलं माझ्या बाबतीत. विशेषत: माझ्या आईनं! म्हणूनच सुशांतला आपला मुलगा बनवून आपली स्वप्नं त्याच्यावर लादण्यापेक्षा त्याला एक चांगला मित्र बनवायचं हे मी केव्हाच ठरवलं होतं. त्यामुळेच मला स्वत:ला वाचनाचा अजिबात नाद नसताना सुशांतनं जेव्हा पाचव्या वाढदिवसाला 'फेअरी टेलस्' चा अख्खा संच मागितला आणि पुढे सहाव्या, सातव्या, आठव्या, नवव्या, दहाव्या वगैरे वाढदिवसाला 'साने गुरुजी', 'फास्टर फेणे', 'हकलबरी फिन', 'डेव्हिड कॉपरफिल्ड', 'प्राईड ॲण्ड प्रेज्युडिस' अशी पुस्तकं मागितली तेव्हा मी आनंदानं आणून दिली त्याला. अकराव्या वाढदिवसाला 'आगाथा ख्रिस्ती' आणि

बाराव्या वाढदिवसाला चक्क कुमार गंधर्व, भीमसेन जोशी आणि सहगलच्या सी.डी. घेतल्या तेव्हा मी प्रचंड आश्चर्यचकित झाले होते. पण काहीही तक्रार न करता आनंदानं मी ह्या सगळ्यांसाठी माझ्या घराची दारं खुली केली.

प्रत्येक वाढदिवसाला सुशांत स्वत:च्या आवडीची एक तरी गोष्ट घेतोच. पण त्याआधी त्याच्या त्या त्या वयात त्याला नेमकी कशाची गरज आहे हे ओळखून मी प्रथम त्याच्यासाठी ती ती गोष्ट खरेदी करते. म्हणजे उदाहरणार्थ सुशांत पंधरा वर्षांचा झाला तेव्हा त्यानं कार्ल मार्क्सचं 'दास कॅपिटल' की काय ते विकत घेतलं होतं. तरीही मी मात्र त्याच्या त्या वयात शरीरात होणारे बाह्य व आंतरिक बदल लक्षात घेऊन पौगंडावस्थेतील मुलांचे प्रश्न, समस्या, भावना ह्यांचं विश्लेषण करणारी पुस्तकं त्याला भेट दिली होती. त्यात सेक्सविषयी माहिती होती. अगदी इंटरकोर्स कसा करावा ह्याचीही शास्त्रोक्त माहिती होती. अशी शास्त्रोक्त माहिती मिळाल्यावर समजा त्याला शास्त्रोक्त पद्धतीनं तो करावासा वाटला तर आजच्या ग्लोबल जगात एडस्‌सारखा ग्लोबल आजार सगळीकडे थैमान घालत असताना सुशांतजवळ कंडोम असणं अत्यंत गरजेचं आहे हे जाणूनच मी सुशांतच्या सोळाव्या वाढदिवसादिवशी त्याला कंडोमचं पाकीट भेट म्हणून दिलं.

आपली आई किती सुजाण आहे हे सुशांतला माहीत होतं. त्यामुळेच कोणताही प्रश्न उपस्थित न करता सुशांत बर्थडे गिफ्टस् स्वीकारतो. आजही त्यानं ते घेतलं आणि मग म्हणाला, "संध्याकाळी पुन्हा मॉलमध्ये येऊ माझ्या आवडीचं काहीतरी घ्यायला."

"ते तर तुला नेहमीच मिळालंय सुशांत आणि आजही मिळेल." मी हसत म्हणाले.

मी असं म्हटलं खरं पण थोड्याच वेळात मला वाटलं, असं बोलून आपण सुशांतला oblige तर करत नाही ना? कारण पालकांना आपण मुलांना काय काय देत असतो याची यादी वाचून दाखवायला बऱ्याचदा आवडतं. त्या बदल्यात मुलांनी त्यांच्यासाठी काय काय करायला हवं ह्याच्या सूचनाही ते अप्रत्यक्षपणे करत असतात. मला तर माझे आईबाबा त्यांनी माझ्यासाठी काय काय केलं आहे ह्याची नेहमी आठवण करून द्यायचे आणि त्याबदल्यात मी किती डिग्री अभ्यास करून रिर्टनस् भरायचे हेही सांगायचे.

ज्या काळात मला आजूबाजूच्या जगाचं प्रचंड आकर्षण वाटायचं त्या काळात दहावीच्या नावाखाली मला ते अभ्यासाच्या खोलीत कोंडून ठेवायचे. पुढे कॉलेजात गेल्यावर सुंदर केशरचना करून, फॅशनेबल वेषभूषा करून एखाद्या मॉडेलसारखं खळखळून हसत तर कधी क्लोजअप स्माईल देत एखाद्या मुलाच्या हृदयात स्थान

मिळवावंसं वाटायचं तेव्हा आई केसाला तेल चोपडून, दोन घट्ट वेण्या घालून, अंगभर सलवार कमीज घालायला लावून मला पाठवून द्यायची. 'सारी डे', 'ट्रॅडिशनल डे'सारख्या दिवसांत मुली आपल्या सौंदर्यस्थळांना नेमका आकार देत ब्युटिपार्लरमध्ये जाऊन आपल्या आकर्षक रूपानं मुलांना मोहित करायच्या त्या दिवसांत अशा गोष्टीवर अकारण वेळ फुकट घालवायचा नसतो म्हणून मला बारावीच्या अभ्यासात गळ्यापर्यंत बुडवलं जायचं. माझ्यासारख्या हुशार मुलीला 'दिसणं' महत्त्वाचं नाही. माझ्या बुद्धिमत्तेचं तेजच माझ्या चेहऱ्यावर दिसायला हवं असा माझ्या पालकांचा आग्रह असायचा; त्यामुळे वयात येताना अगदी आतून उमलून येणाऱ्या सुखद, रोमांचित करणाऱ्या भावनांना दाबून ठेवताना माझी प्रचंड घुसमट व्हायची. म्हणूनच सुशांत वयात येताना अशा प्रकारच्या घुसमटीतून त्यानं जाऊ नये ह्याची काळजी मी घेत होते. वयात येताना तो एखाद्या फुलासारखा फुलून यायला हवा, फुलपाखरासारखा भिरभिरायला हवा असं मला मनापासून वाटत होतं.

सुशांतबरोबर सेक्सविषयीही मी अत्यंत मोकळेपणानं बोलते. आई असूनही! आपल्याकडे आई मुलीशीही मोकळेपणानं बोलत नाही. मुलीला मासिकपाळीविषयी यथायोग्य माहिती देणं म्हणजेच आईमुलीच्या नात्यातला मोकळेपणा असं मानून ही आई स्वत:ला अत्यंत आधुनिक आई समजत असते. ह्या पलीकडे मुलीला जे कळायला हवं ते लग्नानंतर कळेलच असा भाबडा समज असतो तिचा. पण मुलाची नुसती हवा अंगावरून गेली तरी मुलीच्या सर्वांगात गोड शिरशिरी उठते हे ह्या आईला कोण सांगणार? पुढे जाऊन त्या मुलाला चोरटा स्पर्श करावा, जमलंच तर त्याला घट्ट मिठीत घ्यावं, ओठावर ओठ ठेवावेत इत्यादी इत्यादी काय काय वाटत असतं ह्या मुलीला हे आईच्या गावीही नसतं. अगदी स्वत: ह्या वयातून जाऊनही!

बाप तर आपण वयात येताना काय काय केलेलं असतं ते सोईस्करपणे विसरतो. अगदी काहीच नाही तर मोठमोठे स्तन असणाऱ्या बायकांची चित्रं काढून ती चित्रंच कुरवाळलेली असतात किंवा पुढे कॉलेजात गेल्यावर पोरींची मापं काढता काढता कधी डान्सबारमध्ये जाऊन पोरींच्या शरीराशी चाळे केलेले असतात. कॅबरे, ब्ल्यू फिल्म आणि काय काय पाहून काय काय भयानक केलेलं असतं. पण आता अचानक वाल्याचा वाल्मिकी झालेल्या ह्या बापाला वाटत असतं आपल्या मुलानं केवळ अभ्यास करावा. सीईटीत मार्क मिळवून इंजिनिअरिंग किंवा मेडिकलला जावं, जमलंच तर पुढे अमेरिकेत जाऊन पैसे कमवावेत. बाकीच्या गोष्टी काय पुढे करायच्याच असतात वगैरे वगैरे. त्यामुळे मुलगा वयात न येता डायरेक्ट डॉक्टर किंवा इंजिनिअर होणार अशा भ्रमात राहून तो अगदी आळीमिळी गुपचिळी ठेवून मुलाशी संवाद साधायचंच टाळतो.

मी मात्र ठरवलं होतं, मुलगा असो की मुलगी, आई म्हणून आपण मुलाच्या भावना समजून घेण्याचं हे महत्त्वाचं कर्तव्य करायचं. म्हणूनच सुशांतसाठी मी कंडोमचं पाकिट घेतलं तो क्षण माझ्याही आयुष्यातील एक नितांत सुंदर समाधानाचा, उत्सुकतेचा आणि कुतूहलाचा क्षण होता.

सुशांत तसा अतिशय समंजस मुलगा. अगदी जन्मापासून. कदाचित त्यानं हट्ट करण्याआधीच त्याच्या हातात प्रत्येक गोष्ट पडत असल्यामुळे असेल पण सुशांतनं कधी हट्ट केला नाही की आक्रस्ताळेपणा! उलट त्यानं नॉर्मल मुलांसारखं वागून घरात हैदोस घालावा, घराच्या भिंती रंगवाव्यात, पसारा करावा किंवा कोणाकडे पाहुणे म्हणून गेल्यावर त्यांचा नको जीव करावा असं मला नेहमी वाटायचं. पण सुशांतनं हे काहीच केलं नाही. आमचे नातेवाईक, मित्रमंडळी, साऱ्यांनाच त्याच्या ह्या समंजसपणाचं खूप कौतुक होतं. ह्या पोराला अभ्यास कर म्हणून कधी सांगावं लागत नाही. नाहीतर आमची पोरं! असं कोणी म्हटलं की मला अगदी भरून यायचं. पण मी वृथा अभिमानही बाळगायची नाही. कारण अत्यंत हुशार असलेली मुलं सिझोफ्रेनिक किंवा मानसिक आजाराची शिकार होऊ शकतात हे मी डॉक्टर असल्यामुळे मला माहीत होतं. त्यामुळे सुशांतनं अगदी नॉर्मल मुलांप्रमाणे सवडीनं अभ्यास करावा असं मला मनापासून वाटायचं. तसं मी त्याला सांगायचेही. सुशांत फक्त हसायचा असं काही बोललं की, अर्थात सुशांत अबोल असला तरी थंड, संवेदनारहित, भावनाशून्य वगैरे नव्हता. कधी कधी अचानक खूप बोलायचा तो. खूप वेगळं, कळायचं नाही मला बऱ्याचदा, पण छान वाटायचं. एकदा त्याच्या डायरीत कविताही पाहिल्या मी. इंग्रजी माध्यमात जात असून मराठीत लिहिल्या होत्या. मी विचारणार होते त्याला त्याबद्दल पण नाही विचारलं. त्याचं हे गुपित त्यानं स्वत:हून मला सांगावं असं वाटायचं. त्यानं त्याची छोटी छोटी गुपितं माझ्याबरोबर वाटून घ्यावीत असं माझं स्वप्न होतं. त्याची गुपितं माझ्याबरोबर वाटून घ्यावीशी वाटावीत त्याला अशी मैत्रीण व्हायचं होतं मला.

खरं तर मुलांना आपली गुपितं आपल्या आईबापाशी वाटून घ्यावीशी वाटतात. मलाही वाटायचं पण माझ्या आईनं नाही घेतलं काहीच वाटून माझ्याशी. मुलीचीही काही गुपितं असू शकतात, तिची काही स्वप्नं असू शकतात ह्याची कल्पनाच नव्हती तिला. मी आयुष्यात काय करायचं आणि ते कोणत्या वेळी करायचं, कसं करायचं हे सारंच ठरवलं होतं तिनं. हे करताना तिनं मला गृहीतच धरलं नव्हतं. मला काय करावंसं वाटत होतं हे तिच्या गावीही नव्हतं आणि जाणूनही घ्यायचं नव्हतं. मला अभिनेत्री व्हायचं होतं. मी दिसायला बरी होते आणि आईच्या

नकळत नकलाही छान करायचे. शेवटी आईला म्हणाले मी, मला अभिनेत्री व्हायचं आहे. पण आईनं ठरवलं होतं, मी डॉक्टरच व्हायचं. मग काय! झाले डॉक्टर. मेडिकल कॉलेजात असताना एक मुलगाही आवडला होता मला. पण आईनं मुलगा शोधला माझ्यासाठी, मी त्या मुलाच्या प्रेमात पडण्याआधीच आईला हवा तसा डॉक्टर नवरा तिनं शोधला माझ्यासाठी. माझ्या पसंतीचा विचार न करता लावलं लग्न त्याच्याशी. सगळं तिच्या मनाप्रमाणे झालं इथपर्यंत. पण मी तिच्या दहशतीखाली तिला हवं तसं वागत असले तरी सुशांतचे डॅड वागायला तयार नव्हते. तिची इच्छा होती सुशांतच्या डॅडनं आणि मी मुंबईतच प्रॅक्टीस करून पुढे स्वतःचं पॉलिक्लिनिक काढावं पण सुशांतच्या डॅडवर सामाजिक बांधिलकीचा वगैरे प्रचंड प्रभाव होता. त्यांनी सरळ खेड्यात जाण्याचा निर्णय घेतला. आई म्हणाली, ''काय हे भिकेचे डोहाळे? माणसानं पूर्णपणे प्रोफेशनल आणि प्रॅक्टिकल असावं!''

खरं तर मीही तशी प्रोफेशनल आणि प्रॅक्टिकल होते. खेड्यात जाणं वगैरे तर शक्यच नव्हतं मला. पण आईच्या इच्छेला सुशांतच्या डॅडनं आव्हान दिल्यामुळे मी सुशांतच्या डॅडवर प्रथमच प्रचंड खूश झाले. त्यांना खेड्यात जाण्यासाठी भरपूर प्रोत्साहन वगैरे दिलं. त्यामुळे सुशांतचे डॅड इतके खूश झाले की प्रपोज मॅरेज असतानाही ते माझ्यावर खूप प्रेम करू लागले आणि आईनं पसंत करून माझ्या गळ्यात बांधला असला तरी केवळ तोच आईला शह देऊ शकतो म्हणून मीही त्यांच्यावर खूप प्रेम करू लागले. खेड्यात तशी मी अजिबात आनंदात नसले तरी माझ्या आयुष्यावर पडलेली आईच्या दहशतीची सावली कायमची गेल्यानं मी सुखात होते. तिथंच आमच्या एकमेकांवरील खूप खूप प्रेमातून सुशांतचा जन्म झाला.

आजच्या ग्लोबल जगात काय चाललं आहे हे कळण्याचा सुशांतला पूर्ण अधिकार आहे आणि जग हे एक 'ग्लोबल व्हिलेज' झालं असलं तरी खेड्यात राहून सुशांतला ह्या 'ग्लोबल व्हिलेज'पासून तोडू नये ह्या भावनेनं तान्ह्या सुशांतला पाठीशी टाकून मी ताबडतोब शहराकडे कूच केलं. शहरातल्या आमच्या बंद घरात मग आम्ही दोघं आणि सुशांतला सांभाळणारी बाई असे तिघं राहू लागलो. वीकएन्डला मी सुशांतच्या डॅडकडे किंवा सुशांतचे डॅड माझ्याकडे येत राहिलो.

आई म्हणाली, ''नवराबायकोनं आयुष्यभर असं लांब रहाणं बरं नाही.'' मी म्हटलं, ''आम्ही एकमेकांना स्पेस देत एकमेकांवर प्रेम करू. एकमेकांना बांधून ठेवून प्रेम करता येत नाही.''

तर आई खूप संतापली. पण लांब राहिल्यानं माझ्यातलं व सुशांतच्या

डॅडमधलं प्रेम आणखीनच वाढलं. सुशांतच्या डॅडवर प्रेम करायला लागल्यापासून मी धीट झाले. त्यामुळे जेव्हा जेव्हा संधी मिळेल तेव्हा तेव्हा माझ्या मनात कोंडलेल्या आईवरच्या रागाला मी वाट मोकळी करून देते. सुशांतच्या डॅडना ते कधी कधी आवडत नाही. अलीकडे सुशांतलाही आवडत नाही पण ते दोघेही मला समजून घेतात. विशेषतः माझ्या मनात धुमसणाऱ्या ज्वालामुखीचं मूळ त्यांना माहीत असल्यानं ते माझा हा प्रक्षोभ सहनही करतात.

असो, तर पुढे सुशांतच्या मनात असे दबलेले ज्वालामुखी धुमसत राहू नयेत म्हणून एक आगळीवेगळी आई होण्याचा मी पूर्णपणे प्रयत्न करत असते.

सुशांतच्या सोळाव्या वाढदिवशी माझ्या सर्व मित्रमैत्रिणींना फोन करून मी संध्याकाळच्या पार्टीचं आमंत्रण दिलं आणि मग सुशांतला म्हटलं, ''तूही सांग तुझ्या मित्रमैत्रिणींना, तर सुशांत म्हणाला, ''आज पार्टी नकोच करू या आणि मॉलमध्येही नको जाऊ या.''

''का?'' मी आश्चर्यानं विचारलं.

तर तो म्हणाला, ''कंटाळा आलाय.''

मी हसून म्हटलं, ''मॉलचा कधी कंटाळा येतो का सुशांत? अरे किती गर्दी असते तिथं. आजूबाजूला रंगीत, फ्रेश चेहऱ्याची माणसं फिरत असतात आपल्या. खरेदी करण्याच्या त्यांच्या उत्साहात आपणही उत्साहानं सामील होऊ शकतो. कितीही डिप्रेस वाटलं तरी तिथं मन रमून जातं. नुसता फेरफटका मारला मॉलमध्ये तरी एकटेपणा, नैराश्य सारं चुटकीसरशी नाहीसं होतं.''

''गेली पंधरा वर्षं वाढदिवसाच्या दिवशी आणि इतरही दिवशी तीच ती गर्दी, तेच ते रंगीत आयुष्य पाहून कंटाळलो आहे मी आई.''

''पण सकाळी तर म्हणालास, संध्याकाळी पुन्हा जाऊ म्हणून. तुझ्या आवडीचं काही घ्यायचं आहे ना तुला?''

''हो, पण माझ्या आवडीचं आता काही मिळणार नाही तिथं. म्हणून बेत बदललाय मी माझा.''

''काय हवंय तुला?''

''तुला नाही समजायचं ते.''

''का?'' मला थोडंसं वाईट वाटलं. मला न समजण्यासारखं काय हवंय ह्याला नेमकं?

सुशांत काहीच बोलला नाही. मग मी म्हटलं, ''तुझ्या आवडीचं कुठं मिळेल तुला?''

''माहीत नाही.''

"मग नको जाऊ कुठं. घरीच राहा."

"नाही. मी आता मित्राकडे जाणार आहे."

"आत्ता?"

"हो, आत्ता."

"त्यांना हॉटेलात ट्रीट देणार आहेस का?"

"नाही."

"मग?"

"असंच"

"अरे, पण आता घरी पार्टी आहे. थोड्या वेळानं तुझे डॅडही येतील. केकची ऑर्डर दिली आहे मी. सोळा फुलपाखरं काढायला सांगितली आहेत मी," मी उत्साहात म्हटलं.

"प्लीज आई Don't impose your plans on me."

शॉकच बसला मला क्षणभर. पहात राहिले मी सुशांतकडे. मी लादते माझे प्लॅनस् त्याच्यावर? माझ्या आईनं जे केलं ते माझ्या हातून कधीही होऊ नये म्हणून सतत प्रयत्नशील राहिले मी. अगदी आठवणीनं त्याला काय आवडेल ह्याचाच विचार करत ते ते देत राहिले मी त्याला आणि आता हा म्हणतो, 'तुझे प्लॅनस् माझ्यावर लादू नकोस म्हणून.'

रडणारच होते मी. पण सावरलं स्वत:ला. रडून मुलाला इमोनशल ब्लॅकमेल करायचं नव्हतं मला. तशी आई व्हायचंही नव्हतं. मी म्हटलं, "ठीक आहे तू म्हणतोस तर जाऊन येऊ तुझ्या मित्राकडे. मी काढते गाडी. भेट त्याला. मग तुला हवं तेव्हा परत येऊ आपण."

"मी एकटाच जाणार आहे."

"पण का?"

"आई, सोळा वर्षांचा झालोय मी आता. Please leave me alone."

हा दुसरा धक्का! 'लीव्ह मी अलोन' म्हणजे त्याची स्पेस नाकारते आहे की काय मी त्याला? कधी सोडलं नाही त्याला एकट्याला. कधी ढवळाढवळ केली मी त्याच्या आयुष्यात. त्याचा अभ्यास असो की आणखी काही, कधी नाक खुपसलं नाही इतर आयांसारखं. त्याला गुलाम अली ऐकायचा होता, दिला ऐकून. कोण तो डोस्टोव्हस्की की कोण वाचायचा होता, दिला वाचून. प्रायोगिक नाटकं पाहायची होती, दिली पाहून. आर्ट फिल्म पाहायच्या होत्या, दिल्या आणून सीडीज. नव्वद टक्के मार्क मिळवूनही आर्टस्‌ला जायचं होतं, दिलं जाऊन. दिवसभर कॉम्प्युटरसमोर बसून असतो अभ्यासासाठी की आर्कुटवरच्या मित्रांशी

चॅटिंग करण्यासाठी, तेही कधी पाहिलं नाही आणि हा म्हणतो 'लीव्ह मी अलोन!'

पुन्हा सावरलं स्वत:ला. म्हटलं, ''ठीक आहे जा एकटा पण कोणाकडे जातोस, कधी येणार, का जातोस ते तरी सांगशील का?''

तर सरळ म्हणाला, ''सॉरी आई. आजचा दिवस मी मला हवा तसा जगणार आहे. आयुष्यात प्रथमच नेहमीच्या बर्थडे पार्टीपेक्षा वेगळा. ओ.के.''

मग मीही शांतपणे म्हटलं, ''ओ.के.''

एकामागून एक धक्के दिले सुशांतनं मला. पण मीही ठरवलं, अजिबात डिस्टर्ब व्हायचं नाही.

तर प्रथमच सुशांतच्या वाढदिवशी सुशांत बाहेर आणि मी घरात होते.

संध्याकाळी सुशांतचे डॅड आले आणि सुशांत घरात नाही हे पाहून मूडच गेला त्यांचा. ''सुशांतसाठी आलो मी खास आणि हे काय भलतंच त्याचं?'' वगैरे वगैरे.

मी हसून म्हटलं, ''विनय असा डिस्टर्ब होऊ नकोस. मी झाले का? सुशांत आता सोळा वर्षांचा झाला. त्याला आता मित्रासारखा वागवायला हवा.''

''म्हणजे हवं ते करून द्यायचं का?''

''हो. मित्राला आपण सांगतो का तू हेच कर आणि तेच कर म्हणून? आणि सांगितलं समजा आणि त्याला नाही पटलं तर गप्प बसतो. मित्राला जास्तीत जास्त सुचवण्याचं काम करायचं. त्याला पटलं तर ठीक, नाही पटलं तरीही ठीक. अशानं चांगले संबंध राहतात. हेल्दी रिलेशनशिप तयार होते.''

खरं सांगू, माझा हेल्दी रिलेशनशिपवर खूप विश्वास आहे. मी ती प्रत्येकाबरोबर ठेवण्याचा प्रयत्न करते. माझी आई सोडून जगात प्रत्येकाबरोबर मी ती ठेवली आहे. अगदी मॉल्समधल्या सेल्समन, सेल्सगर्ल्सबरोबर सुद्धा! माझ्या पेशंटशी आणि कामवाल्या बाईशीही मी प्रेमानं वागते. त्यांच्या जगण्यात रस दाखवते. अनाठायी ढवळाढवळ करत नाही त्यांच्या आयुष्यात, पण मागितलाच तर सल्ला देते. अर्थात अशी हेल्दी रिलेशनशिप जपण्यासाठी सदा सर्वकाळ हसून साजरं करणंही खूप थकवणारं असतं. कधी कधी त्रासही होतो त्याचा. म्हणजे उदाहरणार्थ, मनात प्रचंड लाव्हा उसळत असतानाही हसावं लागतं. कधी आतून हिंस्र झालेले असते मी आणि बाहेर मात्र प्रसन्न चेहरा ठेवून वावरावं लागतं. अर्थात जमवते मी सगळं. सुशांतच्या डॅडना खूप कौतुक वाटतं याचं. पण स्वत:ला मात्र नाही जमत माझ्यासारखं कायम प्रसन्न राहायला. त्यांचे सारे राग लोभ ते परिस्थिती-काळ-

वेळ-जागा काहीही लक्षात न घेता व्यक्त करतात.

आताही ते खूप चिडलेत. पण मी मात्र मंद हसत तेवत राहिले प्रकाश देणाऱ्या दिव्यासारखी.

पार्टीला बोलावलेल्या सर्वांनाच धक्का बसला सुशांत नाही हे पाहून. पण मी त्यांना म्हटलं, "आज सुशांतनं सगळ्यांनाच एक सरप्राईज दिलं आहे. 'बर्थ डे बॉय' शिवाय बर्थ डे साजरा होतच नाही कधी ही आख्यायिका मोडीत काढायची आहे त्याला. तो म्हणतो, 'मी जन्मल्याचा आनंद मी साजरा करण्यापेक्षा माझ्या जन्मामुळे ज्यांना आनंद झाला त्यांनी तो आनंदाचा दिवस सेलिब्रेट करणं जास्त योग्य आहे.' म्हणून आज पुत्रप्राप्तीच्या आनंदाला सोळा वर्षं पूर्ण झाल्याप्रीत्यर्थ मी आणि सुशांतचे डॅड दोघं मिळून केक कापणार आहोत."

माझ्या ह्या हजरजबाबीपणावर सुशांतचे डॅड इतके खुश झाले की केक कापण्याआधीच त्यांनी चक्क माझ्या गालाचा मुका घेऊन "वॉव! तू खरंच ग्रेट आहेस," असं म्हटलं आणि मग सगळ्यांना उद्देशून म्हणाले, Come on. let us celebrate the moment of our fulfilment."

पार्टीला आलेल्या लोकांना तर ही कल्पना एवढी आवडली की त्यांनी एकमुखानं सांगितलं, "काय ग्रेट आयडिया आहे! आम्हीही यापुढे आमच्या आनंदाचा अत्युच्च क्षण असाच साजरा करू."

तर सुशांतच्या वाढदिवसाची पार्टी सुशांतशिवाय पार पाडली आम्ही. मी तर चक्क नेहमीपेक्षा जास्तच आनंदात होते. खरं तर पार्टीला आलेले सारेच नेहमीपेक्षा जास्त आनंदात होते. केक तोंडात सहज विरघळला आणि त्याबरोबर सुशांतच्या जन्माचा आनंदही!

रात्री घर रिकामं झाल्यावर सुशांतच्या डॅडनं सोळा वर्षं नऊ महिने, नऊ दिवस आधीच्या रात्रीची आठवण व्हावी एवढ्या तन्मयतेनं, आनंदानं, आवडीनं आणि उत्साहानं संभोग केला. मुलगा सोळा वर्षांचा झाल्यावरही आपण हा आनंद तेवढ्याच उत्कंठेनं घेऊ शकतो ह्या कल्पनेनं मी आणखीनच मोहरले.

पण थोड्याच वेळात सुशांत अजूनही घरी परतला नाही याची आठवण झाल्यानंतर आनंदानंतरही दुःख येतंच किंवा समाधानानंतरही चिंता दाटून राहतेच याचा मला नव्यानं प्रत्यय आला.

रात्री शेवटच्या गाडीनं तरी सुशांत परतेल किंवा मध्यरात्री एखादी टॅक्सी किंवा रिक्षा करून तो घरी येईल असं वाटलं होतं. पण तो शेवटच्या गाडीनं किंवा टॅक्सीनं किंवा रिक्षानंही परतला नाही. त्यामुळे हव्याशा सुखानंतर नकोशा काळजीत रात्र संपली.

पहाटे पहिल्या गाडीनं किंवा टॅक्सीनं किंवा रिक्षानं सुशांत परत येईल असं वाटलं होतं पण सुशांत आला नाही. मग मात्र त्याच्या स्पेसमध्ये (जी मी त्याला दिली होती) शिरून थोडी ढवळाढवळ करणं भाग पडलं आम्हाला. त्याच्या वाढदिवसादिवशी त्याला एकट्यालाच राहायचं होतं हे माहीत असल्यानं एवढा वेळ मी त्याच्याशी संपर्क केला नव्हता. पण आता वाढदिवसाचा दिवस संपल्यामुळे त्याला आता त्याच्या अवकाशातून आमच्या अवकाशात आणणं भाग पडलं. मी त्याच्या मोबाईलवर त्याच्याशी संपर्क करण्याचा प्रयत्न केला पण तो बंद होता.

आता मात्र मी प्रचंड काळजीत पडले. कुठे गेला असेल सुशांत? कोणत्या मित्राकडे? त्या मित्राचं नाव काय? कुठे राहतो तो? जवळपासच की दूर? जाताना चालत गेला, बसनं गेला, ट्रेननं गेला की रिक्षा किंवा टॅक्सीनं गेला? चालत असताना रस्त्यातील कोणत्या वाहनानं त्याला उडवलं तर नाही? किंवा ज्या कोणत्या वाहनानं गेला त्या वाहनाला अपघात तर झाला नाही ना? मित्राच्या घरी तो पोचला असेल का? नसेल तर कुठे गेला असेल? वाटेत कोणी गुंड किंवा चोर तर भेटले नसतील ना? किंवा मित्र राहत असेल त्या वाटेवर रेड लाईट एरिया किंवा एखादा डान्सबार तर नसेल ना? तिथं कुणा बाईच्या जाळ्यात माझा कोवळा पोरगा सापडला तर नसेल? आणि तिनं त्याला कंडोमशिवाय संभोग करायला लावून 'वेलकम टू एडस् सोसायटी' म्हणून 'गुड बाय' तर केलं नसेल ना? कदाचित त्यामुळे निराश होऊन सुशांतनं आत्महत्या तर केली नसेल ना?

माझ्या काळजात धस्सऽऽ झालं एकदम. पण मग मी स्वत:ला समजावलं. सुशांत कदाचित कुठंच गेला नसेल. रात्री त्याच्याकडे असलेल्या चावीनं दार उघडून कदाचित त्याच्या खोलीतच झोपला असेल. तिथे नसेल तर घरातच कुठेतरी असेल तो.

मी घराचा कानाकोपरा शोधून काढला. अगदी त्याच्या पलंगाखालीही पाहिलं. मग त्याचा ड्रॉवर उघडून पाहिला तर त्यात कंडोमचं पाकीट नव्हतं.

म्हणजे कंडोम घेऊन तो मित्राकडे गेला की काय? आणि गेला असेल तर मला का नाही सांगितलं? मी दिलेलं गिफ्ट त्याला एवढं आवडलं असेल आणि आजच ते वापरायचं होतं तर मला त्यानं कमीत कमी सांगायला काय हरकत होती? तेवढा मोकळेपणा आमच्यात असताना त्यानं माझ्यापासून हे लपवून ठेवलं. आपल्या मुलात आणि आपल्यात मैत्रीचं नातं असावं म्हणून गेली सोळा वर्षं मी प्रयत्न करते आहे आणि तरी सुशांत असा वागला?

मला एकदम करुण वाटायला लागलं. स्वत:विषयी स्वत:च्या वागण्याविषयी शंकाकुशंका यायला लागल्या मनात. सुशांतला वाढवताना आपलं काहीतरी नक्कीच चुकलं असणार ह्या विचारानंच अचानक अपराधी वाटू लागलं. ह्या

अशाच अपराधी वाटण्यामुळे असेल पण कशातच लक्ष लागेना. सुशांतच्या डॅडसाठी केलेलं गरम गरम थालीपीठ करपूनच गेलं. नशीब सुशांतचे डॅड चिडले नाहीत. कदाचित त्यांचंही लक्ष नसावं खाण्यापिण्याकडे. त्यांच्या मनातही माझ्या मनात उठणाऱ्या प्रश्नांसारखे किंवा थोडे निराळे प्रश्न भरून आले असतील. तेही माझ्यासारखेच करुण झाले असतील.

त्यांनी माझ्याकडे पाहिलं. मी त्यांच्याकडे पाहिलं. करपलेलं थालीपीठ खात खात आम्ही एकमेकांकडे पाहिलं. चेहरा अधिकाधिक चिंताग्रस्त झाला दोघांचाही. मग दोघंही काळजीत पडलो. काळजीत पडता पडताच स्वत:ची आणि घरातली कामं उरकत राहिलो. म्हणजे उदाहरणार्थ, वर्तमान पत्र वाचणं, अंघोळ करणं, अंथरुण काढणं, दूध गरम करणं, वरण भाताचा कुकर लावणं, बाई आल्यावर तिला घरातल्या कामाच्या सूचना देणं, कचरेवाला आल्यावर त्याला कचरा देणं वगैरे वगैरे हे सारं करताना माझी नजर शून्यात लागलेली होती. कचरेवाल्याला कचरा देतानाही ती तशीच होती. नेहमीप्रमाणे बाहेर डबा ठेवून दार बंद न करता मी आमच्या कचऱ्याकडे आणि त्यानं आणलेल्या कचऱ्याकडे पाहात होते. तसं पाहताना माझा उद्देश काहीच नव्हता. तरीही माझ्या लक्षात आलं की आमच्या कचऱ्याचा डबा इतर कचऱ्यात रिकामा करताना सगळ्या कचऱ्याबरोबर सुशांतला दिलेलं कंडोमचं नवं कोरं पाकिटही खाली पडलं.

कचरेवाला शेजारच्यांचा कचऱ्याचा डबा उचलून रिकामा करत असताना मी आत न येता एकटक त्या पाकिटाकडे पाहत राहिले. हळूहळू ते पाकीट दिसेनासं झालं कचऱ्याच्या ढिगाऱ्यात. मग कचरेवालाही निघून गेला तरी मी तशीच उभी राहिले शून्यात पाहत. मला वाटलं, माझा गळा भरून येतोय हळूहळू. काय अर्थ लावायचा ह्याचा? सुशांतला मी दिलेलं गिफ्ट आवडलं नाही की काय? त्यानं ते चक्क कचऱ्यात फेकून दिलं? म्हणजे कालपासून तो बाहेर गेला आहे तो कंडोमचं पाकीट न घेताच? समजा, त्यानं हा अनुभव घेतला असेल तर कंडोम न वापरता कसा काय घेतला? की त्याचा तसा काही हेतूच नव्हता? मग सुशांत मित्राकडे कशासाठी गेला? आणि तोही संपूर्ण रात्र तिथे कशासाठी राहिला?

मी पुन्हा मोबाईलचा नंबर फिरवला. पुन्हा तेच उत्तर आलं. मोबाईल बंद करून सुशांतनं आपल्याशी संपर्क का तोडला? ह्या प्रश्नानं मी अतिशय अस्वस्थ झाले. अशा परिस्थितीत आई जे करते तेच मी केलं. फक्त काळजी करत राहिले. सगळ्या शक्यता मनातल्या मनात पडताळून पाहू लागले. सुशांतचे डॅडही काळजी करत होते. एकमेकांशी काहीही न बोलता आम्ही जोडीनं काळजी करत बसलो. जोडीनं काळजी केली की ती कमी होते की वाढते? आम्हाला काहीच

ठरवता येईना. मग आम्ही पुन्हा एकएकटे काळजी करायला लागलो. काळजी करत करतच बाईनं केलेला स्वयंपाक पोटात ढकलला.

दुपार उलटली. चार वाजले. सुशांत घरातून बाहेर गेलेल्याला आता बरोबर चोवीस तास झाले. आमच्या काळजीला आता पारावार राहिला नाही. काळजीच्या कड्यावर उभं राहून शक्यतांच्या खोल दरीत डोकावणं आणि मग गरगरून जाणं किती भयावह असतं ह्याचा अनुभव घेणंही असह्य होऊ लागलं तसे सुशांतचे डॅड उठले. त्यांनी शर्ट चढवला. पोलिसात कम्प्लेट करायला हवी म्हणत ते घराच्या बाहेर पडले तेव्हा माझ्या हृदयाची धडधड वाढली होती.

धडधडत्या हृदयानं मी टी.व्ही. लावला. सगळे न्यूज चॅनल्स् पटापट बदलून पाहिले. कुठेही अपघाताविषयी ब्रेकिंग न्यूज नव्हती. मला हायसं वाटलं. पण धडधड आणखी वाढली. हृदयाच्या ठोक्यांचा आवाज जोरात यायला लागला आणि त्याबरोबर बेलचाही.

धडधडत्या हृदयानं मी उठले. दार उघडलं. समोर सुशांतचे डॅड आणि त्यांच्या सोबत सुशांत उभे होते.

सुशांतला पाहाताच हृदयात चाललेली धडधड साऱ्या शरीरात पसरली. पण मी धीर सोडला नाही, मटकन खाली बसले नाही, चिडले नाही की सुशांत कुठं होतास रे राजाऽऽ म्हणत हंबरडाही फोडला नाही. मी फक्त त्याला आत घेतलं.

सुशांतच्या डॅडचा चेहरा मात्र रागानं लाल झाला होता. त्या रागामुळे तो फाटून आतल्या रक्ताच्या चिळकांड्या उडतील की काय असं वाटल्यानं मी त्यांना डोळ्यांनीच समजावलं. सुशांतला समजावणीच्या सुरात आम्ही चिंता करत असल्याचं सांगितलं. तेव्हा तो म्हणाला, "सहाजिकच आहे. मी फोनही केला नाही आणि मोबाईलही बंद ठेवला."

"पण का?" मी शांतपणे विचारलं.

"चोवीस तासांचा एक अख्खा दिवस फक्त माझा स्वत:चा असावा म्हणून."

खरं तर त्याला 'कुठं गेला होतास' म्हणून विचारायचं होतं. पण मी संयम ठेवला. त्याला त्याच्या मनासारखा केवळ एक दिवस काढायचा असताना हजारो प्रश्न विचारून त्याच्या आयुष्यात अकारण ढवळाढवळ केली तर तो आपल्याला टिपिकल आई समजेल. सोळा वर्षांनंतर त्याला असं वाटलं तर आपला चांगली आई होण्याचा प्रयत्न वाया जाईल ह्याची जाणीव मला होती. म्हणूनच पुढे काहीही न विचारता मी त्याला चहा घेणार का म्हणून विचारलं.

तर सुशांत म्हणाला, "मी फार दमलो आहे. मला विश्रांतीची गरज आहे. रात्री जेवणारही नाही."

ह्यावरही मी म्हटलं ''ठीक आहे.''

सुशांत त्याच्या खोलीत गेला तेव्हा सुशांतच्या डॅडचा पारा भयानक वर चढला होता. पण मी हसले. त्यांना म्हटलं सुशांत आता मोठा झाला आहे. आपण समजून घ्यायला हवं. इत्यादी इत्यादी.

सुशांतच्या डॅडना मला सहज समजावता येतं आणि त्याचं सुशांतच्या डॅडना खूप कौतुकही वाटतं.

सुशांतचे डॅड मग त्यांच्या सामाजिक बांधिलकीसाठी पुन्हा एकदा गावाकडच्या दवाखान्यात परतले. ते जाताना सुशांत नेहमीप्रमाणे त्यांना गुड बाय म्हणायला आला नाही. सुशांतचे डॅड किंचित नर्व्हस झाल्याचं मला जाणवलं. पण मी ते त्यांना दाखवलं नाही. उलट नेहमीप्रमाणे आनंदानं निरोप दिला. कधी कधी आपल्याला काहीच समजत नाही असं दाखवणं फायद्याचं ठरतं. म्हणजे कोणतीही चांगली अथवा वाईट प्रतिक्रिया देण्याची नामुष्की टळते. माझ्या आईच्या सान्निध्यात राहून मी हे शिकले. आईच्या हुकूमशाही विरोधात झालेली माझी चिडचिड मी व्यक्त केली की आई विजेसारखी कडाडायची माझ्यावर. त्यामुळे आणखीनच त्रास व्हायचा. पण हळूहळू बाबांकडून मी चेहरा निर्विकार कसा ठेवायचा ते शिकले. आईचं बोलणं हे विधानार्थी आणि बऱ्याचदा आज्ञार्थी असायचं. अशा वेळी चेहरा निर्विकार करून आणि मनही निर्विकार करून राहिल्याने पुढे मला त्याचा फारच उपयोग झाला.

सुशांतचे डॅड गेल्यावर मीही निवांत तयारीला लागले. मलाही माझ्या दवाखान्यात जायचं होतं. निघता निघता मी सहज सुशांतच्या खोलीत डोकावले तर सुशांत अजूनही पलंगावर झोपलेला होता. खरं तर ही वेळ सुशांतच्या अभ्यासाची वेळ होती. काल चार वाजता आल्यानंतर सुशांत त्याच्या खोलीत गेला होता. त्यानंतर तो अजून बाहेर आला नव्हता. खरं तर तो आत नेमकं काय करतो आहे हे जाणून घेण्याची माझी इच्छा होती. पण त्यानं दार बंद करून घेतलं होतं. जेवणार नव्हताच तो त्यामुळे मीही माझी उत्सुकता दाबून ठेवली होती. पण सकाळीही दार बंदच होतं, सुशांतचे डॅड गेले तेव्हाही दार बंद होतं. आता मात्र दार उघडलेलं होतं. पण सुशांत अजूनही बेडवर पालथा निजला होता.

माझा श्वास क्षणभर थांबला. पुन्हा एकदा सुशांतची काळजी वाटायला लागली. काय झालं असेल बरं माझ्या पोराला? असा सूर हरवल्यासारखा का वागतो आहे हा? सोळा वर्षांचा होईपर्यंत अत्यंत नॉर्मल असलेला हा मुलगा असा अचानक कोणत्या अनोळखी जगात हरवून गेला? त्यानं त्याचं मन मोकळं करायला हवं. नाहीतर घुसमट होईल त्याची. त्यातून कदाचित हिंस्र होईल तो आणि पुढे कदाचित सिझोफ्रेनिक वगैरे झाला तर?

जिवाचा अगदी थरकाप झाला ह्या विचारानं.

का माझा पोर असा अचानक अबोल झालाय? का असा अचानक मुलाला न समजून घेणारी पारंपरिक आई समजायला लागलाय तो मला? मी त्याच्या वाढदिवसाला दिलेलं गिफ्ट आवडलं नाही का त्याला? नसणारच आवडलं. नाहीतर कचऱ्याच्या डब्यात नसतं फेकून दिलं त्यानं ते. त्याला विचारायला हवं त्याच्या ह्या अशा वागण्याचं कारण. हे कोडं सोडवायलाच हवं आता.

दवाखान्यात जाण्याआधीच मग मी सुशांतच्या खोलीत गेले. त्याच्या शेजारी बसले. पालथा पडला होता तो पलंगावर. त्याच्या केसांतून हात फिरवत हळूहळू जाग केलं मी त्याला. तरीही जागा नाही झाला. जागा झाला तरी डोळे नाही उघडले त्यानं. मी संयम सोडला नाही अजिबात. मग शेवटी झाला एकदाचा जागा.

मी विचारलं, ''सुशांत काय झालंय बाळ तुला? कसला त्रास होतोय? मला नाही का सांगणार?''

''काहीच नाही आई.'' सुशांत उठून म्हणाला.

''काल आल्यापासून अस्वस्थ आहेस.''

''तुला कसं कळलं.''

''आई आहे मी तुझी,'' थोडं अभिमानानं म्हटलं मी.

''असं सगळंच नाही कळत कधी. आई असली म्हणून काय झालं आणि मी तर आलोही नाही तुझ्यासमोर कालपासून.''

''तरीही कळलं,'' मी थोडी दुखावून म्हणाले.

''तुला वाटतं तसं काही नाही.''

''मग गप्प का आहेस?''

''बोलतोय की तुझ्याशी.''

''हे बोलणं नेहमीसारखं नाही राजा.''

''नेहमीसारखं म्हणजे कसं?''

''नेहमी कसा स्वत:हून बोलतोस कोणत्याही प्रश्नाशिवाय उत्तरं दिल्यासारखा बोलतोस. अगदी फुलून आलेल्या फुलागत प्रफुल्ल दिसतोस, अगदी आतून ओसंडून वाहिल्यासारखं होतं तुझं.''

''नेहमी कशाला ओसंडून वहायला हवं? आणि रोज फुलायलाही हवं असंही काही नाही. रहावं की एखाद्या दिवशी मुग्ध कळीसारखं.''

किती छान बोलतो हा पोरगा! अगदी खऱ्याखुऱ्या कवीसारखाच. मलाही आवडतं असं कवीसारखं छान बोलायला. मी म्हटलं, ''अरे पण तुझी कळी मात्र मुग्ध नाही वाटत. पार कोमेजलीय ती आणि पाणीही संपल्यासारखं झालंय. ओसंडतच नाही.''

छे! नाही जमत खऱ्याखऱ्या कवीसारखं. अगदी वाट लावली आपण. पाणी काय आणि काय काय.

सुशांत हसला फक्त आणि मग म्हणाला, "काही नाही ग झालं. नको करूस काळजी."

"असं कसं काही नाही झालं? काहीतरी नक्की झालंय."

"ठीक आहे तू म्हणतेस त्याप्रमाणे झालंही असेल. पण आता मी सोळा वर्षांचा झालोय आणि तुझ्या दृष्टीनं तर कंडोम भेट देण्याएवढा मोठा झालोय ना? मग माझा काही प्रॉब्लेम असेलच तर मी सोडवेन तो."

"एक विचारू" मी दुखावून म्हणाले.

"काय?"

"माझं गिफ्ट आवडलं नाही तुला?"

"असं मी म्हणालो का?"

"मग कचऱ्याच्या डब्यात का टाकलंस?"

"वापरल्यानंतर जवळ ठेवून काय करायचं त्याचं?"

"वापरल्यानंतर म्हणजे? केव्हा वापरलंस?" मी उडालेच अक्षरश:

"तू दिल्यानंतर लगेच."

"म्हणजे... म्हणजे? यू हॅड सेक्स?" मला दुसरा धक्का बसला.

"कंडोमचं पाकीट खेळण्यासाठी दिलं होतंस का आई मला? एवढी धक्का बसल्यासारखी का वागतेस?"

"पण कोणाबरोबर?" मी अजूनही सावरले नव्हते धक्क्यातून.

"आता फार झालं हं, आई. हे असले प्रश्न सोळा वर्षांच्या मुलाला कंडोमचं पाकीट गिफ्ट म्हणून दिल्यावर विचारायचे असतात का? तुला काय करायचं आहे आता? कसलाही विचार करू नकोस. Just relax. मी एकदम ठीक आहे."

सुशांत उठला तिथून आणि मला एकटीला टाकून सरळ टॉयलेटमध्ये गेला. मी तिथंच बसून राहिले थोडा वेळ अंगातली ताकद संपल्यासारखी.

कोणाबरोबर आणि कधी? सुशांतला सकाळी ते पाकीट दिल्यापासून संध्याकाळी तो मित्राकडे जाईपर्यंत मी घरीच होते. त्या दिवशी दवाखान्यातही गेले नाही. मग केव्हा?

कोण कोण आलं होतं घरी त्या दरम्यान? त्याची एखादी मैत्रीण? हो, अंकिता आली होती. पण फक्त त्याला शुभेच्छा देण्यासाठी. त्यानंतर ती माझ्याकडेच आली होती. 'संध्याकाळी यायला मिळणार नाही. केक आत्ताच द्या मावशी', असंही म्हणाली. अगदी थोडा वेळ होती ती त्याच्या खोलीत. अर्थात त्या

गोष्टीसाठी कितीसा वेळ लागतो म्हणा? छे, पण अंकिता त्याला तसं काहीच करू देणार नाही. अगदी साधी निष्पाप पोरगी आहे ती.

मग कोण? शोभा? आपली कामवाली? पण तीही माझ्यासमोर होती काम करेपर्यंत. मी फोनवर आमंत्रण करत होते तेव्हा ती आत सुशांतच्या खोलीत होती. त्याची खोली साफ करत होती ती. तेव्हा? तेवढ्या वेळात तसं काही करेल सुशांत? छे. शक्यच नाही. शोभामध्ये तसं सुशांत आकर्षित व्हावा असं काहीच नाही. चार मुलांची आई आहे ती. नवऱ्यानं शोषून चिपाड बनवलेली शोभा सोळा वर्षांच्या सुशांतला उत्तेजित करूच शकत नाही आणि सुशांत स्वत: एवढ्या खालच्या पातळीवर नाही येणार. शोभाही सुशांतला 'बाबा' म्हणते. सुशांत म्हणाला तरी तीही तसं नाही वागणार आणि समजा तिनं तसं काही केलं असतंच तर तिच्या नजरेत नक्कीच चोरटेपणा आला असता. पण तसं दिसलं नाही काहीच तिच्या नजरेत. अगदी नेहमीप्रमाणं निर्विकार चेहऱ्यानं काम करत होती ती. मुद्दाम तर चेहरा निर्विकार नाही ना ठेवला तिनं? म्हणजे आपण संशय घेऊ नये म्हणून?

छे... नसेलच तसं काही. पण नसेल तर मग कोण? की केवळ हस्तमैथुन? पण त्यासाठी कंडोम कशासाठी वापरेल सुशांत? मजा म्हणून वापरलंही असेल कदाचित. काय सांगावं?

प्रश्नांचा अक्षरश: गुंता होत होता माझ्या डोक्यात. काही उत्तरच सापडत नव्हतं. शेवटी तशा अवस्थेत गेले दवाखान्यात. पण तिथंही लक्ष लागेना. पेशंट काय सांगत होते ते डोक्यातच जात नव्हतं. शेवटी तब्येत बरी नाही म्हणून दिलीपला, म्हणजे आमच्या कंपाऊंडरला दवाखाना बंद करायला सांगितला आणि बाहेर पडले. गाडी सरळ एक्स मॉलमध्ये घेतली. कसलाही विचार न करता खरेदी करत गेले. काय काय घेतलं. समजत नव्हतं काहीच. अगदी आंधळेपणानं चालली होती खरेदी. कंडोम सोडून बऱ्याच गोष्टी गरज नसताना घेतल्या.

खरं तर मॉलमध्ये मी माझं दु:ख विसरण्यासाठीच येते. इथे आले की आपोआप मन रमायला लागतं आणि डिप्रेशनमधून बाहेर पडते मी. पण काय झालं होतं कुणास ठाऊक, आज माझी अस्वस्थता जात नव्हती.

घरी आले तर सुशांत खोलीचं दार बंद करून बसलेला. किचनच्या सिंकमध्ये दोन खरकटी ताटं पडली होती.

दुसरं ताट कोणाचं? कोण आलं होतं मी नसताना? माझी उत्सुकता वाढायला लागली. खरं तर सुशांतच्या बाबतीत गेली सोळा वर्षं मी तशी निश्चिंतच असायचे पण गेल्या दोन दिवसांतलं त्याचं वागणं कोड्यातच टाकणारं होतं. आणि अशी

कोडी पडली की माझा कोणाच्याही आयुष्यात ढवळाढवळ न करण्याचा स्वभाव मी हरवून बसते.

आता मला सुशांतच्या आयुष्यात डोकावणं भागच होतं. नाहीतर हा पोरगा कदाचित होमोही होऊ शकतो.

सोळाव्या वाढदिवसाची आख्खी रात्र मित्राकडे काढणाऱ्या मुलाविषयी संशय घेणं बरोबर नसलं तरी मन अस्वस्थ होणं साहजिकच आहे. एखाद्या मुलीशी काय किंवा अगदी शोभाशी (it seems very low तरीही) संभोग करताना त्यानं कंडोम वापरला असता तरी मला एवढी काळजी वाटली नसती. पण आता अशी काळजी वाटणं स्वाभाविक होतं.

मी सुशांतच्या खोलीचा दरवाजा ठोठावला तेव्हा आतमध्ये प्रचंड शांतता जाणवली. त्या शांततेला कोंडलेल्या श्वासांचा, त्याच्या गतीचा आवाज असावा असं उगीचच वाटलं त्याक्षणी, पण सुशांतनं पटकन दार उघडलं. आत तो एकटाच होता. तरीही मी विचारलं,

"एकटाच आहेस?"

"हो"

"मग दोन ताटांत कोण जेवलं?"

"हं, माझा मित्र येऊन गेला."

"कधी?"

"तू गेल्यावर आला होता, आताच गेला."

"कशासाठी आला होता?"

"सहजच".

"कोणता मित्र?"

"Come on, आई. सी.आय.डी. सारखे प्रश्न नको विचारूस. कोणताही मित्र आला तर काय फरक पडणार आहे? काय झालंय काय तुला? गेले दोन दिवस तू माझ्या आयुष्यात खूपच interfere करतेस असं नाही वाटत तुला? खरं तर तुझा स्वभाव नाही हा, मग तरीही?

"तसं काही नाही... तू म्हणतोस ते बरोबर आहे. पण उगीच आपलं.. आपण दोघंच तर असतो घरात. आपण काय करतो, कुठं जातो वगैरे माहीत असायला हवं एकमेकांना, मग कसं secure वाटतं. अदरवाईज शंका-कुशंका येत राहतात मनात."

"No need to worry." तिला थोपटून तो म्हणाला आणि पुन्हा त्याच्या खोलीत गेला.

सुशांत म्हणाला खरा, काळजी करू नकोस म्हणून पण उलट जास्तच काळजी वाटायला लागली.

संध्याकाळी सुशांतच्या डॅडचा फोन आला तेव्हा मात्र मी काळजीत असल्याचं दाखवलं नाही. उलट सारं कसं छान चाललंय हे सांगितलं. सुशांत अगदी ठीक आहे म्हणून मुद्दाम फोन सुशांतच्या हातात दिला. सुशांतही अगदी नेहमीप्रमाणे बोलला त्यांच्याशी, अर्थात थोडक्यातच.

एकूण सुशांतच्या सोळाव्या वाढदिवसाचा दिवस आणि त्यानंतरचे दोन तीन दिवस अत्यंत काळजीत गेले असले तरी पुढे सुशांतचं नेहमीचं रुटीन सुरू झालं. तो नेहमीप्रमाणे आवडीनं अभ्यास करतो. कोणताही क्लास न लावता बारावीची परीक्षाही दिली त्यानं. पुढं चांगल्या मार्कांनी पासही झाला तो.

दिवसेंदिवस सुशांत हेल्दी आणि आनंदीही दिसतो आहे. त्याचं कारण घरातलं वातावरण आहे असं पूर्वीची मी म्हणालेही असते कदाचित. पण आताची मी नाही म्हणू शकत असं, कारण अजूनही माझ्या मनातल्या प्रश्नांचा गुंता सुटलेला नाही आणि तो पुढेही कधी सुटेल असं वाटत नाही. सुशांतच्या सोळाव्या वाढदिवसानंतरचं वर्ष, मी सुशांतला प्रेझेंट म्हणून दिलेला कंडोम सुशांतनं खरोखरच वापरला का? जर वापरला असेल तर कधी? कोणाबरोबर? नसेल, तर का नाही? तो नॉर्मल आहे का? की त्याला मैत्रिणींपेक्षा मित्रांमध्ये जास्त रस आहे? त्या रात्री तो मित्राकडे का गेला होता? आणि मी घरात नसतानाच त्याचा तो मित्र वारंवार घरी का येतो? केवळ अभ्यासासाठी की आणखी काही कारण आहे? हा मित्र मला का भेटत नाही? आणि सुशांत त्याच्याविषयी काही सांगायचं का टाळतो आहे? असे हजारो प्रश्न मनात घेऊनच मी काढलं.

सुशांतचा सतरावा वाढदिवस उद्या आहे. ह्या वाढदिवसासाठी एखाद्या ब्ल्यू फिल्मची सी.डी. गिफ्ट द्यायची असं मी गेल्या वर्षी ठरवलं होतं. मुलांना अकारण नको त्या गोष्टींचं आकर्षण वाटण्याआधीच ती त्यांच्या हातात ठेवली की त्या गोष्टीतला त्यांचा रस संपतो असं माझं मत होतं तेव्हा. त्यामुळेच मी तसं ठरवलं होतं. पण आपण दिलेलं गिफ्ट त्याला आवडलं नाही पुन्हा तर, ह्या विचारानं काही अचानक त्याच्या हातात ठेवण्यापेक्षा विचारून देऊ असं वाटल्यानं मी त्याला सहज विचारलं, तर तो म्हणाला अशी फिल्म त्यानं पाहिली आहे आणि त्यात माणसं जनावरांच्या पातळीवर जाऊन अतिशय गलिच्छ वर्तन करतात

सेक्स ही अतिशय सुंदर, निर्मळ गोष्ट आहे हे विसरतात. अशा फिल्ममध्ये रस घेणारी माणसं विकृत असतात असं तुला नाही का वाटत? असा उलट प्रश्न विचारून मला निरुत्तर केल्यानं मी तो बेत रद्दच केला. आता सुशांतच्या सतराव्या वाढदिवशीच नाही, तर पुढच्या सर्वच वाढदिवसांना त्याला काय गिफ्ट द्यावी हा माझ्यापुढे भला मोठा प्रश्न आहे.

सुशांत आता वाढदिवसाच्या दिवशी मोठा होत नाही. तो त्या आधीच मोठा होतो. वाढदिवस येईपर्यंत आता मी काही गिफ्ट देईन किंवा काही सांगेन ह्याची तो वाट पाहात नाही. तो त्याला हवी ती गोष्ट, हवी ती माहिती स्वत: मिळवतो.

सुशांत अठरा वर्षांचा झाला, मग एकोणीस, वर्षांचा झाला, मग वीस, एकवीस, बावीस इत्यादी इत्यादी वर्षांचा झाला तसतसा तो माझ्यापासून दूर जात राहिला.

मला सुशांतची एकुलती एक जिवलग मैत्रीण बनायचं होतं. पण सुशांतनं मला आईच्या भूमिकेत गच्च बांधून ठेवलं. माझ्याशी तो एका चांगल्या मुलासारखा वागत असला तरी मित्रासारखा वागत नाही. त्याची गुपितं तो माझ्याशी शेअर करत नाही. मॉल संस्कृतीत वाढलेल्या आणि मुलाला कंडोम भेट देणाऱ्या माझ्यासारख्या आईला त्याचे विचार कळणार नाहीत, असंही तो एकदा म्हणाला. माझं स्मार्ट दिसणंही त्याला आवडत नाही. मी पारंपरिक आईच्या गेटअपमध्ये जास्त चांगली वाटेन असंही त्याला वाटत असावं असं मला वाटतं.

सुशांत स्वत: अत्यंत गबाळा राहतो. त्याला मैत्रिणी नाहीत. आहेत त्या सगळ्या त्याच्या मित्रांच्या आहेत. त्याचे मित्र आणि मैत्रिणी मला नॉर्मल वाटत नाहीत. मॉलमध्ये खरेदी करायला येणाऱ्या स्मार्ट तरुण पिढीतले तर अजिबात वाटत नाहीत. ते खूप विचार करतात. मला न समजणाऱ्या विषयांवर चर्चा करतात. सुशांतनं कोणतं तरी काम अंगावर घेतलंय. तो. एम.ए. करतोय समाजशास्त्र ह्या विषयात.

सुशांतला त्याच्या डॅडसारखं सामाजिक बांधिलकी मानणाऱ्यांपैकी व्हायचं आहे की काय? अर्थात माझी त्याला काहीही हरकत नाही. पण सुशांत म्हणतो, त्याच्या डॅडची बांधिलकी सुपरफिशिअल लेव्हलची आहे. मग सुशांतला नेमकं काय करायचं आहे, कळत नाही.

एक आई म्हणून सुशांतला फुलताना पाहायचं होतं मला. पण गेल्या काही वर्षांत, विशेषत: सोळाव्या वाढदिवसानंतर सुशांतनं स्वत:भोवती कोष विणून घेतलेला आहे. ह्या कोषातून त्यानं बाहेर पडावं. पुन्हा फुलपाखरू होऊन स्वच्छंद फिरावं असं मला वाटतं. इतर आईवडिलांसारखं त्याला फैलावर घेऊन आपल्या

मनासारखं वागायला, जगायला लावावं असंही खूपदा मनात येतं. पण आपल्या आईनं केलेली चूक आपण करायची नाही हे सुशांत जन्मण्यापूर्वीच मी ठरवलं असल्यानं मला काहीही करता येत नाही. मी फक्त सुशांतची काळजी करत राहते.

सोळाव्या वाढदिवसापासून सुशांतनं त्याचा वाढदिवस साजरा करायचं सोडून दिलंय पण मी आणि सुशांतचे डॅड गेले वीस वर्षं सुशांतचा जन्मदिवस आमच्या आनंदाचा दिवस म्हणून साजरा करतोय.

सुशांतच्या सोळाव्या वाढदिवशी मी दिलेल्या कंडोममध्ये त्यानं आपल्या सर्जनाच्या शक्यतांची बीजं कायमची बंद करून कचऱ्याच्या डब्यात फेकल्यामुळे असेल कदाचित पण आज छत्तिसाव्या वाढदिवशीही सुशांत त्याच्या मित्राकडेच गेला आहे. कोणता मित्र मला अजूनही माहीत नाही.

ह्यावर्षी मी आणि सुशांतच्या डॅडनं त्याच्या जन्माचा आनंद साजरा करायचा नाही असं ठरवलं आहे. सोळाव्या वर्षीच मुलाला कंडोम प्रेझेंट दिल्यावर जन्माच्या शक्यताच मरून जातात आणि त्याबरोबर मिळणाऱ्या आनंदाच्याही!

* * *

(*दीपावली*, २००७)